द लाइफस्टाइल डाइट

द लाइफस्टाइल डाएट

सर्व प्रकारच्या जीवनशैलीसाठी
परिपूर्ण मार्गदर्शन

डॉ. रोहिणी पाटील

अनुवाद : डॉ. शुचिता नांदापूरकर-फडके

MANJUL
मंजुल पब्लिशिंग हाउस

First published in India by

MANJUL

Manjul Publishing House

• C-16, Sector 3, Noida, Uttar Pradesh 201301, India
Website: www.manjulindia.com

Registered Office:

• 2nd Floor, Usha Preet Complex, 42 Malviya Nagar, Bhopal 462 003 - India

Distribution Centres

Ahmedabad, Bengaluru, Kochi, Kolkata, Chennai,
Hyderabad, Mumbai, New Delhi, Pune

Marathi Language translation of *The Lifestyle Diet*

Marathi Language translation of "The Lifestyle Diet"
First published by Manjul Publishing House Pvt. Ltd., 2023
By arrangement with HarperCollins Publishers India Private Limeted

ISBN 978-93-5543-143-1

This edition first published in 2023
Second impression 2025

Marathi translation: Shuchita Nandapurkar-Phadke

Printed and bound in India by Gopsons Papers Pvt. Ltd.

श्री राजराजेश्वरीदेवी यांच्या आशीर्वादाने

अनुक्रमणिका

विभाग १ : नियम

विभाग २ : टिप्स

विभाग ३ : पाककृती आणि संतुलित आहार

कृतज्ञतेचे दोन बोल

असं म्हणतात की, औदार्याची सुरुवात घरातूनच होते. तसंच, कृतज्ञतेची सुरुवात घरातूनच होते असा माझा विश्वास आहे. माझ्या दोन्ही कुटुंबांकडून मला मिळालेलं प्रेम आणि आधार शब्दांत व्यक्त करणं केवळ अशक्य! तरीही, माझ्यासाठी स्वप्नं पाहणाऱ्या, मनीषा बाळगणाऱ्या आणि ती पूर्ण करणाऱ्या कुटुंबातल्या प्रत्येक सदस्याचे आभार मानायला मला आवडतील.

प्रस्तावना

गेली कित्येक वर्षं न्युट्रिशनिस्ट (आहारतज्ज्ञ) म्हणून काम करताना आलेल्या वैविध्यपूर्ण अनुभवांच्या आधारे मी तुमच्या समोर माझा हा नवीनतम प्रकल्प मांडते आहे. संतुलित आहार, पोषण, तंदुरुस्ती, मनाचं आरोग्य आणि एकंदरीतच जीवनशैली अशा सर्व क्षेत्रांत मला भरपूर अनुभव मिळाला आहे. गेल्या आठ वर्षांत माझ्या समोर आलेल्या वेगवेगळ्या आहारविषयक आणि जीवनशैलीविषयक विकृतींमुळे हे पुस्तक लिहिण्याची प्रेरणा मला मिळाली.

आहार आणि जीवनशैली या बाबी समतुल्य असून बरेचदा त्या एकमेकींशी निगडित असतात. आहारासंदर्भात अनेक गैरसमज दिसून येतात. यातायात करत अल्पकालीन डाएट करूनही त्यातून हाती काहीही न येणारे अनेक लोक मी पाहिले आहेत. डाएटचे विभिन्न आयाम आणि शरीर तसंच मनावर होणारा त्याचा परिणाम यांमुळे मला हे पुस्तक लिहिण्याची प्रेरणा मिळाली. आहारजागृती करत माझं ज्ञान आणि अनुभव सर्वांपर्यंत पोहोचवावं अशी माझी इच्छा होती. डाएट आणि लाइफस्टाइल संदर्भात जाणण्याजोगं जे काही आहे ते सारं या पुस्तकात समाविष्ट असून हे पुस्तक लिहिताना मला जितका आनंद मिळाला तितकाच ते वाचताना तुम्हालाही लाभेल अशी मला आशा आहे.

'फक्त डाएट नाही तर 'लाइफस्टाइल'सुद्धा महत्त्वाची आहे!' हेच खरं.

१

'डाएट' हा शब्द पचवणे!

'डाएट' म्हणजे नेमकं काय?

'डाएट – संतुलित आहार' ही अन्नग्रहणाची एक पद्धत आहे. प्रत्येक घर, समाज, देश आणि प्रदेश यांची आपापली वैशिष्ट्यपूर्ण आहारशैली असते. तंदुरुस्ती (सुदृढता) आणि पोषणाच्या या जगात काही विशिष्ट उद्दिष्टं प्राप्त करण्यासाठी आपण संतुलित आहार किंवा विशिष्ट आहारशैलीचा पाठपुरावा करतो. वजन कमी–जास्त करणं, पीसीओडी, कर्करोग, थायरॉईड, उच्च रक्तदाब, मधुमेह आणि मनोविकारासारख्या आजारांतून बरं होणं अशी विविध कारणं त्यामागे असू शकतात.

'डाएट' या शब्दाला इतके विविध अर्थ का प्राप्त झाले आहेत? ''मी नाही बुवा डाएट करू शकत, म्हणूनच माझं वजनही कमी होऊ शकत नाही,'' किंवा ''मी नाही करू शकत डाएट, म्हणूनच मला पीसीओडी आहे,'' असं लोकांना बोलताना मी ऐकते. त्यांच्या हे लक्षात येत नाही की, ते रोज जे अन्न खातात, ज्या पद्धतीने खातात तेच त्यांचं सध्याचं डाएट आहे. त्यातून असंही लक्षात येतं की, त्यांच्या सध्याच्या डाएटमध्ये

काहीतरी गोंधळ असल्याने त्यांचं वजन वाढलं तरी आहे किंवा त्यांना काही रोग झाला आहे.

''मी डाएटवर आहे का, मी माझं स्वतःचं डाएट फॉलो करते का,'' असं जेव्हा लोक मला विचारतात तेव्हा मी सांगते, ''मी नेहमीच डाएटवर असते.'' हो! अगदी खरं आहे ते. गेली आठ वर्षं मी माझ्या स्वतःच्या डाएटवर असून त्यापूर्वी माझ्या वडिलांनी मला हाय प्रोटीन डाएटवर ठेवलं होतं. राष्ट्रीय पातळीवर मी तेव्हा टेनिस खेळत असे. गेल्या आठ-दहा वर्षांत मी माझं स्वतःचंच डाएट अनुसरते आहे. मी आरोग्यपूर्ण आहार घेते. माझ्या शरीरातल्या पोषकतत्त्वांची काळजी घेत कुठलीही कमतरता भासणार नाही याकडे लक्ष देते. मी बाहेर फिरते, पार्टीला जाते, प्रवास करते, वेगवेगळे पदार्थ खाते आणि घरी आल्यावर पुन्हा आरोग्यदायी आहारशैलीकडे वळते. माझं वजन वाढल्यावर ते कमी करण्याचा प्रयत्न मी केला होता. आवडीच्या सर्व पदार्थांवर ताव मारूनही त्यातूनच स्वतःसाठी समतोल आहार शोधायला मी शिकले होते. आज मला माझा तो समतोल सापडला आहे. मी स्वतःला कशाहीपासून वंचित ठेवत नाही. मनात कुठलीही अपराधी भावना न बाळगता किंवा वजन वाढायची भीती न बाळगता मला जे काही आवडतं ते सारं मी खाते. मी असं म्हणू शकते की, मी नक्कीच 'लाइफस्टाइल डाएट' करते.

डाएटचा अर्थच हा आहे. ती खाण्याची एक शैली आहे. अन्नपदार्थांची स्वीकारलेली दिनचर्या आहे. वर्षानुवर्षं तर सोडाच महिनोन्‌महिनेसुद्धा आपण एकाच पद्धतीने खाऊ शकत नाही. ऋतुमान, प्रत्येकाची प्रकृती, पोषकतत्त्वांची उणीव, आरोग्यध्येयं, शारीरिक कृती (कष्टाची कामं), तणाव पातळी, मूड्स आणि आवडीनिवडी यांनुसार त्यात बदल करणं गरजेचं आहे.

तसं जर केलं नाही, तर नादिष्टपणाने केलेलं डाएट काम करत नाही. इतकंच नाही, तर विशिष्ट डाएट स्वीकारल्यावर एका ठरावीक टप्प्यानंतर तुमचं वजन कमी होणं थांबतं. अडकून पडल्यागत होतं. तुम्ही एक वैशिष्ट्यपूर्ण व्यक्ती आहात, त्यामुळेच दुसऱ्या कुणाचा आहार तुम्हाला आणि तुमच्या शरीराला अनुरूप ठरू शकत नाही. आणि मग लोक म्हणतात, ''डाएटचा काही उपयोग नाही!'' मुळात, डाएट चुकीचं नसून खाण्याची चुकीची शैली तुमच्या शरीरासाठी अयोग्य ठरते. तेव्हा 'डाएट' या शब्दाबद्दलचा गैरसमज

दूर करू या. लहानपणापासून तुम्ही जे काही खात आला आहात आणि पारंपरिक पद्धतीने तुमच्या घरात जे काही खाल्लं जात आहे तेदेखील डाएटच आहे याचा स्वीकार करून ती आपली जीवनशैली करू या. या पुस्तकातून तुमच्या समोर अशा अनेक जीवनशैली येतील.

डाएटबद्दल थोडं अधिक बोलू या.

आजच्या जगात चुकीच्या कारणांसाठी डाएट हा शब्द अतिशय लोकप्रिय झाला आहे. डाएट सुरू करणं ही लोकांना शिक्षा वाटते. वजन कमी करण्यापायी ठरावीक काळासाठी स्वतःची उपासमार करायची किंवा स्वतःला अन्नापासून वंचित ठेवायचं आणि पुन्हा नेहमीच्या खाण्याच्या सवयीकडे वळायचं, असाच या प्रक्रियेचा अर्थ लावला जातो. अशी पद्धत कधीच कामी येत नाही हे मी तुम्हाला प्रामाणिकपणे सांगू इच्छिते. तुम्ही जर सातत्याने पाठपुरावा केला नाहीत तर काहीच नीट घडणार नाही. काही काळ आरोग्यपूर्ण दिनचर्या अंगीकारायची आणि त्यानंतर ती सोडून द्यायची, असं केलंत तर तुम्ही तुमच्या आधीच्या आवृत्तीकडे परत जाल.

तुम्ही जर डाएटचा आस्वाद घेतला नाहीत, आपल्या जीवनशैलीचा तो एक हिस्सा आहे असं मानलं नाहीत, तर डाएटचा काहीही उपयोग होणार नाही. ती तुमची जीवनशैली, तुमची जगण्याची पद्धत व्हायला हवी. असं काहीतरी ज्याची तुम्हाला खरोखर मजा वाटते... ज्यातून तुमच्यातील सर्वोत्तम ते प्रकट होतं... ज्याने तुम्ही अधिक चांगली व्यक्ती व्हायला मदत होते... आणि, ज्याने तुम्हाला मनःशांती लाभते. तुमचे चांगले दिवस, वाईट दिवस, लबाडीचे दिवस (चीट डे), सणसमारंभ, सुट्ट्या, प्रवास... तुमच्या जीवनाच्या प्रत्येक घटकाचा त्यात समावेश व्हायला हवा. सर्वांत महत्त्वाचं म्हणजे, तुम्ही स्वतःचे आहारतज्ज्ञ म्हणजेच न्युट्रिशनिस्ट व्हायला हवं.

हो, हे सारं सहज करता येईल असं काहीतरी मी सांगणार आहे. ते काय आहे हे तुम्हाला या पुस्तकाच्या शेवटी कळेल. म्हणूनच, मी या पुस्तकाला द *लाइफस्टाइल डाएट* असं म्हटलं आहे.

चला तर, याबद्दल सविस्तर बोलू या. तुम्ही स्वतः आरोग्यदायी संतुलित आहाराची जीवनशैली जगत आहात की नाही हे पाहण्यासाठी या यादीवर नजर टाका –

- ✓ दिवसभरात तुम्ही उत्साही असता.
- ✓ तुम्ही स्वतःबाबत समाधानी असता.
- ✓ लाइफस्टाइल डाएट तुम्हाला आता ओझं किंवा शिक्षा वाटत नाही.
- ✓ पार्टी, सणसमारंभ, सुट्टी, प्रवास... कुठेही गेलात तरी कुठलीही अपराधी भावना न बाळगता तुम्ही वेगवेगळ्या प्रकारच्या अन्नाचा आस्वाद घेऊ शकता.
- ✓ तुमच्या शरीर आणि अन्नाशी असलेलं तुमचं नातं तुम्ही जाणता.
- ✓ आता तुम्ही वजनाच्या काट्यावर उभे राहत नाही.
- ✓ आरोग्यदायी आहार तुमच्या आवडीचा झाला असून तुम्ही सतत त्याकडे वळता.
- ✓ आदर्श वजनापर्यंत पोहोचेस्तोवर तुमचं वजन सातत्याने कमी होत आहे.
- ✓ तुमची त्वचा सतेज झाली आहे.
- ✓ तुमचे केस मस्त दाट आणि चमकदार झाले आहेत.
- ✓ तुम्ही एखाद्या डाएटवर आहात असं आता तुम्हाला वाटतच नाही!
- ✓ तुम्ही तुमची आदर्श जीवनशैली आता शोधून काढली आहे.

लाइफस्टाइल डाएट म्हणजे काय आणि ते कसं काम करतं?

लाइफस्टाइल डाएट हा असा आहार आहे जो तुमच्या दैनंदिन आयुष्याचा भाग होऊ शकतो. तुमच्या शारीरिक, मानसिक, भावनिक आणि आध्यात्मिक आरोग्याची काळजीसुद्धा तो आहार घेतो. प्रत्येक व्यक्तीचा असा जीवनशैली आहार वैशिष्ट्यपूर्ण असू शकतो. दुसरं कुणी जे खात-पीत असेल तेच तुम्ही खाल्लं-प्यायलं पाहिजे असं नाही. तुम्हाला काय लागू पडतं आणि काय लागू पडत नाही हे शोधून काढलं की झालं. इतकं सोपं आहे ते. यासाठी तुम्हाला द *लाइफस्टाइल डाएट* या पुस्तकाची मदत होईल. आयुष्यात उद्‌भवणाऱ्या वेगवेगळ्या अडचणींचा सामना आरोग्यदायी मार्गाने कसा करावा हेदेखील तुम्हाला त्यातून उमजेल. आरोग्यदायी समतोल आहार, आरोग्यदायी पदार्थ आणि सर्वांत महत्त्वाचं म्हणजे आरोग्यदायी कृती आणि सवयींबद्दल त्यात लिहिलं आहे. जीवनशैली स्वरूपात या सर्व सवयी आणि

कृती तुमच्या बरोबर कायमस्वरूपी राहणार आहेत. प्रदीर्घ कालावधीत तुमचं आरोग्य सुदृढ राखण्यासाठी त्यांची मदत होणार आहे.

तेव्हा आता, वास्तववादी दृष्टिकोन स्वीकारत सुरुवात करू या. 'द लाइफस्टाइल डायरी' या २१व्या प्रकरणात तुम्हाला दैनंदिन यादी दिसेल. कृपया, या यादीच्या ९० प्रती काढून त्यांना 'लाइफस्टाइल डायरी' असं नाव द्या. रोज करायच्या तुमच्या कामांची यादी या डायरीत आहे. या सवयी जोपासण्यासाठी स्वतःला ९० दिवस द्या. मी तुम्हाला खात्रीने सांगते की, तुम्ही स्वतःसाठी घेतलेला हा सर्वोत्तम निर्णय असेल.

२

परिचय : लाइफस्टाइल विकृतींच्या युगाचा सामना करणं

आजच्या या जगात अष्टावधानी असणं आवश्यक झालं असून कामाला सर्वाधिक प्राधान्य प्राप्त झालं असल्याने लोकांच्या जगण्यात विकृती निर्माण झाल्याचं तुमच्या लक्षात आलं आहे का? समजा नसलं तरी येत्या काही वर्षांत अशी मंडळी तुम्हाला नक्कीच आढळणार आहेत. ताण, लठ्ठपणा, उच्च रक्तदाब, मधुमेह आणि मानसिक विकृतींमुळे 'जीवनशैली विकृती – लाइफस्टाइल विकृती' समोर उभ्या ठाकणार आहेत.

या लाइफस्टाइल विकृतींबद्दल सविस्तर बोलण्याऐवजी त्या टाळण्यासाठी साहाय्यभूत ठरणाऱ्या सर्व घटकांबद्दल आपण चर्चा करणार आहोत. विकृतींचे परिणाम नष्ट करण्यापुरती आरोग्यदायी जीवनशैली न स्वीकारता तीच रोजच्या जगण्याचा मार्ग व्हायला हवी.

आजच्या या जगात निरोगी किंवा तंदुरुस्त राहण्यासाठी कुणाकडेच वेळ नाही. तरीसुद्धा आरोग्यदायी दिनचर्येची सवय तुम्हाला लागली की, त्याचे लाभ कोणते हे तुमच्या लक्षातही येईल आणि तुम्हाला त्याचा अनुभवही येईल.

सामान्यतः बोलायचं तर उत्तम प्रकृती म्हणजे आजारपणाचा अभाव. परंतु हा दृष्टिकोन संकुचित आणि एककल्ली आहे. 'आरोग्य' ही संज्ञा बरीच विस्तृत म्हणावी लागेल. उत्तम आरोग्य म्हणजे शारीरिक, सामाजिक, मानसिक आणि आध्यात्मिक अशा सर्व पातळ्यांवर स्वास्थ्यपूर्णता.

आरोग्य आणि तंदुरुस्ती हे प्रत्येक व्यक्तीच्या जीवनशैलीचे महत्त्वाचे घटक असून जीवन बदलवण्याचं सामर्थ्य त्यात आहे. निरोगी असणं आणि तंदुरुस्त राहणं या गोष्टी वाटतात तेवढ्या कठीण नाहीत. काही साधे बदल करण्याने अनुकूल परिणाम दिसून येईल. छोट्या बदलांतून मोठा फरक दिसून येईल.

निरोगी जीवनशैली जगण्यासाठीचं पहिलं पाऊल म्हणजे तंदुरुस्ती. कृतिशील राहण्याने शरीर घडतं, आरोग्यदायी होतं आणि इतरही अनेक लाभ होतात. निरोगी शरीर प्राप्त करण्यासाठी तुम्हाला तंदुरुस्तीच्या आहारी जाण्याची आवश्यकता नसून दररोज थोड्या प्रमाणात शारीरिक व्यायाम करायची तेवढी गरज आहे. रोज चाळीस मिनिटं चालण्यासारखा सोपा व्यायाम पुरतो. निरोगी जीवनासाठी शारीरिक तंदुरुस्ती हा महत्त्वाचा निकष असून तो पूर्ण करण्याकरता समतोल आहार, व्यायाम आणि झोप गरजेची आहे.

जे अन्न खाण्याची निवड आपण करतो त्याला आपलं 'डाएट' असं म्हणतात. काय आणि किती खायचं यावर आपलं जीवन अवलंबून असल्यामुळे आपल्याला ते ठाऊक असायलाच हवं. 'खाण्यासाठी जगायचं नसून जगण्यासाठी खायचं आहे' हे लक्षात ठेवा. तंदुरुस्त राहण्यासाठी, वजन आटोक्यात आणण्यासाठी स्वतःची उपासमार करण्याची आवश्यकता नाही. योग्य आहार कसा घ्यावा हे जाणून घेणं तेवढं गरजेचं आहे.

अनेक लोक मनाला येईल ते खातात, तरीही त्यांचं वजन मुळीच वाढत नाही. तरीसुद्धा, असं म्हणावं लागेल की, या लोकांच्या पोटात जे काही जातं ते कधी ना कधी स्वतःचा रंग दाखवणार आहे. त्यापायी कदाचित त्या लोकांना काही जीवनशैली विकृती किंवा आरोग्याच्या इतर समस्यांना तोंड द्यावं लागू शकतं हे त्यांच्या लक्षात येत नाही.

शरीराला योग्य संतुलित आहार मिळण्याकरता विविध अन्नपदार्थांचं सेवन करणं महत्त्वाचं आहे. आरोग्यदायी आहार घेतल्याने शरीराला कार्यरत राहण्याकरता आवश्यक ऊर्जा आणि पोषण प्राप्त होतं, तसंच अधिक चांगलं जीवन अधिक काळ जगता येऊ शकतं.

'निरोगी शरीरातलं निरोगी मन' हा विचार अगदी खरा असून छोटी छोटी पावलं उचलून तुम्ही त्याचा अनुभव घेऊ शकता. इतरांना जे लागू पडतं ते कदाचित तुमच्यासाठी योग्य ठरणारही नाही. आरोग्य आणि तंदुरुस्तीची सर्वोच्च पातळी गाठण्याचं तुमचं ध्येय असेल, तर तुम्ही आहारतज्ज्ञाची भेट घ्यायला हवी. तुम्ही नेमकं काय खावं आणि काय सोडावं याबद्दल ते तुम्हाला अगदी अचूक मार्गदर्शन कअतिल.

तुमच्यासाठी नेमकं काय लागू पडतं हे शोधून काढणं तेवढं गरजेचं आहे. केवळ आरोग्यदायी आहार घेण्याने भागणार नाही. शारीरिक कृतिशीलता तितकीच महत्त्वाची आहे. शिवाय, योग्य प्रमाणात सर्व पोषणमूल्यांचा समावेश आहारात नसेल, तर मूड बदलत राहतात याची जाणीव कित्येकांना नसते.

समतोल हीच खरी गुरुकिल्ली आहे. नादिष्टपणाने काहीतरी खात राहायचं, व्यायामाचा अतिरेक करायचा किंवा त्याकडे दुर्लक्ष करायचं अशा टोकाच्या गोष्टींचा शरीरावर दीर्घकालीन प्रतिकूल परिणाम होऊ शकतो. म्हणूनच, आरोग्यपूर्ण आहार आणि व्यायामात समतोल साधणं अत्यंत महत्त्वाचं आहे. अधूनमधून, थोडीशी सवलत घ्यायला हरकत नसते. 'मध्यम-मध्यम' हा मंत्र महत्त्वाचा.

आपण आपल्या शरीराला गृहीत धरता कामा नये, कारण शरीराशिवाय तुम्ही जगू शकत नाही. तुमच्या शरीराला पुढे जाऊन चुकीच्या निर्णयांचे परिणाम भोगावे लागू नयेत म्हणून आजच तुमच्या जीवन-निर्णयांबद्दल जागे व्हा. समतोल आहार, नियमित व्यायाम, स्वस्थ झोप आणि थोडी ध्यानधारणा या बाबी सर्वंकष आरोग्य आणि तंदुरुस्तीकरता आवश्यक असून उत्पादक तसंच यशस्वी जीवनाची गुरुकिल्ली म्हणूनही त्या काम करतात. निरोगी जगण्यासाठी पोषण आणि तंदुरुस्ती आवश्यक आहे.

योग्य आहाराला पुरेशा व्यायामाची जोड दिल्याने तुम्हाला छान वाटेल. तुम्ही छान दिसू लागाल आणि जीवघेणे रोग होण्याची शक्यताही थोडी कमी होऊ शकेल. आरोग्यदायी जीवन जगायचं की नाही हा निर्णय तुम्ही घ्यायचा आहे. ते तसं जगणं मुळीच कठीण नसून तुम्हाला ते निश्चितपणे साध्य करता येईल हे तुम्ही जाणून घ्या. आरोग्यदायी आहार आणि आरोग्यदायी विहार यासाठी नवजीवन शैलीचा दृष्टिकोन बाळगणं तेवढं गरजेचं आहे. तुम्ही ते करू शकता!

३

लाइफस्टाइल डाएटच्या दिशेने प्रवास

सोशल मीडिया आणि मानसिक आरोग्य

या प्रकरणात सांगण्याजोगं खूप काही आहे. मुळात, इथूनच सुरुवात होते - निरोगी शरीर, वजन कमी करणं, वजन वाढवणं, चांगले केस, चांगली त्वचा, नैराश्य, सतत खात राहणं, खाण्याची तल्लफ येणं, भावनेच्या आहारी जाऊन खाणं - अशा नाना प्रकारांचा विचार या प्रकरणात केला आहे.

ज्या जगात आपण राहतो तिथे सातत्याने ताण-तणावाने आपल्याला वेढलेलं आहे. जिमला जायचं असो की योगासनाच्या क्लासला, आपण चालढकल करतो. या आंतरिक अडथळ्याप्रमाणेच अतोनात ट्रॅफिकसारखे बाह्य अडथळेदेखील आपल्या मार्गात उभे असतात. सकाळी लवकर उठणं, कामाच्या ठिकाणी वेळेवर पोहोचणं, तिथे सर्वोत्तम काम करणं, इतरांशी सातत्याने स्पर्धा करावी लागणं - अशा क्षुल्लक वाटणाऱ्या गोष्टींपायी आयुष्यात सतत तणाव जाणवतो. हे कमी म्हणून की काय, सोशल मीडियाच्या स्वरूपात आभासी आयुष्याचा वेगळाच आयाम आपल्याला

लाभला आहे. न कळत या सगळ्या ताण-तणावांचा आपण स्वतःवर परिणाम होऊ देतो.

मन निरोगी नसेल तर शरीर निरोगी राहू शकत नाही.

आजच्या या जगात सर्व सुखसोयी हात जोडून समोर उभ्या असताना अनेकांना नैराश्य, अस्वस्थता आणि इतर अनेक मनोविकारांनी का बरं जखडावं? अति लठ्ठपणा, उच्च रक्तदाब, थायरॉईड (अवटू ग्रंथी), पीसीओडी, मधुमेह या आजच्या जगात अति जास्त प्रमाणात आढळून येणाऱ्या जीवनशैली विकृती असून मानसिक विकृती किंवा मानसिक स्वास्थ्याला आडकाठी ही आजमितीला सर्वाधिक मोठी जीवनशैली-आपत्ती ठरते आहे.

आरोग्याबद्दल विचार करताना मानसिक आरोग्य हा सर्वांत महत्त्वाचा घटक ठरतो. प्रत्येक गोष्ट मनातून सुरू होते - सर्व रोग, ताण-तणाव, शारीरिक व्याधी, आपली बुद्धी, उत्पादनक्षमता, आनंद आणि आपली जीवनशैलीदेखील मागच्या पिढ्यांच्या तुलनेत प्रत्येकाचं आयुष्य खडतर झालं आहे.

आवश्यक असलेली सर्व माहिती बोटाच्या इशाऱ्यावर उपलब्ध असल्याने असं होत आहे का? सोशल मीडियाच्या प्लॅटफॉर्मवर प्रत्येक जण स्वतःचा सर्वोत्कृष्ट चेहरा दाखवण्याच्या मागे धावतो. आपण किती आनंदी आणि आकर्षक आहोत हे दाखवण्यासाठी अहमहमिका सुरू असते. आपल्याला किती 'लाइक्स' मिळाले, किती जणांनी 'कॉमेन्ट्स' केल्या, किती 'फॉलोअर्स' लाभले या निकषावर आपण सातत्याने स्वतःला सिद्ध करू पाहतो का? असं सिद्ध करता आलं नाही तर आपण स्वतःला दयनीय समजू लागतो का?

अन्न, वस्त्र, निवारा एवढ्या गरजा भागल्या की झालं, हे या पिढीला पुरेसं नाही. या सगळ्यातून मनाने तग धरून राहणं आवश्यक ठरत आहे. मानसिकदृष्ट्या अशी तग आपण कशी धरणार आहोत? आत्महत्येचं प्रमाण सातत्याने वाढत आहे यात आश्चर्य ते काय? लोक त्यांच्या व्यवसायात यशस्वी होताना, सुंदर ठिकाणी पर्यटनाला जाताना, प्रेमात पडलेल्या व्यक्तीशी विवाहबद्ध होताना, त्यांना गोजिरी मुलं होताना आपण सतत पाहत आहोत. असं दिसत आहे की, प्रत्येक जण आपापलं स्वप्नमय जीवन कंठत आहे, 'जीवन ध्येय' गाठत आहे, उत्कटतेने जगत आहे.

सोशल मीडियाच्या माध्यमातून समोर जे येतं ते सारं सत्य आहे का? ते तसं असेल, तर नैराश्याने ग्रासलेल्या लोकांचं प्रमाण का वाढत आहे? आपण कुठेतरी चुकत आहोत का? 'नेमकं काय' हे आपल्याला लक्षात येत नाही का? आपल्याला मिळणारं तथाकथित यश जगाला दाखवण्याचा आपण आटापिटा करत आहोत का? कदाचित, त्यापायीच आपली शक्ती क्षीण होऊन आपण खरोखरच जे आणि जसे आहोत त्यापासून दूर जाऊ लागलो आहोत. आपली खरी उत्कटता नेमकी कुठे आहे ते शोधण्यात हाच अडथळा ठरत आहे. आपल्या सच्च्या रूपाशी जोडून घेत सुखसमाधानाचं जीवन जगण्यापासून हीच बाब आपल्याला थोपवते आहे.

सर्वप्रथम लक्षात घ्या की, सोशल मीडियाच्या पानोपानी अत्यानंद, घवघवीत यश आणि अनंत घडामोडी दाखवणारी व्यक्ती सदासर्वदा खऱ्या अर्थाने आनंद आणि समाधान अनुभवतेच असं नाही. सोशल मीडियावरची अनेक मंडळी आपल्याला आदर्शवत वाटतात. त्यांच्यासारखं दिसण्याचा, वागण्या-बोलण्याचा, जगण्याचा आपला प्रयत्न असतो. त्यांच्या आहारविहाराची नक्कल करत त्यांच्याचसारखं यशस्वी होण्याची आपली इच्छा असते. या मृगजळामागे धावत राहताना आपल्याला विस्मरण होतं की, त्यांच्या यशामागे किती कठोर परिश्रम आहेत, किती अपयशांवर त्यांनी मात केली आहे. किती वेदना त्यांनी सोसल्या आहेत... आणि तरीही निश्चित केलेल्या ध्येयाप्रत जाण्याकरता त्यांनी प्रयत्नांची कशी पराकाष्ठा केली आहे.

या सर्व घटकांचा विचारही कुणी करत नाही. अनेक रात्री अथकपणे परिश्रम करण्याची कुणाचीही तयारी नाही. कष्ट आणि वेदना सोसायला कुणीही तयार नाही. असं का व्हावं? हे सगळं अनाकर्षक आहे म्हणून? सोशल मीडियावर त्याचं भांडवल करता येत नाही म्हणून? लोक आपल्याला जोखतील अशी भीती वाटते म्हणून? आपण सातत्याने इतरांकडून प्रमाणीकरण मिळवण्याच्या इतके आहारी का जातो?

आपल्या आयुष्यातल्या कष्टप्रद आणि वेदनादायक टप्प्यांबद्दल आपण उघडपणे संवाद का साधू शकत नाही? नैराश्य, अस्वस्थता किंवा मनाच्या आरोग्यासंदर्भात आपल्याला काही पीडा आहे हे आपण मोकळेपणाने का स्वीकारत नाही? आयुष्याची ही बाजूदेखील आपण आनंदाने का स्वीकारत नाही? जीवनातल्या खडतर काळाचा आनंद घेण्याची कल्पना ऐकायला

विचित्र वाटेल हे मला माहीत आहे, तरीही मी विचारते की, त्या खडतर क्षणांचाही आनंद तुम्ही का घेत नाही?

तसं जर आपण केलं तर हे जग आणि सोशल मीडिया ही सुंदर ठिकाणं ठअतिल. व्यक्ती म्हणून आपण कोण आहोत हे महत्त्वाचं ठरून आपण जगाला काय देऊ शकतो हेही प्रकर्षाने लक्षात येऊ शकेल. प्रत्यक्षात मात्र आपण सोशल मीडियावर स्वतःला जे काही दाखवत राहतो तेच आपल्याला अचानक सत्य वाटू लागतं. मेसेज ॲपवर होणारे 'चॅट' आपल्यासाठी वास्तविक संभाषणं ठरू लागतात. ते सगळं सोशल मीडियावर प्रदर्शित करेपर्यंत आपल्या जिवाला चैन पडत नाही. सोशल मीडियावरून लोकांनी आपलं अभिनंदन केलं नाही, तर आपल्याला यश मिळाल्यासारखंही वाटत नाही. या सगळ्या गदारोळात आपलं आयुष्य कुठे भरकटत आहे? आपण नेमके कुठे येऊन पोहोचलो आहोत? आनंदी, यशस्वी आणि शांतिपूर्ण आयुष्य आपण खरोखरच जगत आहोत का?

काहीही असलं, तरी या साऱ्याचा सरसकट निकष एकच – आपली तथाकथित जीवनध्येयं प्राप्त करायची असतील, स्वप्नांतलं जीवन खरोखरच जगायचं असेल तर आपल्या जीवनात आणि जीवनशैलीत काही विशिष्ट गोष्टींवर लक्ष केंद्रित करणं गरजेचं आहे. काही महिन्यांसाठी नाही तर अगदी प्रत्येक दिवशी. यासाठी काही उपयुक्त उपाय करून पाहा.

१. मनातला गदारोळ कमी करण्यासाठी एक छोटीशी गोष्ट करून पाहा. झोपण्यापूर्वी तीन तास आणि उठल्यानंतर तीन तास मोबाइल पाहू नका.
२. झोपण्यापूर्वी आणि उठल्यानंतर दीर्घ श्वसनाचा सराव करून वीस मिनिटं ध्यानावस्थेत किंवा डोळे मिटून स्वस्थ बसा.
३. रोज सकाळी नेमाने हे करा – ध्यानधारणा करा, ज्या गोष्टींबद्दल तुम्ही कृतज्ञ आहात अशा दहा गोष्टींची यादी करा. साठ मिनिटं योगासनं किंवा व्यायाम करा किंवा चालायला जा.
४. कामाच्या ठिकाणी जाताना, दिवसभरात जेव्हा वेळ मिळेल तेव्हा आणि काम संपवून घरी जाताना सकारात्मक विधानं ऐका. यूट्यूबवर कृतज्ञतापूर्वक विधानांचा साठा उपलब्ध आहे. त्यांपैकी तुम्हाला आवडेल ते डाउनलोड करून तुम्ही ऑफलाइनही ऐकू शकता.

५. झोपायला जाताना ही एक गोष्ट रोज करा – दिवसभरात तुमच्या बाबत कुठली छान गोष्ट घडली ते एका डायरीत लिहा (हो, एक छानशी सुंदर डायरी त्यासाठी वापरा, तिला 'ग्रॅटिट्यूड/कृतज्ञता डायरी' म्हणा).

आयुष्यातल्या प्रत्येक लहान गोष्टींप्रति तुम्हाला कृतज्ञता वाटू लागते, तुम्ही जेव्हा स्वतःवर प्रेम करू लागता, तेव्हा जीवनाबद्दलचा तुमचा दृष्टिकोन बदलू लागतो आणि यशस्वी, आनंदी तसंच शांतीपूर्ण जीवनाच्या दिशेने तुम्ही पुढे होऊ लागता. बदललेल्या दृष्टिकोनामुळे आयुष्यातली आव्हानं अधिक चांगल्या पद्धतीने आणि अधिक डौलात पेलायला तुम्हाला मदत होते. तुमच्या शरीरात निर्माण झालेल्या ताणाची पातळी (कॉर्टिझॉल तसंच इतर ताण संप्रेरकांची पातळी) मोठ्या प्रमाणात कमी झाल्याचं तुम्हाला जाणवतं. तुम्ही चांगले दिसू लागता, आरोग्यदायी आहार घेऊ लागता, तुमची त्वचा चमकदार दिसू लागते आणि तुमचं वजनही कमी होऊ लागतं.

नेमका इथूनच आरोग्यदायी जीवनशैलीच्या दिशेने तुमचा प्रवास सुरू होतो.

विभाग १

नियम

४

खाण्याची जाणीव -
कशी विकसित करावी?

खाण्याची कला

गेल्या काही वर्षांत आहार आणि पोषण या संदर्भात वाचलेल्या अनेक पुस्तकांत खाण्याच्या कलेचा उल्लेख असून त्याचा थेट संबंध आहार आणि पोषणाशी लावण्यात आला आहे. या दोन्ही गोष्टी खाण्याचा गाभा आहेत. आपण तोंडात जो घास सारतो त्या अन्नाचा संपूर्ण लाभ प्राप्त होण्यासाठी खावं कसं हे या प्रकरणात सांगितलं आहे. तसं झालं नाही तर साधी काकडीसुद्धा तुमच्या शरीराला बाधेल पण पिझ्झा मात्र पचनी पडेल. तुम्ही काय खाता इतक्यापुरतं तुमचं खाणं मर्यादित नाही. काय खाता हे जसं महत्त्वाचं आहे तसंच तुम्ही कसं खाता हेसुद्धा महत्त्वाचं आहे. खाणं ही एक कला, एक शाखा, एक शास्त्र इतकंच नाही तर अनेक घटक असलेली चौकट आहे. तुम्ही जे खाता त्यावर तुमच्या शरीर आणि मनाकडून कशी प्रक्रिया होते यावर हे घटक प्रभाव पाडतात. आहारात बदल करणं काही लोकांना अतोनात कठीण जातं. अनेकांना जंक फूड अतोनात

आवडतं. अनेकांवर सामाजिक किंवा धार्मिक अपेक्षा/बंधनं असल्याने त्यांना आहारात बदल करणं कठीण जातं. हरकत नाही, ही अगदी आदर्श स्थिती नसली तरी त्यातूनही आपण मार्ग काढू शकतो.

कुठल्याही प्रकारचं अन्न हे 'सर्वोत्तम' किंवा 'बकवास' अशा श्रेणीत मोडत नसतं. करोडो लोक मांसाहारी असूनही आरोग्यपूर्ण आहेत. अगदी रोजच मद्यपान करणारे, मांसाहार घेणारे आणि तरीही वयाची ऐंशी ओलांडणारे अनेक धट्टेकट्टे लोक माझ्या परिचयाचे आहेत. बरंच काही आपल्या मनोवस्थेवर अवलंबून असतं. सतत काळजी करणं किंवा तणावाखाली राहणं असा तुमचा स्वभाव असेल तर तुम्हाला काकडीही बाधेल. तुम्ही म्हणाल, ''काय करू? चिंता करणं किंवा ताण घेणं मी थोपवू शकत नाही!'' हरकत नाही, तुमच्या खाण्याच्या सवयी आरोग्यदायी असल्या की झाल्या. त्यामुळे तुम्हाला अधिक तरल आणि निरोगी वाटेल, झोप छान लागेल आणि तुम्ही टवटवीत होऊन जागे व्हाल.

चावण्याची कला

चावणं हा एक विधी समजा. तुम्ही खुर्चीवर बसता, समोर टेबलवर तुमचं जेवण वाढलेलं असतं, विधी पार पाडण्यासाठी तुम्ही मनोमन सिद्ध होता. तुम्ही खायला सुरुवात करता आणि थोड्या वेळाने तुमचं खाऊन होतं. या सर्व विधींमध्ये अन्न योग्यरीत्या चावून खाणं ही सर्वांत महत्त्वाची पायरी आहे.

खाण्याच्या विधीचे साधारण तीन प्रकार पडतात – काही लोक भराभर खातात आणि अन्न नीट चावतही नाहीत. काही लोक मध्यम गतीने खातात आणि अन्न व्यवस्थित चावतात, तर काही फारच संथ गतीने खातात.

एखाद्याने खूप भराभर खाल्लं तर त्याच्या पोटावर ताण येतो. कठीण दातांकडून जे कार्य पार पाडायला हवं ते आता मृदू आतड्यांवर येऊन पडतं. तुमचं पोट हे ब्लेन्डर नसून ओव्हन आहे; त्यात वाटणघाटण होत नसून भाजण्यासारखी प्रक्रिया होते. अन्नाचे तुकडे करून ते चावण्याच्या दृष्टीने दातांची रचना झालेली आहे. पोटाला जेव्हा मोठाले तुकडे पचवावे लागतात तेव्हा न पचलेले तुकडे पोटात दीर्घ काळ धारण केले जातात. त्यांचं पचन होण्याकरता शरीराला नेहमीपेक्षा अधिक विकरं (एन्झाइम्स) निर्माण करावी लागतात. त्यापायी शरीरांतर्गत परिसंस्था तीव्रपणे आम्लधर्मी होते. तुम्ही

आळसावता, कित्येकदा शिणता. न पचलेलं अन्न तुमच्या शरीरप्रणालीत विषद्रव्य निर्मिती करतं आणि हेच अपचन, अर्धशिशी (मायग्रेन) आणि जडपणाचं प्राथमिक कारण असतं. झोपेमुळे तुम्हाला टवटवीत वाटायला हवं. भराभर खाणाऱ्या लोकांना जाग येते तीच थकल्याभागल्या स्थितीत.

जी मंडळी अति सावकाश खातात त्यांना गायींप्रमाणे अति श्रम करावे लागतात, कारण त्यांचं अन्न पोटात पोहोचेपर्यंत थंडगार झालेलं असतं. अन्न जेव्हा वातावरणातल्या तापमानापेक्षा अधिक गार होतं तेव्हा त्याचं विघटन करण्याकरता तुमच्या पचनसंस्थेला त्याला उष्णता देणं भाग असतं ज्यासाठी उच्च तापमानाची आवश्यकता असते. इथे महत्त्वाचा मुद्दा लक्षात घ्या की, एखादी व्यक्ती खूप हळू जेवते याचा अर्थ ती अन्न नीट चावून खात असेलच असा होत नाही. कित्येकदा, खाताना वाचन करणं, टीव्ही पाहणं, फोनवर बोलणं किंवा कॉम्प्यूटरवर काम करणं असे उद्योग जोडीने सुरू असल्यानेसुद्धा अनेक जण सावकाश खातात.

मन लावून खाण्यामध्ये अन्न योग्य प्रकारे चावण्याची भूमिका महत्त्वाची ठरते. नीट चावल्याने त्या अन्नाचं पचन करणं पोटाला सोपं तर जातंच, शिवाय पचनप्रक्रिया जलद गतीने पार पाडली गेल्याने पोषकमूल्यं अधिक चांगल्या प्रमाणात शोषली जातात. अन्न चावलं की लाळेची विकरं त्यात मिसळतात. अन्न जितकं अधिक चावलं जाईल तितकी अधिक विकरं त्यात मिसळली जातील. अशा प्रकारचं विकरसंपन्न, उत्तमरीत्या चावलेलं अन्न पोटात पोहोचलं की पुढची प्रक्रिया अधिक सुकरतेने पार पडते. शरीरातल्या आम्लपातळीचा समतोल राखला जातो आणि शरीर दूषितद्रव्यहीन होतं. ज्यांना आरोग्यपूर्ण नसलेला आहार खाणं भाग पडत आहे त्यांनी आपलं अन्न अगदी नीट चावून खायला सुरुवात करावी. प्रत्येक घास किमान अठ्ठावीस वेळा तरी चावला गेल्याची खात्री करावी.

खाताना जर अन्नावर लक्ष केंद्रित केलं तर योग्य गतीने अन्न चावणं शक्य होईल. खाताना दुसरं काही काम करू लागलात तर खाण्याची आणि अन्न योग्य पद्धतीने चावण्याची निरोगी गती राखणं शक्य नाही. अन्न योग्य पद्धतीने न खाल्ल्याने अनेक जण निरोगी राहू शकत नाहीत. खाताना एकसमान गती राखा – अति भरभर किंवा अति सावकाश खाणं टाळा आणि दिवसेंदिवस सुधारणारं तुमचं आरोग्य तुम्हीच पाहा.

एकचित्त होण्याची कला

खाणं ही एक कला आहे. प्रत्येक जण तिचा पाठपुरावा वेगळ्या पद्धतीने करतो. आनंदाने, समाधानाने आणि शांततेने खाल्लं तर अन्नाचे लाभ द्विगुणित होतात, कारण असे लोक सारं काही पचवू शकतात. त्यांचं मन स्थिर असल्यामुळे शरीरसुद्धा तंदुरुस्त राहतं.

आपल्या शरीराच्या गरजेपेक्षा आपण अधिक खात आहोत हे अनेकांच्या लक्षातही येत नाही. हे जाणण्याचा सर्वांत सोपा मार्ग म्हणजे एकचित्त होऊन खाणं. 'आता पुरे' हे तुमचं शरीरचं तुम्हाला सांगेल. अन्नातली सचेत ऊर्जा शोषून घ्यायची असेल तर लक्षपूर्वक खाणं अत्यंत महत्त्वाचं आहे. असं लक्ष एकवटण्यासाठी खात असताना केवळ आणि केवळ अन्नावर लक्ष केंद्रित करायला हवं - प्रत्येक तुकड्याची, प्रत्येक घासाची चव लक्षात घ्यायला हवी. खाताना टीव्ही पाहणं, वाचणं किंवा इतर काही कामं करणं थांबवायलाच हवं. खरं तर, खाताना बोलूही नये. या साऱ्यापायी चित्त विचलित होतं. खाण्याकडे लक्ष न देता खाल्ल्याने एक तर अति घाईने किंवा अति रेंगाळत खाल्लं जातं. त्याउलट, लक्ष देऊन खाल्ल्याने क्वचितच जास्ती खाल्लं जातं आणि खाल्लेल्या अन्नाचा सर्वोत्तम लाभ प्राप्त होतो.

इथे वर जे काही लिहिलं आहे ते तुम्ही कोणत्याही दिवशी तपासून पाहू शकता. तुमच्या आवडत्या हॉटेलमध्ये जाऊन खायला मागवा. एकटेच जा. तुम्ही नेहमीपेक्षा कमी खात आहात हे तुमच्या लक्षात येईल. असं का व्हावं? बोलायला समोर कुणीही नसल्याने तुमचं चित्त खाण्यावर एकवटलं आहे. लक्षपूर्वक खाऊ लागलात की तुमच्या मनालाही अन्नाचा सर्वोत्तम लाभ होतो.

५

तुमचं आतडं हा तुमचा दुसरा मेंदू - असं का?

तुम्हाला 'आतून' वाटणं!

तुमचं आतडं हा तुमचा दुसरा मेंदू आहे. तोच तुमचा खरा मेंदूसुद्धा होऊ शकतो.

तुम्ही जे काही खाता ते तुमच्या मुखावाटे पोटात आणि तिथून लहान तसंच मोठ्या आतड्यांत जातं. तिथे पचन प्रक्रिया होऊन पाचक विकरांकडून अन्नाचं विघटन होतं. हे विघटित अन्न रक्तातून यकृताकडे वाहून नेलं जातं. जिथे शर्करेचं रूपांतर ग्लुकोजमध्ये, प्रोटीनचं रूपांतर अमायनो ॲसिडमध्ये आणि फॅट्सचं रूपांतर लिपिडमध्ये अशा वापरण्यायोग्य रूपात होतं. या साऱ्यांचं अभिसरण सर्व शरीरात होऊन प्रत्येक अवयवाकडून त्यांचा वापर केला जातो. म्हणजेच, तुम्ही जे अन्न मुखावाटे शरीरात घेता त्याचा प्रभाव तुमच्या मेंदूचं कार्य, संप्रेरकांची पातळी, विचार आणि भावना, हृदय, यकृत आणि मूत्रपिंड यांचं कार्य तसंच थायरॉईड आणि प्रजनन आरोग्य या साऱ्यांवर होतं. तुमच्या रक्तप्रवाहातली विष/दूषित द्रव्यांची (टॉक्सिन)

पातळीदेखील त्यानेच निश्चित होते. पुढे जाऊन, याच दूषितपणाचा परिणाम शरीरावर होऊन डोकेदुखीसारख्या लहानशा समस्येपासून कर्करोगासारख्या उग्र समस्येच्या रूपात तिचं प्रकटीकरण होतं.

आतडं आणि मन

तुमची चित्तवृत्ती (मूड) पोटात तयार होते. मेंदू आणि जठर-आंत्र मार्ग (गॅस्ट्रोइन्टेस्टिनल-जीआय ट्रॅक्ट) यांच्यात सातत्याने परस्परसंवाद सुरू असतो. आतड्यातले मायक्रोज हे मेंदूमधल्या आकलन आणि भावनाकेंद्रांशी संवाद साधतात. सेरोटोनिनसारखे ७०% न्यूरोट्रान्स्मिटर्स आतड्यात तयार होऊन व्हेगस नर्व्हमार्फत मेंदूकडे पाठवले जातात. थोडक्यात, तुमच्या पोषणावर तुमचा मूड ठरतो. हे कसं घडतं ते पाहू या. पिझ्झा किंवा आइसक्रीमसारखं जंक फूड खाल्ल्यावर तुम्हाला लगेचच सुस्तावल्यासारखं वाटतं. हे खाल्ल्याने वजन वाढणार आहे हे माहीत असल्याने तुमच्या मनात अपराधीपणाची भावनासुद्धा येऊ शकते. त्यापायी नकारात्मकता जाणवून तुम्हाला गळून गेल्यासारखं वाटतं. काही तासांनी तुम्हाला पुन्हा भूक लागते, पुन्हा जंक फूड खायची इच्छा होते, त्याने बरं वाटेल असंही वाटू लागतं. पुन्हा तशाच आहाराच्या आहारी तुम्ही जाता आणि पुन्हा अपराधी वाटून घेता. या दुष्टचक्रात तुम्ही चांगलेच रुतता.

आता जरा वेगळा विचार करू या. तुमचा आहार आरोग्यदायी आणि व्यायाम नियमित असेल, तर मूड प्रसन्न करणाऱ्या संप्रेरकांची (एन्डॉर्फिन, सेरोटोनिन) निर्मिती, आतड्यांत विशेषकरून होते. तुम्हाला स्वतःबद्दल आणि भोवतालबद्दल सकारात्मकता वाटू लागते. दैनंदिन जीवनात आणि रोज करायच्या निवडीत तुम्ही अधिक उत्पादनक्षम झाल्याचं तुम्हाला जाणवतं. परिणामतः, आरोग्यदायी आहार, नियमित व्यायाम आणि स्वच्छता या बाबींकडे तुम्ही परतता. तुम्ही या सुखद चक्राच्याही आहारी जाता, मात्र त्यातून चांगलंच घडतं. जंक फूड खाण्याच्या व्यसनाप्रमाणेच निरोगी खाण्याचं, त्या जोडीने नियमित व्यायाम करण्याचं व्यसन तुम्हाला लागू शकतं. त्यातून तुम्हाला स्वतःबद्दल 'भारी' वाटू लागतं.

अर्थात, कधीकधी तुमचेही 'चीट डेज' असतातच. तुम्ही एखाद्या पार्टीला जाता, सुट्टी घेता, सगळ्या गोड पदार्थांवर चांगला ताव मारता. घरी आल्यावर मात्र पुन्हा एकदा तुम्ही तुमच्या आरोग्यदायी आहारविहाराकडे

वळता. समतोल महत्त्वाचा असतो. तुम्ही जर तुमच्या शरीर-मनाच्या आरोग्याची काळजी घेण्यात यशस्वी झालात तर आयुष्यात प्रत्येक गोष्टीत यशस्वी व्हाल.

मुळात, याची सुरुवात आतड्यात होते. नेमकं काय विज्ञान आहे यामागे? माणसाच्या तसंच इतर प्राण्यांच्या पचनसंस्थेमध्ये वास्तव्य करणाऱ्या अत्यंत सूक्ष्म जीवांच्या गुंतागुंतीच्या समूहाचा भाग म्हणजे 'गट फ्लोरा', 'गट मायक्रोबायोटा', 'इन्टेस्टिनल मायक्रोबायोटा'. माणसाच्या आतड्यात सर्वाधिक मोठ्या संख्येने 'मायक्रोबायोटा' असून त्यांचे प्रकारही शरीराच्या इतर भागांत असणाऱ्या मायक्रोबायोटांच्या तुलनेत विविध आहेत. जन्मानंतर साधारण एक-दोन वर्षांत 'गट-फ्लोरा'ची निर्मिती होते. त्याच सुमारास आतड्याच्या अभिस्तराकडून (एपिथेलिअम) श्लेष्मपटल रोध (म्युकोझल बॅरिअर) निर्मिती होऊन त्यांचा एकत्रित विकास होतो. हा अशा पद्धतीने घडतो की त्यांना 'गट फ्लोरा' सोसणं शक्य होतं. तसंच, ते त्याला आधारभूत ठरतात. शरीरांतर्गत सर्व अवयवांकडे अभिसरण करण्यासाठी रक्तप्रवाहात प्रवेश करू पाहणाऱ्या विकृतिजनक (पॅथोजेनिक) घटकांसमोर 'गट फ्लोरा' अडथळाही निर्माण करतो.

आतड्याची भित्तिका पाणी आणि पोषक तत्त्वं आत येऊ देते पण अपायकारक घटकांना अडवते. आतड्यामध्ये चांगल्या आणि वाईट जीवाणूंचा (बॅक्टेरिया) असमतोल निर्माण झाला की, (वाईट बॅक्टेरियांची संख्या वाढते आणि चांगल्या बॅक्टेरियांची संख्या कमी होते) आतड्यामध्ये दूषित आणि अपायकारक घटक अधिक सहजतेने येऊ शकतात. या प्रकाराला 'गळकं आतडं'- 'लीकी गट' म्हणतात. आतडं असं गळकं झालं की अपायकारक घटकांचा रक्तप्रवाहात प्रवेश होतो. त्यापायी मोठ्या प्रमाणात सूज येणं/जळजळ होणं अशा प्रकारची प्रतिक्रिया रोगप्रतिकारक प्रणालीकडून दिली जाते.

लीकी गट सिंड्रोममध्ये ढेकर येणं, अन्न बाधणं, थकवा, पचनाचे विकार, त्वचा आणि केसांशी निगडित समस्या आणि थोड्याफार प्रमाणात मानसिक आरोग्य समस्या निर्माण होतात. 'लीकी गट' समस्या अधिक तीव्र झाली किंवा आतड्याला सूज आली तर त्याचं रूपांतर सातत्याने येणारा दीर्घकालीन थकवा, क्रोन्स डिसीज, इर्रिटेबल बॉवेल डिसीज, थायरॉईड, वैचित्र्य, अकाली वृद्धत्व, पुरळ, सतत मूड बदलणं, अस्वस्थता, नैराश्य,

पीसीओएस (संप्रेरकांशी संबंधित विकृती), अर्धशिशी, अन्न बाधणं, विविध प्रकारचे कर्करोग... अशा न संपणाऱ्या यादीत होऊ शकतं.

आतड्याला सूज नेमकी कशाने येते?

तुमचं आतडं स्वच्छ आणि निकोप ठेवायचं असेल तर काही अन्नपदार्थ पूर्णपणे थांबवले पाहिजेत. त्यांच्यामुळे चांगले जीवाणू मारले जातात, वाईट जीवाणूंची वाढ झपाट्याने होऊ लागते आणि आतड्याच्या आतल्या आवरणाला धक्का लागतो. निकोप आतडं आणि निरोगी शरीर हवं असेल तर कोणते अन्नपदार्थ पूर्णपणे टाळायला हवेत याची एक यादीच इथे दिली आहे. त्यासाठी उपलब्ध आरोग्यदायी पर्यायसुद्धा दिला आहे.

काय टाळाल?	आरोग्यदायी पर्याय
हायड्रोजनेटेड (वनस्पतिजन्य) तेल	ऑरगॅनिक कोल्ड-प्रेस्ड (घाण्यावरचं) भुईमूग/खोबरेल तेल/घरचं तूप (गायीचं)
रिफाइंड साखर	ऑरगॅनिक गूळ, कच्चा मनुका, मध, ताजी हिरवी स्टिव्हियाची पानं
गहू/मैदा ग्लुटेन असणारं कुठलंही पीठ किंवा ब्रेड	भिजवलेला ब्राउन राइस, तंतूयुक्त गहू (खपली गहू), ज्वारी, बाजरी, नाचणी, कुट्टू (पिठं), राजगिरा, किनोवा, कुठलंही स्थानिक तृणधान्यं
दूध आणि दुधाचे पदार्थ	बदाम दूध
ॲण्टिबायॉटिक्स, ॲनेलजेसिक, इतर औषधं	प्रोबायॉटिक सप्लिमेंट
प्रक्रिया केलेलं किंवा जैविकरीत्या सुधारित अन्न	नैसर्गिक आणि सेंद्रिय अन्न

याशिवाय काही महत्त्वाच्या सूचना लक्षात घ्या –

१. घरातच स्टिव्हियाची लागवड केलीत तर बाहेरून विकत आणायची गरज उरणार नाही.

२. संपूर्ण फॅट असलेलं दही/योगर्ट/ताक तुम्ही घेऊ शकता कारण त्यामध्ये आतड्याच्या आरोग्याला हितकर असे चांगले बॅक्टेरिया असतात.
३. ॲण्टिबायॉटिक्स, ॲनेलजेसिक आणि इतर औषधांपायी तुमचा बहुतांशी 'गट फ्लोरा' मारला जातो, तेव्हा जास्त काळजी घ्या.

आतड्याच्या आरोग्याला आधारभूत ठरणारं अन्न आणि सप्लिमेन्ट्स -

१. आंबवलेले पदार्थ - दही, योगर्ट, ताक, केफिर, कोम्बूच्या, किम्ची, सॉरक्रॉट, प्रोबायॉटिक सप्लिमेन्ट्स. तुमच्या 'गट फ्लोरा'ची पातळी राखायला याने मदत होईल.
२. बोन ब्रॉथ किंवा कोलॅजेन सप्लिमेन्ट्सने 'लीकी गट' किंवा आतड्याची सूज थोपवायला मदत होते.
३. एल-ग्लुटामाइन. तुमच्या आतड्याला लवकर बरं व्हायला मदत करणारं अमायनो ॲसिड.
४. झिंक आणि मॅग्नेशिअम सायट्रेट सप्लिमेन्ट. या घटकांमुळे आतड्यातलं पाण्याचं प्रमाण वाढून आतडं बरं होण्याची प्रक्रिया जलद होते.
५. ओमेगा-थ्री आणि ओमेगा-नाइन - जवस आणि ॲव्होकॅडोमधून प्राप्त होतं. जवसात ओमेगा-थ्री फॅटी ॲसिड आणि ॲव्होकॅडोमध्ये ओमेगा-नाइन फॅटी ॲसिड मोठ्या प्रमाणात आढळतं. हे दोन्ही एकत्रितरीत्या चांगल्या आणि वाईट बॅक्टेरियांचं आतड्यातलं प्रमाण आरोग्यदायी राखायला मदत करतात.
६. तूप आणि खोबरेल तेल - तुम्हाला पुरळ किंवा आतड्यासंबंधित इतर काही समस्या असतील तर इतर सर्व तेल वापरणं थांबवून ताबडतोब तूप आणि खोबरेल तेलाचा वापर सुरू करा. आतड्यातल्या वाईट बॅक्टेरियांना मारून चांगल्या बॅक्टेरियांची संख्या वाढवण्यासाठी आवश्यक ॲण्टी-मायक्रोबिअल गुणधर्म खोबरेल तेलात असतात.
७. हर्ब्ज आणि मसाले - ज्येष्ठमध, हळद, त्रिफळा, अश्वगंधा, आलं, तुळस आणि कडुलिंब अर्क.
८. उपवास - नियमित उपवास किंवा इंटरमिटंट फास्टिंग केल्याने आतड्याला थोडी विश्रांती मिळून बरं व्हायला मदत होते. तुमचं आतडं बरं करण्याचा हा सर्वाधिक प्रभावी उपाय आहे.

६

तीन जादूई जेवणांकडे पाहण्याचा लाइफस्टाइल दृष्टिकोन जाणून घ्या

लाइफस्टाइल ब्रेकफास्ट

ब्रेकफास्ट म्हणजे दिवसातला सर्वांत महत्त्वाचा आहार आहे असं म्हणतात ते अगदी खरं आहे. न्याहरीला तुम्ही काय खाता त्यावर दिवसभराचं तुमचं चयापचय, ऊर्जा पातळी, चरबी जाळण्याची प्रक्रिया आणि निर्मितिक्षमता अवलंबून असते. या खाण्याचा तुमच्या मनोवृत्तीवर आणि विचारप्रक्रियेवर परिणाम होतो. दिवसभर चित्तवृत्ती उल्हसित आणि उत्तम ठेवायची असेल तर ब्रेकफास्ट मस्त करा. अगदी साधं गणित आहे हे!

तुम्ही जर वजन कमी करण्याचा प्रयत्न करत असाल, तर तुम्ही न्याहरीला काय खाता यावर तुमचं वजन कमी होण्याची गती अवलंबून आहे.

आरोग्यदायी ब्रेकफास्ट म्हणजे नेमकं काय?

तुमचं आरोग्य आणि वजनाचं उद्दिष्ट यांवर मुख्यत्वे तुमचा ब्रेकफास्ट अवलंबून असायला हवा. ब्रेकफास्ट हा दिवसभरातला सर्वाधिक जड आहार असावा

असं नेहमी म्हटलं जातं. शिवाय, ब्रेकफास्ट करताना भरपूर कॉम्प्लेक्स कार्बोहायड्रेट्स घ्यावेत, कारण त्या वेळेस तुम्ही किती कार्बोहायड्रेट्स घेता यावरून तुमचं शरीर किती फॅट्स जाळू शकतं याची गती ठरते. म्हणजेच, तुम्ही कमी कार्बोहायड्रेट्स खाल्लेत तर दिवसभरात तुमचे फॅट्स अधिकाधिक जाळले जातील. दुपारच्या जेवणात तुम्ही सर्वाधिक कार्बोहायड्रेट्स घेणं आदर्शवत ठरतं. ब्रेकफास्टच्या पदार्थांमध्ये प्रोटीन्स, आरोग्यदायी फॅट्स, सुकामेवा, विविध बेरीज आणि कमी गुंतागुंतीचे कार्बोहायड्रेट्स यांचा समावेश करा.

ब्रेकफास्टसाठी काही आरोग्यदायी पर्याय

१. घरी केलेली इडली/डोसा/उत्तपा (सम प्रमाणात ब्राउन राइस आणि उडदाची डाळ वाटून तसंच आंबवून घरी केलेलं पीठ), नारळाची चटणी
२. घरी केलेली नाचणीची इडली/डोसा/उत्तपा, नारळाची चटणी
३. भारतीय पद्धतीचा पराठा/थालीपीठ (त्यासाठीची पीठं वेगळी सांगितली आहेत), पुदिना चटणी
४. २ संपूर्ण अंड्यांची भुर्जी (तुपावर) आणि अर्धं अॅव्होकॅडो
५. घरी केलेलं योगर्ट किंवा दही, १ केळं, बेरीज, १० बदाम, १० अक्रोड, १ टेबलस्पून लाल भोपळ्याच्या बिया आणि १ टेबलस्पून जवस (फॅट जाळणारा ब्रेकफास्ट)
६. ब्रेकफास्ट स्मूदी. यामध्ये पालक, दही, केळं, सफरचंद, ५ बदाम, ५ अक्रोड, ५ काजू, १ टेबलस्पून लाल भोपळ्याच्या बिया आणि १ टेबलस्पून चिया सीड्स घालू शकता.
७. ब्राउन राइस/नाचणी/बाजरी लापशी

पांढरा आणि ब्राउन राइस यांतला संभ्रम मी दूर करू इच्छिते. या दोन्हींची तुलना केली असता पांढऱ्यापेक्षा ब्राउन राइसमध्ये तंतू, बी-कॉम्प्लेक्स व्हिटॅमिन आणि इतर मायक्रोन्युटिएन्ट्स अधिक आहेत. तथापि, पचायला तो थोडा जड असल्यामुळे अनेक आहारतज्ज्ञ पांढरा तांदूळ खायला सुचवतात. ब्राउन राइसमध्ये असलेल्या फायटिक अॅसिडमुळे तो पचायला

कठीण होतो. हे ॲसिड आतड्याच्या इतर पोषकतत्त्वांचं शोषण करण्याच्या क्षमतेत ढवळाढवळ करतं. अंकुरण्यासाठी जबाबदार असणारं फायटिक ॲसिड हे ब्राउन राइसप्रमाणे इतर अनेक डाळींमध्ये आढळतं. बियांना योग्य वातावरण आणि पुरेसं पाणी दिलं की त्यातून फायटिक ॲसिड स्रवू लागतं आणि अंकुरण्याची प्रक्रिया सुरू होते. ब्राउन राइस आणि मूग, मटकी, मसूर, वाटाणे, राजमा आणि इतर डाळी खाण्यापूर्वी रात्रभर (किमान ६ तास) भिजवाव्यात किंवा त्यांना मोड आलेले असावेत. भिजवण्यापेक्षा मोड आलेल्या कडधान्यांची शिफारस मी करेन. ते पटकन शिजतात, पचायला सोपे असतात, त्यातून अनेक आरोग्यकारक लाभ प्राप्त होतात. त्यांपैकी काही इथे दिले आहेत.

ब्राउन राइस, गहू, सर्व डाळी आणि कडधान्यं भिजवण्याचे किंवा अंकुरण्याचे आरोग्याला होणारे लाभ –

१. मोड आले की जीवित विकरांचं प्रमाण लक्षणीयरीत्या वाढतं. यामुळे चयापचय वाढून शरीरांतर्गत – विशेषतः पचन संदर्भात रासायनिक क्रियांमध्ये सुधारणा होते. अन्नाचं विघटन तसंच पचनसंस्थेतल्या पोषकतत्त्वांचं शोषण करण्यात सुधारणा करण्यासाठी विकरं (एन्झाइम्स) अत्यंत परिणामकारक कार्य करतात. पचन नियमित करणाऱ्या डाएटरी फायबरचं लक्षणीय प्रमाण मोड आलेल्या धान्य/कडधान्यांत असतं. यामुळे, एकंदरीत पचन आरोग्य सुधारून तीव्र किंवा जुनाट मलावरोध थोपवला जातो.
२. ग्लुटेन इन्टॉलरन्स असणाऱ्यांना मोड आलेला गहू किंवा सॉरडो ब्रेड खाता येतो. त्याचं योग्य पचन होतं आणि आतड्यांना सूज येणं किंवा जळजळ होणं कमी होतं.
३. त्याने पोट भरतं आणि अन्नाची खा–खा कमी होते. अशा प्रकारे, वजन कमी करण्यात त्यांची मदत होते.
४. शाकाहारी आणि व्हेगन डाएट घेणाऱ्यांकरता मोड आलेलं कडधान्य हा पचनीय प्रोटीन्सचा सर्वोत्तम स्रोत आहे.

म्हणूनच, तांदूळ निवडण्याची वेळ आली तर भिजवलेल्या किंवा मोड आलेल्या ब्राउन राइसची निवड करा. तसा तो उपलब्ध नसेल तरच पांढरा तांदूळ निवडा.

लाइफस्टाइल जेवण (माध्यान्हीचं)

अगदी खरं सांगते, हे जेवण माझं दिवसभरातलं सर्वाधिक आवडतं जेवण आहे. त्या वेळेस, मनात कुठलीही अपराधी भावना न आणता मी कार्बोहायड्रेट्सचा समाचार घेते. हा आहार सर्वंकष असावा असा माझा प्रयत्न असतो. एखाद्या वेगळ्या किंवा नवीन पद्धतीच्या आहाराची सवय करणं लोकांना कठीण जातं. रोजच्या भाजीपोळीची अतिशय उणीव वाटून लोक पुन्हा त्याकडे वळतात याची मला कल्पना आहे. म्हणूनच, या माध्यान्हीच्या जेवणात तुम्ही व्यवस्थित भारतीय आहार घेऊ शकता. तुमच्या आवडत्या कार्बोहायड्रेट्सचा समावेश करू शकता किंवा तुमचा 'चीट डे' असेल तर त्यानुसार थोडी लबाडी करू शकता.

जेवणाचे काही सर्वोत्तम पर्याय पुढे दिले आहेत –

१. नाचणी, ज्वारी, बाजरी, किनोवा किंवा इतर तृणधान्यांच्या १–२ भाकऱ्या, १ वाटी भाजी, १ वाटी वरण, १ वाटी घरी केलेलं रायतं/दही
२. इडली, सांबार, नारळ चटणी
३. मोड आलेल्या ब्राउन राइसचा भात, राजमा/मूग/अंडे/चिकन/फिश करी, १ ग्लास नारळाच्या दुधाची सोलकढी
४. माध्यान्हीचं जेवण अगदी साधं आणि बेसिक ठेवावं जेणेकरून ब्रेकफास्ट आणि रात्रीच्या जेवणात वेगवेगळे प्रयोग करून पाहता येतील.

तुमचं आरोग्य आणि वजन कमी करणं या दोन्ही संदर्भांत अत्यंत महत्त्वाची भूमिका निभावणाऱ्या जेवणाबद्दल आता विचार करू या.

लाइफस्टाइल जेवण (रात्रीचं)

तुम्हाला वजन कमी करायचं असेल, तंदुरुस्त राहायचं असेल, आरोग्य सांभाळायचं असेल तर जेवणाच्या वेळा निश्चित करणं आवश्यक आहे. ज्या जगात आपण आज राहत आहोत ते जग रात्रीचं जेवण ९ वाजता जेवतं,

मध्यरात्री १ वाजल्यानंतर झोपी जातं. पुन्हा सकाळी ८ वाजता ब्रेकफास्ट घेतला जातो. सर्वप्रथम एक गोष्ट लक्षात घ्या – रात्रीचं जेवण आणि झोप यांमध्ये किमान ४ ते ६ तासांचं अंतर असायलाच हवं. तुम्ही झोपायला जाण्यापूर्वी शरीरांतर्गत पचनप्रक्रिया संपूर्ण झालेली असायला हवी. तुमच्या शरीराला, विशेषतः पचनसंस्थेला पुन्हा योग्य प्रकारे कार्य करण्यासाठी पुरेशी विश्रांती मिळायला हवी. न पचलेलं अन्न पोटात घेऊन तुम्ही जर झोपलात तर तुमचं वजन तर वाढेलच शिवाय पचनासंदर्भात आणि इतरही अनेक रोगांचा सामना तुम्हाला करायला लागेल. आणखी सोपं करून सांगायचं तर आदल्या दिवशीचा शेवटचा आहार आणि दुसऱ्या दिवशीचा पहिला आहार यांमध्ये १२ ते १४ तासांचं अंतर असायला हवं. याला अनुसरून तुम्ही तुमच्या खाण्याच्या वेळा निश्चित करू शकता. अर्थात, सुरुवातीला तुम्हाला हे जड जाईल. तुमच्या आधीच्या सवयींअनुसार त्या त्या वेळेस तुमची भूक प्रज्वलित होऊन तुमचं पोट 'गुडगुड' करत अन्नाची मागणी करेल. हरकत नाही, हा सगळा सवयीचा भाग असून मानवी शरीर सवयीचं गुलाम आहे हे लक्षात घ्या. जेवणाच्या नवीन वेळेशी जुळवून घेण्यासाठी स्वतःला एखादा आठवडा द्या. मी खात्रीने सांगते की, लाइफस्टाइल संदर्भात तुम्ही आजवर केलेल्या बदलांपैकी हा सर्वोत्तम बदल ठरेल.

रात्रीचं आदर्श भोजन कशाला म्हणावं?

व्यक्तीअनुसार आणि व्यक्तीच्या ध्येयानुसार यात बदल घडू शकतो. रात्रीच्या या जेवणावर तुमचं वजन, एकूण आरोग्य, तुमच्या शरीराचा प्रकार, वजन किंवा इंचात घसरण होण्याचा वेग, दुसऱ्या दिवशीची तुमची उत्पादनक्षमता आणि तुमच्या झोपेची गुणवत्ता इतक्या सर्व बाबी अवलंबून असतात.

रात्रीच्या जेवणासाठी काही सर्वोत्तम पर्याय असे –

१. सूप, सॅलेड्स आणि उत्तम प्रोटीन्स
२. प्रोटीन्स आणि उत्तम फॅट्स
३. प्रोटीन, उत्तम फॅट्स आणि रताळ्यासारखे स्टार्चयुक्त कंद
४. वरण-भात आणि तूप
५. डाळ-तांदळाची खिचडी आणि तूप

६. किनोवा किंवा तृणधान्याची खिचडी आणि तूप
७. भाजी आणि वरण (इतर कुठलेही गुंतागुंतीचे कार्बोहायड्रेट्स न वापरता)

(कृपया 'कार्बोहायड्रेट्स, प्रोटीन्स आणि फॅट्स यांत योग्य निवड कशी करावी' हे प्रकरण वाचा.)

स्वतःसाठी आरोग्यदायी आहार निश्चित करण्याचे विविध मार्ग आहेत. परंतु रात्रीच्या जेवणाचा विचार करता निश्चित वेळ अत्यंत मोलाची भूमिका बजावते आणि सर्वाधिक बदल घडवून आणते.

७

बरं होण्यासाठी उपवास कसा करावा?

हजारो वर्षांपासून उपवास हा आपल्या या संस्कृतीचा भाग आहे. आयुर्वेदात आणि अनेक प्राचीन वैद्यकीय ग्रंथांत उपवासासंदर्भात विस्तृत लेखन उपलब्ध आहे. आजच्या काळात इंटरमिटंट फास्टिंग किंवा एकभुक्त (दिवसभरात एकदाच जेवण - ओएमएडी) आहार प्रकारामुळे प्राचीन उपवास पद्धतीकडे अनोख्या दृष्टिकोनातून पाहिलं जात आहे.

'उपवास' म्हणजे नेमकं काय?

उपवास म्हणजे काहीही न खाणं. उपवास असला की काहीच खायचं नाही, बरोबर ना? तरीसुद्धा, आहार आणि पोषण या क्षेत्रात हा सर्वांत जटिल प्रकार मानला जाऊन त्यावर विस्तृत प्रमाणात संशोधन आणि अभ्यास झाला आहे. म्हणूनच, उपवासासंदर्भात विस्तृत माहिती प्राप्त करत शारीरिक, मानसिक आणि आध्यात्मिक स्तरावर आपली जीवनशैली अधिक संपन्न करण्यासाठी त्याचा कसा वापर करून घेता येईल हे जाणून घेऊ या.

उपवासाचा दीर्घायूसाठी होणारा लाभ आणि उपवासामुळे शरीराला आतून बरं होण्यासाठी सिद्ध केलं जाणं या बाबींमुळे उपवास संकल्पना अत्यंत लोकप्रिय असून मोठ्या प्रमाणात ती पाळली जाते.

ऑटोफॅगी म्हणजे काय?

ऑटोफॅगी किंवा ऑटोफॅगोसायटॉसिस हा विज्ञानात वापरला जाणारा तांत्रिक शब्द असून प्राचीन ग्रीक शब्द ऑटोफॅगी म्हणजेच स्व-पचन, 'स्व-भक्षण' असा त्याचा अर्थ होतो. ही चयापचय प्रक्रिया असून त्यामध्ये पेशी विलग होऊन त्यांच्यातला अकार्यक्षम घटक दूर केला जातो. मुळात, तुमचं शरीर हे पेशींमधून कचरा मोकळा करून तो बाहेर फेकते.

पूर्वी झालेल्या संशोधनात असं समजलं जाई की स्व-भक्षण हा उपवासाला दिला जाणारा संप्रेरकांचा प्रतिसाद आहे, परंतु अलीकडे झालेल्या संशोधनात असं दिसून आलं आहे की, स्व-भक्षणाच्या अनेक जीवशास्त्रीय भूमिका आहेत. त्याचे अनेक लाभ आहेत. सूज कमी होणं, रोगप्रतिकारक शक्ती वाढणं, ताण आणि वार्धक्य दूर ठेवणं, कर्करोगाच्या गाठ (ट्यूमर) निर्माण करणाऱ्या पेशी दाबणं, रोगकारक परिस्थितीचं (पॅथोजेन्स) उच्चाटन करणं, पेशीय स्वच्छता करणं, वजन कमी करणं, ऊर्जा पातळी सुधारणं, एकाग्रता सुधारणं, सादरीकरण आणि निर्मितिक्षमता सुधारणं असे त्याचे लाभ आहेत. शरीरांतर्गत पेशींचा उकिरडा स्वच्छ करून नवीन पेशींची वाढ होण्यासाठी हा अत्यंत उत्तम मार्ग आहे.

ऑटोफॅगीचं कार्य कसं चालतं?

ऑटोफॅगी ही एक जीवशास्त्रीय प्रक्रिया असून लायसोसोम या अतिशय सूक्ष्म पेशी त्यात मोलाची भूमिका निभावतात. पचनासाठी तसंच योग्यरीत्या कार्य न करणाऱ्या पेशींच्या विभाजनासाठी आवश्यक असणारी विकरं त्यांच्यात असतात. पेशींच्या अवतीभोवती कचरा साठला की त्यांचा नाश होतो, त्यांची कार्यक्षमता कमी होते म्हणूनच, पेशीय स्वच्छता (क्लिन्झिंग) आवश्यक ठरते. आपल्या पेशी जर योग्य प्रकारे कार्य करत नसतील तर आपल्या शरीराचा लवकर ऱ्हास होऊ शकतो. ऑटोफॅगीमुळे आपलं शरीर अधिक कार्यतत्पर होतं, कर्करोगाची वाढ थांबू शकते आणि मधुमेह तसंच अति लठ्ठपणा अशा चयापचयाच्या कार्यातला बिघाड थांबू शकतो.

इंटरमिटंट फास्टिंगची सुरुवात कधी करावी?

अगदी सोपं आहे. आपल्या आरोग्याकडे लक्ष द्यायला हवं असं तुम्हाला ज्या क्षणी वाटेल त्या क्षणी ही सुरुवात करावी – तुमची कार्यक्षमता आणि सादरीकरण वाढवावंसं वाटेल तेव्हा, लाइफस्टाइलपायी निर्माण झालेल्या विकृतींसाठी तुम्ही घेत असलेली औषधं थांबवावीशी वाटतील तेव्हा, तरुण दिसावं आणि शक्य तितक्या डौलात वयस्कर व्हावं असं वाटेल तेव्हा.

कोणकोणत्या प्रकारे तुम्ही इंटरमिटंट फास्टिंग करू शकता?

१. बारा तासांचा उपवास – हा कुणीही करू शकतं. सोपा आहे तो. आपण असा उपवास करत आहोत हेसुद्धा अनेकांना लक्षात आलं नसेल. तुम्ही रात्री ८ वाजता जेवता. दुसऱ्या दिवशी सकाळी ८ वाजता तुम्ही नाश्ता करता. झाला १२ तासांचा उपवास. शेवटचं भोजन तुम्ही जितके वाजता केलं असेल त्यानंतर १२ तासांनी पुढचं भोजन करा. येता जाता 'काहीतरी तोंडात टाकायची' सवय तुम्हाला असेल तर हा उपाय फारच योग्य ठरेल. किती वेळा करू शकाल तुम्ही हे असं? तसं म्हटलं तर ही तुमची दैनंदिन जीवनशैली व्हायला हवी. आदल्या रात्रीचं जेवण आणि दुसऱ्या दिवशीचा नाश्ता यात किमान १२ तासांचं अंतर असेल याची खात्री करून घ्या. म्हणजे, रोजच तुम्हाला १२ तासांचा उपवास घडेल.

२. १६:८ फास्टिंग – इथे १६ आणि ८ हे आकडे उपवासाचा आणि खायचा कालावधी (विंडो) दाखवतात. 'फास्टिंग विंडो-उपवास कालावधी' या काळात रक्तातील शर्करा वाढवणारं, इन्सुलिन स्रवण्यासाठी कारणीभूत ठरणारं कुठलंही अन्न तुम्ही खाऊ शकत नाही कारण त्याने तुमचा उपवास मोडेल. 'इटिंग विंडो-खाण्याचा कालावधी' या दरम्यान तुम्ही तुमच्या शरीराचं भरण-पोषण करणारं अन्न खाऊ शकता. १६:८ या फास्टिंगमध्ये १६ तास उपवास करून उर्वरित ८ तासांत अन्नसेवन करता येतं. आरोग्याचा लाभ घेण्यासाठी करता येईल असं हे अगदी मूलभूत फास्टिंग आहे. १६:८ इंटरमिटंट फास्टिंग ही तुमची नवी जीवनशैली होऊ शकते.

उदा. १ – आदल्या रात्री ८ वाजता तुम्ही शेवटचा आहार घेतला असेल तर दुसऱ्या दिवशी दुपारी तुम्ही त्या दिवशीचा

पहिला आहार घेऊ शकता. इथे तुमची ब्रेकफास्टची वेळ चुकते, तरीसुद्धा दुपारी १२ ते रात्री ८ या दरम्यान तुम्ही ३ वेळा आहार घेऊ शकता.

उदा. २ – तुम्ही जर सकाळी लवकर उठत असाल, सकाळीच तुम्हाला कडकडीत भूक लागत असेल तर आदल्या दिवशी संध्याकाळी ६ वाजता तुम्ही भोजन करावं आणि दुसऱ्या दिवशी सकाळी १० वाजता ब्रेकफास्ट घ्यावा (ब्रेक-फास्ट म्हणजेच उपवास सोडणं). अशा प्रकारचं इंटरमिटंट फास्टिंग तुम्ही आठवडाभर राबवू शकता. सहा दिवस नेटाने त्याचं पालन केल्यानंतर सातव्या दिवशी तुम्ही हवं ते खाऊ शकता.

३. २०:४ इंटरमिटंट फास्टिंग – अशा प्रकारचा उपवास आठवड्यातून केवळ एक-दोनदाच करावा. उर्वरित आठवड्यात सोळा ते अठरा तासांचा उपवास करावा. २० तासांचा उपवास हा दीर्घ उपवास श्रेणीत मोडतो. त्यामुळे हीलिंग होणं आणि वार्धक्य दूर ठेवणं हे दोन लाभ होतात. असा उपवास सोडताना बटर कॉफी किंवा प्रोटीन शेक घेऊन त्या दिवसातला एखादा आरोग्यदायी आहार घ्यावा.

फास्टिंग विंडोमध्ये घेता येण्यासारखे पदार्थ	उपवास सोडताना
लिंबू पाणी	बटर कॉफी/घी कॉफी/कोकोनट कॉफी
ब्लॅक कॉफी (दूध आणि साखर न घालता)	बदाम, अक्रोड
हर्बल-टी/काढा (साखर/गूळ/मध/न घालता)	वनस्पतिजन्य प्रोटीन शेक, हाय-प्रोटीन, लो-ग्लायसेमिक स्मूदी
ग्रीन टी	ॲव्होकॅडो
अर्धा लिटर पाण्यात १ टीस्पून रॉ अनफिल्टर्ड एसीव्ही (ॲपल सायडर व्हिनेगर)	अंडी, फिश (ग्रिल्ड)
दिवसभरात कोमट पाणी पीत राहणं	मूग किंवा बेसनाची तुपावर केलेली धिरडी

इंटरमिटंट फास्टिंगचे महत्तम लाभ मिळण्यासाठी काय करावं?

१. व्यायाम - शरीरात ऑटोफॅगीला चालना देण्याकरता व्यायाम हा सर्वाधिक प्रभावी मार्ग आहे. व्यायामाने शरीरावर ताण येऊन शरीर ऑटोफॅगीला चालना देतं. त्यायोगे तुमच्या पेशी ताणमुक्त होतात. मेंदूमध्ये ऑटोफॅगी कार्यान्वित करण्यासाठी फक्त ३० मिनिटांचा एरोबिक व्यायाम पुरेसा ठरतो.

२. कमी कार्बोहायड्रेटचा आहार - आहारात कार्बोहायड्रेटचं प्रमाण कमी असेल तर आरोग्यदायी फॅट्स आणि प्रोटीन्सकडून शरीराला आवश्यक उष्मांक (कॅलरीज) प्राप्त होतात. परिणामतः, उच्च कार्बोहायड्रेट्स असलेला आहार घेण्याच्या तुलनेत तुमचं शरीर आणि मेंदू अधिक चांगल्या प्रकारे आणि सहजतेने कार्य करतात.

३. गाढ झोप - शरीर पूर्ववत होण्यासाठी तसंच शरीराच्या हीलिंगसाठी सिर्काडिअन ऱ्हिदम (कालचक्रानुसारी ताल), मेलॅटोनिन आणि गाढ झोप या बाबी फार महत्त्वाच्या आहेत. म्हणूनच, दर दिवशी किमान ७-८ तास झोप मिळेल याकडे लक्ष द्या.

आतून हीलिंग करायला तसंच फास्टिंगचे लाभ द्विगुणित करायला मदत करणारं अन्न-

- ब्लॅक कॉफी - शरीरात अॅटॉफॅगी निर्माण करण्यासाठी कॉफी पिणं हा मार्ग आहे. कॉफीमध्ये असणाऱ्या पॉलिफिनॉलचा शरीरावर चांगला ॲण्टिऑक्सिडंट प्रभाव पडतो. मात्र, कॉफी प्यायल्याने झोप चाळवली जात असल्याने दुपारी ४ नंतर कॉफी पिणं टाळावं.
- ग्रीन टी - याचा शरीरावर ॲण्टिइन्फ्लामेटरी आणि ॲण्टिएजिंग प्रभाव पडतो तसंच चेतासंस्थेचं संरक्षण करतं. दिवसभरात २-३ कप ग्रीन टी तरी घ्या.

हे तुम्हाला ठाऊक आहे का?

कॅलरीजवर नियंत्रण ठेवल्याने सर्चुइन्स या ॲण्टिएजिंग जीन्सला चालना मिळून अकाली वार्धक्याला कारणीभूत ठरणारे काही ठरावीक एपिजेनेटिक बदल थोपवले जातात.

- खोबरेल तेल – एमसीटी म्हणजेच मीडिअम चेन ट्रायग्लिसराइड्सचा उत्तम स्रोत असणारं खोबरेल तेल तुम्हाला उपवास कालावधी अधिक चांगल्या प्रकारे पार पाडायला आणि रक्तातली शर्करा पातळी स्थिर राखायला मदत करतं.
- आलं, जिन्संग, हळद, रेईशी मशरूम, दालचिनी, माका आणि हिंग असे हर्ब्ज आणि मसाले शरीराला आतून बरं व्हायला मदत करत असल्याने 'इटिंग विंडो'मध्ये त्यांचा समावेश आठवणीने करा.

शेवटच्या प्रकरणात इंटरमिटंट फास्टिंगसाठी विविध आहार दिले आहेत. तिथे तुम्हाला काही आश्चर्यकारक गोष्टी दिसतील.

केस स्टडी १	
क्लाएंटची माहिती	• वय ४२ वर्षं • वजन ६१ किलो • उंची ५ फूट २ इंच • बीएमआय २९ (बॉर्डरलाइन ओबेसिटी)
वैद्यकीय समस्या	• पॉलिसिस्टिक ओव्हरियन डिसीज (अल्ट्रा साउंडने लक्षात आलेला) • वजनवाढीची समस्या
इतर तक्रारी	• केस गळणं • मुरूम, पुटकुळ्या (अ‍ॅक्ने) • नकोशा केसांची वाढ • बदलणारे मूड्स • कमी झालेली स्व–प्रतिष्ठेची जाणीव • शांत झोप न लागणं (दर रात्री ५ ते ६ तास)
सद्य आहार आणि व्यायाम	• येता जाता गोड खाणं • आठवड्यातून एकदा चालायला जाणं

आहारात सुचवलेला बदल	• उष्मांक न वाढवता शर्करेच्या पातळीत समतोल साधणारं अन्न • संप्रेरकांच्या समतोलासाठी इंटरमिटंट फास्टिंग • स्पेशल बटर कॉफी • माध्यान्हापूर्वीचं जेवण – हिरव्या भाज्या, सॅलेड, ब्राउन राइस • त्वचा आणि केसांसाठी कॉलेजन सप्लिमेन्ट • दैनंदिन आहार क्र. ६१ आणि ६३ पाहा
सुचवलेला दैनंदिन व्यायाम	• सुरुवातीला हलका व्यायाम • योगासनं (आठवड्यातून तीनदा) • चालणं (आठवड्यातून पाचदा) • हलका कार्डिओ व्यायाम (दर पंधरा दिवसांनी बदल)
इतर सूचना	• ध्यानधारणा
झालेली सुधारणा	• ३.५ किलो वजन कमी झालं • अॅक्ने नियंत्रित झाले • फॉलिकलची संख्या आणि आकार कमी झाला • दोन महिन्यांनी पीसीओएस आणि अॅक्ने पूर्ण नियंत्रणात आले • वजन ३ किलोंनी कमी होऊन ५४.५ कि. झालं. • बीएमआय २४ झाला

८

समतोल पीएच,
समतोल आयुष्य

वार्धक्याची प्रक्रिया मंदावण्यात तुमच्या अन्नातला अल्कली गुणधर्म महत्त्वाची भूमिका बजावतो. आतड्याच्या आरोग्यावर त्याचा ठळक प्रभाव पडतो. तुमचा आहार अल्कधर्मी असेल, तर आतड्याचा पीएच अल्कधर्मीकडे झुकतो. चांगल्या बॅक्टेरिअल फ्लोरासाठी आतडं अल्कधर्मी असणं गरजेचं असतं. त्यामुळे आतड्यातले आणि रक्तप्रवाहातले वाईट बॅक्टेरिया किंवा दूषित द्रव्यं नष्ट केली जातात.

उच्च अल्कधर्मी आहाराचे आरोग्याला होणारे लाभ असे आहेत -

१. हाडांची घनता आणि स्नायूंच्या वस्तुमानाचं रक्षण होतं.

हाडांची रचना, त्यांचा विकास आणि देखभालीमध्ये तुम्ही पोटात घेत असलेल्या खनिजांची भूमिका महत्त्वाची असते. संशोधनांती असं दिसून आलं आहे की, एखाद्या व्यक्तीच्या आहारात अल्कधर्मी फळं-भाज्यांचा अधिक समावेश असला, तर वयपरत्वे हाडांची ताकद कमी होणं आणि स्नायूंची झीज जास्त होणं यापासून त्या व्यक्तीचं संरक्षण होतं.

हाडं निर्माण करणं आणि चरबी नसलेल्या स्नायूंचं वस्तुमान राखण्यासाठी महत्त्वाच्या असणाऱ्या अल्कधर्मी आहारामुळे खनिजांच्या प्रमाणाचा समतोल राखला जातो. कॅल्शिअम, मॅग्नेशिअम आणि फॉस्फेट यांचाही समावेश या खनिजांत होतो. आम्लधर्मी आहारामुळे वाढीसाठी आवश्यक संप्रेरकांची निर्मिती आणि व्हिटॅमिन डी शोषून घेण्यात सुधारणा होऊन हाडांचं रक्षण तर होतंच, शिवाय इतर अनेक जुनाट रोगांवर नियंत्रण मिळवता येतं.

२. रक्तदाब आणि स्ट्रोकचा धोका कमी होतो.

अल्कधर्मी आहारामुळे वय होण्याच्या प्रक्रियेची गती कमी होते. याचाच एक भाग म्हणजे सूज कमी होऊन वाढीस आवश्यक संप्रेरकनिर्मिती वाढते. यामुळे हृदयाचं आरोग्य सुधारतं. उच्च कोलेस्टेरॉल, उच्च रक्तदाब, मूतखडा, स्ट्रोक आणि विस्मरण अशा सामान्य समस्यांपासून संरक्षण मिळतं.

३. जुनाट वेदना आणि सूज कमी होते.

अल्कधर्मी आहार आणि कमी झालेल्या जुनाट वेदना यांमध्ये सहसंबंध असल्याचं अभ्यासांती दिसून आलं आहे. जुनाट पद्धतीच्या आम्लपित्तामुळे (क्रॉनिक ॲसिडॉसिस) कंबरदुखी, डोकेदुखी, स्नायूंमध्ये गोळा येणं, मासिक पाळीची लक्षणं, सूज, सांधेदुखी यांमध्ये वाढ होते.

४. व्हिटॅमिन अधिक चांगल्या प्रकारे शोषून घेतलं जाऊन मॅग्नेशिअमची उणीव (डेफिशिअन्सी) कमी होते.

शेकडो विकरं प्रणाली आणि शरीरप्रक्रियांच्या कार्यासाठी मॅग्नेशिअममध्ये वाढ होणं गरजेचं आहे. अनेक लोकांमध्ये मॅग्नेशिअमची उणीव असते. त्यामुळे त्यांना हृदयासंदर्भात गुंतागुंत, स्नायुवेदना, डोकेदुखी, शांत झोप न लागणं आणि चिंता भेडसावतात. व्हिटॅमिन डी कार्यान्वित करण्यासाठी तसंच त्याची उणीव भासू नये म्हणूनसुद्धा मॅग्नेशिअमची गरज असते. एकूणच, प्रतिकारशक्ती आणि एन्डोक्राइनचं कार्य चालण्यासाठी व्हिटॅमिन डीची गरज असते.

५. रोगप्रतिकार शक्ती वाढवतं, कर्करोगापासून संरक्षण देतं.

नकोशा असलेल्या मलाचा योग्य निचरा करणं किंवा शरीराला पूर्णपणे ऑक्सिजन पुरवणं यासाठी पेशींना पुरेशी खनिजं लागतात. तशी ती उपलब्ध नसल्यास या कार्यांवर परिणाम होऊन संपूर्ण शरीराला त्याचे दुष्परिणाम भोगावे लागतात. खनिजं कमी झाली की व्हिटॅमिनचं शोषण योग्य पद्धतीने होत नाही आणि दूषित द्रव तसंच पॅथोजन शरीरात साठून रोगप्रतिकार शक्तीला क्षीण करतात.

*ब्रिटिश जर्नल ऑफ रेडिओलॉजी*मध्ये प्रकाशित झालेल्या संशोधनातून असं दिसून आलं की, अल्कधर्मी शरीरामध्ये कर्करोगाच्या पेशी मरतात (ॲपोप्टॉसिस). विद्युतभारामध्ये बदल होऊन पीएचच्या अल्कली प्रमाणात बदल घडून मूलभूत प्रोटीन घटक मुक्त होण्याची सांगड कर्करोग रोखण्याशी घातली जाते. अल्कधर्मामुळे सूज कमी होते. कर्करोगासारख्या रोगांची जोखीम कमी होते. उच्च स्तरीय पीएच परिणामकारक ठेवण्यासाठी किमोथेरपी घेणाऱ्या काही रुग्णांमध्ये अल्कधर्मी आहाराचा अधिक लाभदायक परिणाम दिसून आला आहे.

६. योग्य वजन राखायला मदत होते.

आम्लयुक्त पदार्थांचं सेवन कमी करून अल्कलीयुक्त पदार्थ खाण्याने लेप्टिन पातळी तसंच सूज कमी होऊन लठ्ठपणा थोपवता येतो. लेप्टिनचा परिणाम भुकेवर आणि फॅट्स जाळण्याच्या क्षमतेवर होतो. अशा प्रकारचे अल्कधर्मी पदार्थ सूजप्रतिरोधक म्हणून काम करतात. त्यांचं सेवन करण्याने शरीराला लेप्टिनची सामान्य पातळी राखायला मदत मिळून आवश्यक तेवढे उष्मांक प्राप्त केल्याचं सुखही मिळतं.

पीएच पातळी तुमच्या रोगप्रतिकारक पेशींना आधार आणि चालना देते, रोगप्रतिकारक शक्ती वाढवतं, त्यामुळे कुठल्याही बॅक्टेरिअल किंवा व्हायरल (विषाणू) संसर्गाशी परिणामकारकरीत्या सामना करायला तुम्हाला मदत होते.

वेगवेगळ्या अन्नश्रेणींतल्या अल्कधर्मी अन्नाबद्दल जाणून घेऊ या.

भाज्या		
• सर्व हिरव्या भाज्या	• सेलरी	• लाल भोपळा
• गाजर	• पालक	• ब्रोकोली
• बीटरूट	• रंगीत भोपळ्या मिरच्या	• ॲस्पॅरॅगस
• श्रावण घेवडा	• ॲव्होकॅडो	• ताजी कोथिंबीर
• आंबवलेल्या भाज्या (चिनी लोणची)	• पार्सली	• चक्री भोपळा
• रताळं	• केळं	
• फुलकोबी	• मुळा	
	• कारलं	
	• पत्ताकोबी	

प्रोटीन्स		
• सर्व तृणधान्ये (भाकरी)	• हिरवे वाटाणे	• लाल भोपळ्याच्या बिया
• किनोवा	• टोफू	• सूर्यफूलाच्या बिया
• कुट्टु	• योगर्ट	• जवसाच्या बिया
• बदाम	• चिया सीड्स	

मसाले आणि सिझनिंग		
• दालचिनी	• थाइम	• समुद्री मीठ
• कढीपत्त्याची पानं	• जिरं	• सर्व हर्ब्ज
• आलं	• लसूण	

इतर अल्कधर्मी फळं आणि तेल	
• लाइम वॉटर	• खोबरेल तेल
• तूप	• तिळाचं तेल

अल्कधर्मी आहार घेण्याचा अर्थ असा नाही की, तुम्ही तुमचा आहार पूर्णपणे बदलून थोड्या कालावधीकरता अल्कधर्मी आहाराचा स्वीकार करता. उलट, तुमच्या सद्य दिनचर्येत तुम्ही अधिकाधिक अल्कधर्मी अन्न खाल्लं पाहिजे. त्यामुळे तुमच्या शरीराला अल्कधर्मी अन्नाचा महत्तम फायदा लाभेल.

९

सुपर आयुष्यासाठी सुपर फूड

सुपर फूड! आजकाल, हा शब्द अति वापरला जातो. वजन कमी करण्यासाठी सुपर फूड, त्वचेसाठी सुपर फूड, केसांसाठी सुपर फूड... ही यादी वाटेल तशी लांबू शकते. हे सुपर फूड प्रकरण नेमकं आहे तरी काय? सुपर फूड त्यांचं मार्केटिंग होत असलं तरी 'पी हळद हो गोरी' अशा धर्तीवर ते खाता क्षणी तुमच्या सगळ्या समस्यांचा निचरा झाला आहे असं काही होत नसतं. आपलं एकंदरीत आरोग्य आणि स्वास्थ्य सुधारण्यासाठी आपल्या रोजच्या आहारात आपण या सुपर फूड प्रकाराचा समावेश करतो.

हे सुपर फूड तुमच्या आहाराचा ५ ते १०% भाग होऊ शकत असलं, तरी तुम्हाला आतून बरं करणाऱ्या जो सर्वांगीण आहार आणि अन्नासमवेत सुपर फूड एकजीव केलं तर ते सर्वोत्तम प्रकारे काम करतं हे लक्षात घेणं महत्त्वाचं ठरतं.

काही सुपर फूड्सचा विचार करू या -

रॉ अनफिल्टर्ड ॲपल सायडर व्हिनेगर (एसीव्ही)

एसीव्ही आजकाल फार लोकप्रिय झालं असलं, तरी त्याच्या बहुगुणी लाभांची माहिती हजारो वर्षांपासून माणसाला आहे. रक्तातल्या साखरेवर नियंत्रण ठेवणं, वजन कमी करण्याला चालना देणं, आणि मुरूम-पुटकुळ्या बरं करणं असेही त्याचे लाभ आहेत.

ॲपल सायडर आंबलं की, त्यात आरोग्यदायी प्रोबायॉटिक्स आणि एन्झाइम्स निर्माण होतात, हेच एसीव्ही. त्यातलं शर्करेचं प्रमाण कमी होऊन साध्या ॲपल सायडर किंवा ॲपल ज्यूसपेक्षा कॅलरीजही कमी होतात. एसीव्हीचे १ ते २ टेबलस्पून तुम्हाला आरोग्याचे लाभ प्राप्त करण्यासाठी पुरेसे आहेत. १ टेबलस्पूनमधून ३ ते ५ कॅलरीज आणि अतिशय कमी शर्करा मिळते.

तुमच्या औषधांच्या कपाटात हा घटक अत्यंत मोलाचा आहे कारण त्याचे २० महत्त्वाचे उपयोग आणि अगणित लाभ आहेत.

१. रक्तशर्करा नियंत्रित होते

अभ्यास आणि संशोधनांती एसीव्हीची सामान्य रक्तशर्करा पातळी राखण्यात मदत होत असल्याचं सिद्ध झालं आहे. एसीव्ही घेतल्यावर पांढरा ब्रेड खाल्ल्यानंतरही रक्तशर्करा सरसकटपणे ३१%नी कमी होते असंही दिसून आलं आहे.

एसीव्हीमुळे इन्सुलिनप्रति संवेदनशीलता वाढू शकते. रक्तातील शर्करा ऊर्जा म्हणून ऊतींकडे वाहून नेण्याचं काम करण्याची जबाबदारी असणारं इन्सुलिन हे एक संप्रेरक आहे. शरीरात इन्सुलिनची पातळी सातत्याने वाढती असली, तर शरीर इन्सुलिनला प्रतिकार करू शकतं. त्यामुळे, त्याची परिणामकारकता कमी होऊन रक्तातल्या शर्करेचं प्रमाण वाढून मधुमेह (डायबेटिस) होऊ शकतो. टाइप-२ डायबेटिस किंवा इन्सुलिन रेझिस्टन्स या 'डायबेटिस केअर' अभ्यासात दिसून आलं की, व्हिनेगर पोटात घेतल्याने इन्सुलिनप्रति संवेदनशीलता ३४%पर्यंत वाढू शकते.

रक्तशर्करेची पातळी स्थिर ठेवण्यासाठी ग्लासभर पाण्यात १ ते २ टेबलस्पून एसीव्ही मिसळून ते जेवणापूर्वी प्या. जोडीने कार्बोहायड्रेट्सचं

प्रमाण बेताचं ठेवा, तंतुमय आणि प्रोटीनयुक्त आहार वाढवा आणि नियमितपणे भरपूर व्यायाम करा. या सगळ्यामुळे तुमच्या रक्तशर्करेचं प्रमाण आणखी खाली यायला सुरुवात होईल.

२. वजन कमी करायला चालना देतं.

तंदुरुस्त होऊ पाहणारे आणि नैसर्गिक आरोग्यतज्ज्ञ यांच्या दृष्टीने एसीव्हीला आजकाल फार महत्त्व आलेलं आहे. वाढलेलं वजन घटवायला एसीव्ही डाएट सांगितलं जातं. परंतु वजन कमी करण्याच्या दृष्टीने एसीव्ही योग्य आहे का?

या समजाला पुष्टी देणारं भरपूर संशोधन झालं आहे. एका संशोधनात जवळपास १२ आठवडे दररोज २ टेबलस्पून एसीव्ही घेतल्याने जवळपास ४ पौंड वजन कमी झालेलं दिसलं. त्याच वेळेस आहार किंवा जीवनशैलीत कुठलाही बदल केला गेला नव्हता.

संशोधनांती दिसून आलं आहे की, एसीव्हीमुळे तृप्ती वाढू शकते. असं असलं तरी, वजन कमी करण्यासाठीचा झटपट मार्ग म्हणून एसीव्हीचा वापर करू नये. नुसतं ते प्यायल्याने मदत होणार नाही, शिवाय वजनही अल्प प्रमाणात कमी होईल. त्याला आरोग्यदायी आहाराची आणि कृतिशील जीवनशैलीची जोड दिली तरच टिकून राहणारा परिणाम दिसून येईल.

३. कोलेस्टेरॉल खाली येतं

कोलेस्टेरॉल हे फॅट (चरबी) असून ते आतल्या आत वाढून रक्तवाहिन्यांमध्ये अडथळा निर्माण करतं. त्यामुळे त्या आकुंचन पावतात आणि कडक होतात. रक्तातलं कोलेस्टेरॉल वाढलं की, हृदयावर अनावश्यक ताण पडतो. शरीरात रक्ताभिसरण होण्यासाठी त्याला अधिक नेटाने रक्त ढकलावं लागतं. कोलेस्टेरॉलची पातळी खाली ठेवून एसीव्ही हृदयाला निरोगी ठेवू शकतं.

दररोज आहारात १ ते २ टेबलस्पून एसीव्ही घेण्याबरोबरच साखर आणि रिफाइंड कार्बोहायड्रेट्सचं आहारातलं प्रमाण कमी ठेवणं, आरोग्यदायी फॅट्सचा समावेश करणं आणि आठवड्यातून काही वेळा मासे खाणं या सगळ्याचा उपयोग कोलेस्टेरॉल कमी करण्यासाठी होतो.

खोबरेल तेल (कोल्ड-प्रेस्ड)

खोबरेल तेल हे या ग्रहावरच्या आरोग्यदायी अन्नप्रकारांपैकी एक आहे हे सिद्ध करणारी १५००हून अधिक संशोधनं उपलब्ध आहेत. तरीसुद्धा, खोबरेल तेलाचे अनेक लाभ अद्यापि लक्षात आलेले नाहीत. वाळलेल्या खोबऱ्यापासून हे तेल काढलं जातं आणि ते खरोखरंच सुपर फूड आहे.

या आश्चर्यकारक सुपर फूडमागचं महत्त्वाचं गुपित संशोधनातून समोर आलं आहे. त्यामध्ये मीडिअम-चेन फॅटी ॲसिड (एमसीएफए) हे आरोग्यदायी फॅट्स आहेत. या वैशिष्ट्यपूर्ण फॅट्समध्ये पुढील घटक आहेत -

- कॅप्रिलिक ॲसिड
- लॉरिक ॲसिड
- कॅप्रिक ॲसिड

खोबरेल तेलात या तिन्ही आरोग्यदायी फॅटी ॲसिडचं प्रमाण साधारण ६२% असून खोबरेल तेलातले ९१% फॅट्स हे आरोग्यदायी सॅच्युरेटेड फॅट्स आहेत. फॅट्सच्या या प्रमाणामुळे खोबरेल तेल सर्वाधिक हितकारक फॅट ठरतं हे यूएसडीएच्या न्युट्रिएन्ट डेटा बेसवर दर्शवलं आहे.

आपण जे फॅट्स पोटात घेतो ते पचायला वेळ लागतो, परंतु खोबरेल तेलात असणाऱ्या एमसीएफएमुळे त्याचं रूपांतर इंधनात होण्यासाठी त्याला केवळ तीन टप्प्यांच्या प्रक्रियेतून जावं लागतं. इतर फॅट्सना २६ टप्प्यांच्या प्रक्रियेतून जावं लागतं. त्यामुळेच खोबरेल तेलातून ऊर्जेचा अचूक स्रोत मिळतो.

वनस्पतिजन्य तेलात लाँग-चेन फॅटी ॲसिड्स असतात. एमसीएफए मात्र -

- पचायला सोपे
- फॅट म्हणूनच साठवले जातात असं नाही
- ॲण्टिमायक्रोबिअल आणि ॲण्टिफंगल
- आकाराने लहान असल्याने त्वरित ऊर्जेसाठी सहजपणे पेशीतून ये-जा करू शकतात.

- यकृताकडून प्रक्रिया होत असल्याने फॅट्स म्हणून साठवले जाण्याऐवजी त्वरित ऊर्जेत रूपांतरित केले जातात.

खोबऱ्यापासून तयार केलेलं तेल खऱ्या अर्थाने सुपर फूड का आहे आणि त्याचे लाभ इतके भरपूर आणि आश्चर्यकारक का आहेत हे तुमच्या लक्षात आलंच असेल.

खोबरेल तेलाचे काही लाभ असे –

१. अल्झायमरवर नैसर्गिक उपचार म्हणून सिद्ध झालेलं

यकृताकडून एमसीएफएचं पचन झालं की किटोन तयार होतात. मेंदूकडून ऊर्जा म्हणून वापरण्यासाठी ते सत्वर उपलब्ध होतात. ग्लुकोजचं रूपांतर इन्सुलिनच्या माध्यमातून ऊर्जेत होण्याची वाट न पाहता किटोनकडून मेंदूला ऊर्जा मिळू शकते.

अलीकडे झालेल्या संशोधनातून दिसून आलं आहे की, ग्लुकोजवर प्रक्रिया करून मेंदू-पेशींना बल देण्यासाठी मेंदू स्वतःच इन्सुलिन निर्मिती करतो. अल्झायमर झालेल्या रुग्णांचा मेंदू इन्सुलिन निर्मितीची क्षमता गमावतो. अशावेळेस मेंदूच्या कार्यात दुरुस्ती करण्यासाठी आवश्यक पर्यायी ऊर्जेचा स्रोत म्हणून खोबरेल तेलाकडून मोकळे झालेले किटोन्स उपयोगी ठरतात.

२. हृदयविकार आणि उच्च रक्तदाब थोपवतं

खोबरेल तेलात नैसर्गिक सॅच्युरेटेड फॅट्स मोठ्या प्रमाणावर आहेत. या फॅट्समुळे आरोग्यदायी कोलेस्टेरॉलचं (एचडीएल कोलेस्टेरॉल) प्रमाण वाढून एलडीएलचं (वाईट कोलेस्टेरॉल) रूपांतर चांगल्या कोलेस्टेरॉलमध्ये होतं.

शरीरातलं एचडीएल वाढल्याने हृदयाचं आरोग्य सुधारून हृदयविकाराचा धोका कमी होतो. खोबरेल तेलामुळे उच्च ट्रायग्लिसराइड्सची पातळी खाली येऊन हृदयाला लाभ होतो.

३. मूत्रमार्गिका (यूटीआय), मूत्रपिंड संसर्ग यांवर लाभदायक, यकृताचं संरक्षण

खोबरेल तेलामुळे मूत्रमार्गिका आणि मूत्रपिंडांचा संसर्ग बरा होतो. तेलात असलेलं एमसीएफए नैसर्गिक अ‍ॅन्टिबायोटिकचं काम करतं. बॅक्टेरियावरचं

लिपिड कवच फोडून ते त्यांना नष्ट करतं. संशोधनात दिसून आलं आहे की, खोबरेल तेल हृदयाला हानीपासून थेट संरक्षण देतं.

बरं होण्याच्या प्रक्रियेत आधार द्यायला आणि शरीरातला पाण्याचा अंश वाढवायला नारळ-पाण्याचा उपयोग होतो. मूतखडा नष्ट करण्यासाठी डॉक्टर रुग्णांना नारळ-पाणी प्यायला सांगतात.

४. सूज आणि संधिवात कमी होतो

भारतात झालेल्या एका संशोधनात व्हर्जिन कोकोनट ऑइल (व्हीसीओ)मध्ये असलेल्या ॲण्टिऑक्सिडन्टच्या उच्च पातळीमुळे सूज कमी होऊन संधिवातावर अनुकूल परिणाम झाला.

आणखी एका संशोधनात खोबरेल तेल लावून हलका शेक दिल्यावर सूज आणणाऱ्या पेशी दबल्याचं दिसून आलं. ॲनेलजेसिक आणि ॲण्टिइन्फ्लामेटरी घटक म्हणून हे तेल काम करतं.

५. कर्करोग थोपवणं आणि उपचार

कर्करोगाचा सामना करण्याच्या दृष्टीने खोबरेल तेलात दोन वैशिष्ट्यं आहेत. एक म्हणजे, ते तेल पचवताना निर्माण होणाऱ्या किटोन्समधली ऊर्जा ट्यूमर पेशींना प्राप्त होऊ शकत नाही. त्या पेशी ग्लुकोजवर अवलंबून असतात. किटोजेनिक डाएटमुळे कर्करोग रुग्णांना बरं व्हायला मदत होऊ शकते असं मानलं जातं.

दुसरं म्हणजे, एमसीएफएकडून बॅक्टेरियांच्या लिपिड भित्तिकांचं पचन होऊन हेलिकोबॅक्टर पायलॉरी बॅक्टेरिया नष्ट होतात. याच बॅक्टेरियामुळे पोटाच्या कर्करोगाचा धोका वाढतो. ज्या संशोधनात केमिकल्स वापरून कर्करोग निर्माण केला जातो तिथेसुद्धा खोबरेल तेल प्राशन केल्याने कर्करोग वाढीला आळा बसतो.

६. रोगप्रतिकारक प्रणालीला चालना (ॲण्टिबॅक्टेरिअल, ॲण्टिफंगल आणि ॲण्टिव्हायरल)

वाईट बॅक्टेरिया, फंगस (बुरशी), व्हायरस आणि पॅरासाइट (परोपजीवी) यांच्या अतोनात वाढीमुळे आज कैक रोग होत आहेत. खोबरेल तेलात असणाऱ्या लॉरिक ॲसिडमुळे (मोनोलॉरिन) कॅन्डिडा (लहान बुरशी) कमी

होतात, बॅक्टेरियाचा सामना केला जातो आणि व्हायरससाठी प्रतिकूल वातावरण निर्मिती होते.

वाईट बॅक्टेरिया शर्करेवर पोसले जातात, म्हणूनच आजारपणात धान्य आणि साखरेऐवजी आहारात नैसर्गिक इंधन स्रोत म्हणून खोबरेल तेलाचा समावेश करावा. साखरेऐवजी दिवसातून तीनदा एक-एक टेबलस्पून खोबरेल तेल घ्यावं. भरपूर भाज्या खाव्यात आणि बोन ब्रॉथचा समावेश आहारात करावा.

७. स्मृती आणि मेंदू कार्य सुधारतं

*जर्नल ऑफ न्यूरोबायोलॉजी ऑफ एजिंग*मध्ये २००४ साली प्रकाशित झालेल्या संशोधनातल्या संशोधकांना दिसून आलं की, खोबरेल तेलामधल्या एमसीएफएमुळे वयस्कर 'सब्जेक्ट्स'चं विस्मरण कमी झालं. या फॅटी ॲसिडचं सेवन केल्यानंतर सर्व रुग्णांना अधिक चांगलं आठवू लागलं. इन्सुलिनच्या मध्यस्थीशिवाय एमसीएफएचा वापर करणं सहज शक्य होतं असल्याने ते अधिक तत्परतेने मेंदू पेशींना इंधन पुरवू शकतं. शरीराकडून त्याचं शोषणही सहजतेने होतं.

८. ऊर्जा पातळी आणि सहनशक्ती वाढवतं

खोबरेल तेल पचायला हलकं असून टिकणारी ऊर्जा देतं. चयापचय वाढवतं. दर्जेदार अनरिफाइंड खोबरेल तेलात सर्वाधिक लाभ प्राप्त होतात. त्यातले एमसीएफए थेट यकृताकडे पाठवले जाऊन तिथे त्यांचं ऊर्जेत रूपांतर होतं.

आज अनेक ट्रायॲथलिट्स प्रशिक्षण घेताना तसंच दीर्घ पल्ल्यांच्या शर्यतींपूर्वी ऊर्जास्रोत म्हणून खोबरेल तेलाचं सेवन करतात. खोबरेल तेल, मध आणि चिया सीड्स एकत्र करून तुम्हीसुद्धा घरच्या घरी ऊर्जा इंधनस्रोत निर्माण करू शकता. तिन्हीही घटक एक टेबलस्पून प्रमाणात एकत्र करून व्यायामापूर्वी अर्धा तास सेवन करा.

९. पचन सुधारतं आणि पोटातला अल्सर, अल्सरेटिव्ह कोलायटिस बरा करतं

खोबरेल तेलामुळे फॅट-सोल्युबल व्हिटॅमिन्स, कॅल्शिअम आणि मॅग्नेशिअमचं शोषून घेण्यात शरीराला मदत मिळून पचन सुधारतं. ज्या वेळेस ओमेगा-३ फॅटी ॲसिड घेतलं जात त्याच वेळेस खोबरेल तेल घेतलं, तर दुप्पट

परिणाम साधला जातो, कारण पचनासाठी आणि शरीराला वापरण्यासाठी ते लगेच उपलब्ध होतात.

खोबरेल तेलामुळे वाईट बॅक्टेरिया आणि कॅन्डिडाचा नाश होऊन चांगले बॅक्टेरिया वाढायला तसंच आतड्याचं आरोग्य सुधरायला मदत होऊ शकते. कॅन्डिडाच्या असमतोलामुळे आम्ल कमी होऊन जळजळ होऊ लागते, पचन बिघडतं. खोबरेल तेलाचे गुणधर्म पाहता पचन आरोग्यासाठी त्याचा लाभ होऊन पोटाचे अल्सर तसंच अल्सेरेटिव्ह कोलायटीस थोपवायला त्याची मदत होऊ शकते.

१०. भाजल्याच्या जखमा, एक्झिमा (इसब, गजकर्ण), डॅन्ड्रफ (कोंडा), डर्मायटायटिस (त्वचा दाह) आणि सोरायसिस (त्वचा रोग) यांसारख्या त्वचेसंबंधित समस्या कमी होतात

खोबरेल तेल हे उत्तम फेस क्लिन्झर, मॉइश्चरायझर आणि सनस्क्रीन लोशन आहे. ते त्वचेच्या अनेक समस्यांवर उत्तम इलाज करतं. त्यात असणाऱ्या कॅप्रिलिक आणि लॉरिक या फॅटी ॲसिडमुळे शरीरातल्या आतली आणि बाहेरची सूज/जळजळ कमी होते, त्वचेला आर्द्रता मिळते आणि सर्व प्रकारच्या त्वचारोगांवर तो प्रभावी उपाय ठरतो.

खोबरेल तेलामुळे त्वचेचं संरक्षण होतं. त्यात अनेक ॲण्टिऑक्सिडन्ट्स असल्याने त्वचा बरी करण्यासाठी ते आदर्श ठरतं. अनेक प्रकारचे त्वचारोग निर्माण करणाऱ्या कॅन्डिडा किंवा फंगसवर तेलातल्या ॲण्टिमायक्रोबियल गुणधर्मांचा परिणाम होऊन समतोल साधला जातो.

११. हिरड्यांचे रोग आणि दात किडणं थांबवते

खोबरेल तेलाने खळखळून चुळा भरण्याची पद्धत शतकांपासून चालत आली आहे. त्यामुळे तोंडातल्या बॅक्टेरियांचा नाश होऊन दातांसंबंधीचे विकार बरे व्हायला मदत होते. खोबरेल तेलात असणारं ॲण्टिबॅक्टेरियल एमसीएफएचं उच्च प्रमाण पाहता अशा गुळण्यांसाठी ते सर्वाधिक प्रभावी तेल ठरतं.

खोबरेल तेलाने खळखळून चुळा भरण्याने तोंडातल्या बॅक्टेरियाचा नाश करून ते त्याला चिकटून बसतं. तोंडातले बॅक्टेरिया काढले की, दातांसंबंधीच्या विकारांची जोखीम कमी होते. तुम्हाला जर तुमच्या हिरड्या आणि दात बरे करायचे असतील तर आठवड्यातून तीनदा, प्रत्येक वेळेस वीस मिनिटं, खोबरेल तेलाने खळखळून चुळा भराव्यात असं मी सुचवेन.

१२. ऑस्टिओपोरॉसिस (हाडं ठिसूळ होणं) थोपवतं

ऑक्सिडेटिव्ह स्ट्रेस आणि फ्री रॅडिकल्स हे दोन ऑस्टिओपोरॉसिसचे मोठे शत्रू आहेत. खोबरेल तेलात फ्री रॅडिकल्सचा सामना करणाऱ्या ॲण्टिऑक्सिडन्ट्सची उच्च पातळी असल्यामुळे ऑस्टिओपोरॉसिसवर नैसर्गिक उपचार म्हणून त्याचा वापर करण्यात येतो.

खोबरेल तेलामुळे आतड्याकडून कॅल्शिअम अधिक चांगल्या प्रकारे शोषलं जातं. ऑस्टिओपोरॉसिसवर झालेल्या संशोधनातून दिसून आलं आहे की, खोबरेल तेलाने हाडांची घनता वाढते, रचना सुधारते आणि हाडांचा ऱ्हास कमी होतो.

१३. टाइप-२ डायबेटिसमध्ये मदत

इन्सुलिनला प्रतिसाद देण्यास नकार देत पेशी जेव्हा ऊर्जेसाठी शर्करा घेणं थांबवतात तेव्हा त्या इन्सुलिन रेझिस्टन्ट असल्याचं मानलं जातं. अशा वेळेस निर्माण होणारी उणीव भरून काढण्यासाठी स्वादुपिंड अधिक इन्सुलिनची निर्मिती करत अतिरिक्त उत्पादन चक्रात गुरफटतं. इन्सुलिनचा विरोध हे टाइप-२ डायबेटिसचं पूर्वचिन्ह आहे.

खोबरेल तेलात असलेल्या एमसीएफएमुळे पेशीतल्या इन्सुलिन प्रतिक्रियांमध्ये समतोल साधला जाऊन आरोग्यदायी पचनप्रक्रियेला चालना मिळते. स्वादुपिंडावरचा ताण कमी करत हे एमसीएफए शरीराला सातत्याने ऊर्जा पुरवठा करतात. ही ऊर्जा ग्लुकोजच्या प्रतिक्रियेवर अवलंबून नसते. यातून इन्सुलिनला विरोध थांबवला जातो आणि पर्यायाने टाईप-२ डायबेटिस रोखला जातो.

१४. वजन कमी करण्यासाठी खोबरेल तेल

खोबरेल तेलातून ऊर्जा निर्माण होते. त्यात कार्बोहायड्रेट्स नसतात. त्यामुळे, वजन कमी करण्यासाठी ते उपयुक्त ठरतं यात आश्चर्य ते काय! फॅट्स आणि कॅलरीज जाळायला आणि भूक कमी करायला त्याची मदत होते. संशोधनात विशेषत्वाने दिसून आलं की, पोटातली चरबी कमी करायला त्याची मदत होते.

खोबरेल तेलामुळे चरबी कमी होते हे सर्वश्रुत आहे. खोबरेल तेलातले फॅट खाऊनही फॅट कमी होतात यावर विश्वास ठेवणं कठीण असलं तरी ते

वास्तव आहे. अनेक शारीरिक प्रक्रियांवर नियंत्रण ठेवण्याच्या एमसीएफएच्या बहुआयामी क्षमतेमध्ये या रहस्याची किल्ली दडली आहे.

१५. खोबरेल तेलाचे केसांसाठी लाभ

डोक्यातला कोंडा किंवा रूक्ष केसांसाठी खोबरेल तेल उत्तम फॅटी ॲसिड ठरतं. त्यामुळे केसांच्या समस्या कमी होतात. केसांसाठी त्याचे अनेक लाभ आहेत. तुमच्या केसांचा पोत सुधारण्यासाठी तुम्ही घरीच खोबरेल-लव्हेंडर शॅम्पू करू शकता. नैसर्गिक हेअर कंडिशनर म्हणून खोबरेल तेलाचा थेट वापर करू शकता.

कोंडा बरा व्हावा आणि केस दाट व्हावेत यासाठी १ टेबलस्पून तेलात रोझमेरी इसेन्शिअल ऑइलचे १० थेंब मिसळून या मिश्रणाने डोक्याला ३ मिनिटं मसाज करा. त्यानंतर अर्ध्या तासाने केस धुवा.

१६. कॅन्डिडा आणि यीस्ट संसर्ग

ॲण्टिमायक्रोबिअल एजन्ट्स ॲण्ड केमोथेरपी या जर्नलमध्ये प्रकाशित झालेल्या अभ्यासात दिसून आलं की, खोबरेल तेलात असणारं कॅप्रिक आणि लॉरिक ॲसिड हे कॅन्डिडा अल्बिकॅन्स आणि यीस्ट संसर्गावर प्रभावी उपाय ठरतं.

कॅन्डिडाचा नायनाट आणि यीस्ट संसर्गावर उपचार करण्यासाठी आहारातून प्रक्रिया केलेली साखर आणि रिफाईन्ड धान्यं वगळा. आरोग्यदायी फॅट्स भरपूर प्रमाणात सेवन करा. शिवाय, दररोज ३ वेळा एक-एक टेबलस्पून खोबरेल तेल घ्या.

१७. वार्धक्य दूर ठेवण्यासाठी खोबरेल तेल

फूड ॲण्ड फंक्शन या मेडिकल जर्नलमध्ये प्रकाशित झालेल्या संशोधनानुसार खोबरेल तेलामुळे ॲण्टिऑक्सिडन्ट्स पातळी वाढून वार्धक्य प्रक्रियेची गती कमी होऊ शकते. यकृतावरचा ताण आणि ऑक्सिडेटिव्ह स्ट्रेस कमी करून खोबरेल तेल हे साध्य करतं.

संशोधकांना असं दिसून आलं आहे की, ज्या पद्धतीने खोबरेल तेल यकृतावर काम करतं त्यामुळे डिटॉक्सिफिकेशनला ते पूरक ठरतं. नैसर्गिकरीत्या वार्धक्य दूर ठेवण्यासाठी नाश्त्याला ॲण्टिऑक्सिडन्ट्सने

परिपूर्ण बेरींबरोबर १ टेबलस्पून खोबरेल तेल घ्या. अधिक लाभ होण्याकरता आणि त्वचा मुलायम होण्याकरता तुम्ही ते थेट त्वचेला चोळू शकता.

१८. संप्रेरकं समतोलासाठी खोबरेल तेल

खोबरेल तेलाचा वापर संप्रेरकांच्या दृष्टीनेही लाभदायक ठरतो. त्यामध्ये लॉरिक ॲसिडसह सॅच्युरेटेड फॅट्स मोठ्या प्रमाणात असल्याने संप्रेरकांचा नैसर्गिक समतोल साधला जात असावा. अभ्यासांती असं दिसलं आहे की, रजोनिवृत्ती दरम्यान (मेनोपॉज) खोबरेल तेल घेणं हा उत्तम फॅट्स प्राप्त करण्याचा स्रोत असू शकतो. त्यामुळे इस्ट्रोजेन पातळीवर अनुकूल परिणाम दिसून येऊ शकतो.

नैसर्गिकरीत्या संप्रेरक समतोल साधणं, शर्करा आणि धान्य सेवन कमी करणं तसंच नारळ, ॲव्होकॅडो, जवस आणि तुपातले आरोग्यदायी फॅट्स वाढवणं अशी कार्य त्याच्याकडून घडतात. कोकोनट बटर, नारळ पाणी अशा विविध मार्गांनीदेखील तुम्ही खोबऱ्याचं सेवन करू शकता.

तूप

भारतात पारंपरिकरीत्या तुपाचा भरपूर वापर होतो. आपल्या पूर्वजांच्या सुपर फूडचं सामर्थ्य आपण कित्येकदा लक्षात घेत नाही, त्यामुळे त्यांच्यापासून शरीराला मिळू शकणारे लाभही आपल्या लक्षात येत नाही.

गीर किंवा ए-२ गायीच्या दुधापासून मिळालेलं तूप सर्वोत्तम आहे. ते मिळू शकत नसेल तर तुम्ही कुठल्याही गायीच्या दुधापासून केलेलं तूप वापरू शकता. म्हशीच्या तुपापेक्षा गायीच्या तुपात ॲण्टिऑक्सिडन्ट्सचं प्रमाण उच्च आहे. तुपाचे काही आरोग्यदायक लाभ असे -

१. उच्च ज्वलन बिंदू

या तापमानाला तेल जळू लागून त्यातून धूर येऊ लागतो. धूर येईपर्यंत तेल/तूप तापवल्याने अतोनात तापमानापायी ते पेट घेऊ शकतं. शिवाय, त्यातले महत्त्वाचे फायटोन्युट्रिएन्ट्स विलग होऊन फॅट्सचं ऑक्सिडेशन होऊन अपायकारक फ्री रॅडिकल्सची निर्मिती होते.

दुर्दैवाने, बहुतांशी तेल-तुपाचा जो धूर येण्याचा बिंदू आहे तो आपल्या आरोग्याच्या दृष्टीने फारसा चांगला नाही. कॅनोला, भुईमूग, मका आणि

सोयाबीन यांची तेलं जनुकीयदृष्ट्या बदलली जाऊन अर्धवट हायड्रोजनेटेड केली जातात, ज्यायोगे त्यांची स्थिरता वाढू शकते.

त्याउलट, स्वयंपाकासाठी तूप वापरणं अधिक लाभदायक ठरतं, कारण त्याचा धूर-बिंदू अधिक उच्च आहे. तुपाचा धूर-बिंदू ४८५° फॅरनहेट असून लोण्याचा ३५०° फॅरनहेट आहे. याचाच अर्थ बेक करणे, परतणे, भाजणे अशा विविध कृतींसाठी तुम्ही तूप वापरू शकता. शिवाय, त्यातले महत्त्वाचे घटक आणि लाभ नष्ट होण्याची भीतीसुद्धा उरत नाही.

२. फॅट-सोल्युबल व्हिटॅमिन्सने परिपूर्ण

थोडे अधिकचे फॅट-सोल्युबल व्हिटॅमिन मिळवण्यासाठी रोजच्या आहारात तुपाचा समावेश करणं हा उत्तम मार्ग आहे. या तुपातून तुम्हाला व्हिटॅमिन-ए, ई आणि के यांचा पुरवठा आणि चांगल्या दृष्टीपासून तुकतुकीत त्वचेपर्यंत महत्त्वाची भूमिका बजावणाऱ्या अत्यावश्यक पोषकमूल्यांचाही वाढीव पुरवठा मिळतो.

लीकी गट सिन्ड्रोम, आयबीएस किंवा क्रोन्स डिसीजसारख्या परिस्थितीत हे विशेष महत्त्वाचं ठरतं, कारण अन्यथा हे फॅट-सोल्यूबल व्हिटॅमिन-शोषून घेणं शरीराला कठीण जाऊ शकतं. तुमची दैनंदिन गरज पूर्ण करण्याकरता या पोषकमूल्यांची वाढीव मात्रा तुम्हाला तुपातून प्राप्त होते.

३. लॅक्टोज आणि केसीनविरहित

महत्त्वाचं म्हणजे तुपामध्ये लॅक्टोज किंवा केसीन प्रोटीन नसतात. काही लोकांना दुधाची ॲलर्जी असते. केसीनप्रति अति संवेदनशीलतेमुळे हे घडू शकतं. काहींना लॅक्टोज सोसत नाही. ज्यांना केसीनची ॲलर्जी असते त्यांना दुधामुळे ओठ, तोंड, जीभ, चेहरा आणि घशाला सूज येणं, उचक्या लागणं, नाक बंद होणं अशा प्रकारचा त्रास होऊ शकतो.

लॅक्टोज सोसत नसेल तर दुधातलं शर्करा लॅक्टोज त्यांना पचत नाही, पण केसीन ॲलर्जीइतके गंभीर दुष्परिणाम त्यांना सोसावे लागत नाही. लॅक्टोज सोसत नसलं तर ढेकर येणं, पोट जड होणं, मळमळणं, उलट्या होणं, पोटात गुरगुरणं आणि क्रॅम्प (गोळा/पेटका) येणं अशा गोष्टी घडू शकतात. केसीन किंवा लॅक्टोजची ॲलर्जी असणाऱ्यांना सहसा तुपाचा मात्र त्रास होत नाही कारण दुधाचं स्कीमिंग करताना हे घटक वगळले जातात.

४. कॉन्ज्युगेटेड लिनोलिक ॲसिड

तुपामध्ये भरपूर प्रमाणात कॉन्ज्युगेटेड लिनोलिक ॲसिड (सीएलए) असतं. या फॅटी ॲसिडचे अनेक आरोग्यदायी लाभ आहेत. शरीरातलं फॅट कमी करणं, कर्करोगाला आळा घालणं, सूज येण्याचं उच्चाटन करणं आणि रक्तदाब कमी करणं असे त्याचे परिणाम असू शकतात असं काही अभ्यासात आढळलं आहे.

५. ब्युटिरेट किंवा ब्युटिरिक ॲसिड

तुपामध्ये ब्युटिरिक ॲसिड असतं. हे एक शॉर्ट चेन फॅटी ॲसिड असून आतड्याच्या आरोग्यात त्याची भूमिका मध्यवर्ती ठरते. इन्सुलिनची आरोग्यदायी पातळी राखणं, सूज येऊ नये म्हणून कार्य करणं आणि अल्सरेटिव्ह कॉलायटिससारख्या परिस्थितीत असणाऱ्या रुग्णांना आराम मिळवून देण्यात त्याची मदत होऊ शकते असं काही अभ्यासात दिसून आलं आहे.

आपण जेव्हा तंतुमय आहार घेतो, तेव्हा आपल्या 'गट फ्लोरा'कडून हे महत्त्वाचं फॅटी ॲसिड निर्माण केलं जातं. मोठ्या आतड्यातल्या पेशीऊर्जेचा हा प्राथमिक स्रोत आहे. आरोग्य आणि आजार या संदर्भांत महत्त्वाची भूमिका निभावणाऱ्या एका आरोग्यदायी 'गट मायक्रोबायोम'ला चालना देण्यात ब्युटिरेटची भूमिका महत्त्वाची आहे.

६. हाडांच्या आरोग्यासाठी आवश्यक असणारं व्हिटॅमिन के

शरीराला आवश्यक असणारं व्हिटॅमिन के रोज खालेल्या तुपातून नियमितपणे मिळू शकतं. रक्त गोठणं, हृदयाचं आरोग्य आणि मेंदूचं कार्य अशा अनेक आरोग्यदायी घटकांसाठी व्हिटॅमिन के अत्यावश्यक ठरतं. हाडं निरोगी आणि मजबूत ठेवण्यासाठीसुद्धा ते आवश्यक आहे. कारण, हाडांच्या चयापचयात व्हिटॅमिन के प्रत्यक्षपणे कार्य करत असून हाडांमधलं कॅल्शिअम आवश्यक तितकं राखण्याकरता जे विशिष्ट प्रोटीन लागतं त्याचं प्रमाणही व्हिटॅमिन केमुळे वाढतं.

तुपातून व्हिटॅमिन के थोड्या प्रमाणात मिळतं असलं, तरी एकूणच आरोग्यदायी आहार आणि जीवनशैलीशी त्याची सांगड घातली असता ठळक फरक दिसून येतो. शिवाय, तुपाचे लाभ असतात, ते वेगळेच.

७. मीडिअम चेन फॅटी ॲसिडमुळे आरोग्यदायीरीत्या वजन कमी व्हायला मदत होते

तूप आणि खोबरेल तेलात आढळणाऱ्या आरोग्यदायी फॅट्समध्ये मीडिअम चेन फॅटी ॲसिड्स असतात ज्यामुळे फॅट्स जाळण्याच्या आणि वजन कमी करण्याच्या प्रक्रियेला चालना मिळते. २०१५ साली १३ ट्रायल्सचा रिव्ह्यू केला असता असं दिसलं की, मीडिअम चेन ट्रायग्लिसराइड्समुळे वजन कमी होणं, कंबरेचा आणि नितंबाचा घेर कमी होणं, एकूण चरबी आणि पोटाची चरबी कमी होणं हे लाँग चेन ट्रायग्लिसराइड्सच्या तुलनेत अधिक चांगल्या प्रकारे साध्य झालं.

इतकंच नाही, तर शरीरातल्या चरबीचं वस्तुमान कमी होण्याची सांगड तुपातल्या प्राथमिक ॲसिडपैकी एक असणाऱ्या सीएलएशी घातली जाते.

सर्वाधिक परिणाम साध्य करत वजन कमी करण्यासाठी तुपाचा वापर कसा करावा याची उत्सुकता वाटते का? त्यासाठी वनस्पती तेलाच्या अपायकारक फॅट्सच्या जागी तूप वापरू लागा. तुमचे आवडते पदार्थ तुपात बेक करा, परता आणि भाजा आणि तुपाचे अधिकाधिक लाभ पदरात पाडून घ्या.

८. पचन सुधारणाऱ्या ब्युटिरेटचा उत्तम स्रोत

वर उल्लेख केल्याप्रमाणे तुपामध्ये भरपूर ब्युटिरेट आहेत. सर्वंकष पचन-आरोग्य राखण्यासाठी या शॉर्ट चेन फॅटी ॲसिडची आवश्यकता भासते. आतड्यातल्या पेशींना ब्युटिरेटकडून ऊर्जा प्राप्त होते, अडथळा निर्माण करण्याच्या आतड्याच्या कार्याला आधार मिळतो आणि सूज कमी होते.

याशिवाय, काही अभ्यासांतून असं सुचवण्यात आलं आहे की, ब्युटिरेटमुळे बद्धकोष्ठतेतून आराम मिळू शकतो. पोलंडमध्ये करण्यात आलेल्या एक रिव्ह्यूमध्ये असं दिसलं की, शौच विसर्जन करताना तसंच, आतड्यांच्या स्नायूंचं आकुंचन होत असताना होणाऱ्या वेदना ब्युटिरेटमुळे कमी झाल्या. संपूर्ण पचनमार्गातून अन्न पुढे न्यायला मदत झाली.

९. ब्युटिरेटमुळे सूज कमी होते

कुठलंही परकीय आक्रमण झालं, तर सूज येणं हा शरीराचा नैसर्गिक रोगप्रतिकारक प्रतिसाद असला तरी जुनाट रोगांच्या वाढीमागे दीर्घकालीन सूज कारण ठरू शकते असं मानलं जातं.

काही टेस्ट-ट्यूब अभ्यासांत ब्युटिरेटमुळे सूज कमी झालेली दिसून आल्याने तुपाचा समावेश आहारात करणं उपयुक्त ठरू शकतं. संधिवातासारख्या सूज निर्माण करणाऱ्या स्थिती थोपवणं, आयबीडी, अल्झायमर्स, मधुमेह आणि काही प्रकारच्या कर्करोगांत याचा अनुकूल परिणाम दिसू शकतो.

स्पिऱ्युलिना

निळ्या-हिरव्या रंगाची ही अल्गी (शेवाळं) ताज्या पाण्यात आढळणारी वनस्पती असून हल्ली सुपर फूड म्हणून सर्वाधिक चर्चा असणाऱ्या क्लोरेलाइतकंच तिच्यावरही संशोधन झालं आहे. मेक्सिकोपासून आफ्रिका आणि हवाई अशा सर्व ठिकाणी ती जगात वाढवली जाते. तीव्र गंध आणि भरपूर पोषणमूल्यासाठी ती प्रसिद्ध आहे. या सुपर फूडमध्ये असणारी पोषणमूल्यं आणि आरोग्यदायी लाभ या संदर्भात भरपूर शास्त्रीय पुरावा उपलब्ध आहे. आजवर जवळपास १७०० शास्त्रीय लेखांतून तिच्या आरोग्यदायी लाभांचं मूल्यमापन करण्यात आलं आहे.

तुम्हाला जरी स्पिऱ्युलिना ही हिरवं सुपर फूड पेय, एनर्जी बार आणि नैसर्गिक सप्लिमेन्टमधला घटक म्हणून ठाऊक असली तरी तिचे लाभ अतिशय ठळक आहेत. ती रोज घेतल्याने तुमचं आरोग्य पूर्ववत होऊन तुम्हाला टवटवी प्राप्त होऊ शकते.

स्पिऱ्युलिना ही सियानोबॅक्टेरिया या निळ्या-हिरव्या शेवाळाचा भाग आहेत. मानव आणि इतर प्राण्यांना ती खाता येते. आर्थ्रोस्पायरा प्लॅटेन्सिस आणि आर्थ्रोस्पायरा मॅग्झिमा या स्पिऱ्युलिनाच्या दोन जाती आहेत. जगभरात त्यांची लागवड केली जाऊन टॅब्लेट, फ्लेक्स (लहान तुकडे) किंवा पावडरच्या स्वरूपात डाएटरी सप्लिमेन्ट म्हणून किंवा संपूर्ण अन्न म्हणून त्यांचा वापर केला जातो

स्पिऱ्युलिनाचे आरोग्यलाभ

१. जड धातूचं डिटॉक्स (विशेषकरून आर्सेनिक)

जगभरातल्या लोकांना जुनाट स्वरूपाच्या आर्सेनिक टॉक्सिसिटीचा सामना करावा लागत आहे. वर्ल्ड हेल्थ ऑर्गनायझेशननुसार नैसर्गिक स्वरूपात उच्च

पातळीवर उपलब्ध असणाऱ्या रासायनिक आर्सेनिकचा परिणाम यूएसए इथे राहणाऱ्यांवर सर्वांत जास्त झाला आहे.

स्पिऱ्युलिनामध्ये मोठ्या प्रमाणात ॲण्टिऑक्सिडन्ट्स असून ती शरीराचं ऑक्सिडेटिव्ह नुकसानापासून संरक्षण करते. तिच्यातल्या मुख्य घटकाला 'फायकोसायानिन' असं म्हणतात. या ॲण्टिऑक्सिडन्ट्समुळेच तिला तिचा वैशिष्ट्यपूर्ण निळा-हिरवा रंग प्राप्त होतो.

फायकोसायानिन हे फ्री रॅडिकलचा मुकाबला करतं. सूज निर्माण करणाऱ्या रेणूंवर नियंत्रण ठेवतं. अशा प्रकारे, त्यात ॲण्टिऑक्सिडन्ट्स आणि ॲण्टिइन्फ्लामेटरी गुण आहेत.

२. कॅन्डिडाचा विनाश

स्पिऱ्युलिना विरुद्ध कॅन्डिडा! कोण जिंकणार? अर्थात, स्पिऱ्युलिना! संशोधकांच्या मते, 'कॅन्डिडा हे एखाद्या व्यक्तीच्या मुखात, जठर-आंत्र मार्गात आणि योनीतल्या स्रावात आढळणाऱ्या नैसर्गिक 'मायक्रोबायोटा' जातीचं आहे.' याचा काय अर्थ? आपल्या शरीरात आरोग्यदायी 'मायक्रोफ्लोरा'चा समतोल नसेल तर आपण आजार आणि रोगाला पटकन बळी पडू. प्रत्यक्षात, लीकी गट सिन्ड्रोम आणि अपचन या दोन्ही बाबींचा थेट संबंध मायक्रोफ्लोराच्या असमतोलाशी आहे. अति साखर, अनैसर्गिक घटक, ॲण्टिमायक्रोबिअल रेझिस्टन्स आणि परिणामशून्य ॲण्टिफंगल औषधं यांकडे आपला वाढलेला कल या दोन्हींना कारणीभूत ठरलेला आहे. यामुळेच, १९८०पासून यीस्टमुळे होणाऱ्या संसर्गात लक्षणीय वाढ झाली आहे.

प्राण्यांवर केलेल्या बऱ्याच अभ्यासांत स्पिऱ्युलिनाचा चांगला परिणाम दिसून आला आहे. विशेषतः कॅन्डिडासाठी तो परिणामकारक ॲण्टिमायक्रोबिअल घटक ठरला आहे. ज्या आतड्यात कॅन्डिडा वाढतात तिथे स्पिऱ्युलिनामुळे आरोग्यदायी 'बॅक्टेरिअल फ्लोरा'ची वाढ झाल्याचं दिसून आलं आहे. शिवाय, स्पिऱ्युलिनाच्या रोगप्रतिकारक शक्ती वाढवण्याच्या गुणांमुळे कॅन्डिडा पेशींचा नाश करण्यात शरीराला साहाय्य मिळतं.

३. कर्करोग थांबवायला मदत

युनिव्हर्सिटी ऑफ मेरीलॅन्ड मेडिकल सेंटरनुसार अनेक प्राण्यांच्या आणि टेस्ट-ट्यूबमध्ये केलेल्या प्रयोगांतून असं दिसलं की, स्पिऱ्युलिनामुळे

ॲण्टिबॉडीजचं, संसर्गाचा सामना करणाऱ्या प्रोटीन्सचं आणि संसर्ग तसंच कर्करोगासारखे दीर्घकालीन रोग दूर ठेवणाऱ्या पेशींचं उत्पादन वाढतं.

मीडिया ग्राफिक्समध्ये लिहिलेल्या एका संशोधन लेखामध्ये 'ॲण्टिकॅन्सर इफेक्ट्स ऑफ ब्ल्यू-ग्रीन अल्गा स्पिऱ्युलिना प्लानटेसिस, अ नॅचरल सोर्स ऑफ बिलिरुबिन-लाइक टेट्रापायरॉलिक कम्पाउंड्स'बद्दल माहिती दिली आहे. स्वादुपिंडाच्या कर्करोगाच्या प्रयोगात्मक मॉडेलवर स्पिऱ्युलिनाच्या संभाव्य ॲण्टिकॅन्सर परिणामांचं मूल्यमापन करण्यात आलं. स्पिऱ्युलिनाचे संभाव्य ॲण्टिऑक्सिडंट गुण पाहता कर्करोगामध्ये दिल्या जाणाऱ्या किमोथेरपीबरोबर त्याचाही उपयोग होऊ शकतो असंही दिसून आलं.

४. रक्तदाब कमी होतो

हृदयविकाराचा झटका, मूत्रपिंडासारखे जुनाट आजार अशासारख्या गंभीर दुखण्यांमागे उच्च रक्तदाब हे मुख्य कारण असतं. 'जगातलं सर्वाधिक पूर्णान्न' म्हणून ओळखल्या जाणाऱ्या स्पिऱ्युलिनाचा तुमच्या हृदयावर आश्चर्यकारक परिणाम होतो. हृदय सैलावून झटका येणं किंवा इतर संबंधित रोगांची शक्यता कमी होते.

स्पिऱ्युलिनामध्ये फायकोसायानिन हे रंगद्रव्य आढळतं. यामध्ये ॲण्टिहायपरटेन्सिव्ह गुणधर्म असून त्यामुळे रक्तदाब कमी होतो. जपानी संशोधकांचा दावा आहे की, शेवाळं सेवन केल्याने मेटॉबॉलिक सिन्ड्रोममधलं एन्डोथेलिअल डिस्फंक्शन उलट होतं.

स्पिऱ्युलिनामुळे रक्तवाहिन्या अशा पद्धतीने सैलावतात की, एका झटक्यात बाहेर फेकल्या जाणाऱ्या रक्तात वाढ होते. आरोग्यदायी रक्तदाबासाठी साहाय्यकारी असणाऱ्या नायट्रिक ऑक्साइड या रसायनामुळे ही कृती घडते.

५. वाईट एलडीएल आणि ट्रायग्लिसराइड्स पातळीवर नियंत्रण

वाईट एलडीएल, ट्रायग्लिसराइड्स आणि बीएमआय इंडेक्स कमी करण्याच्या दृष्टीने स्पिऱ्युलिना कितपत प्रभावी आहे या संदर्भात जगभरात जोमाने संशोधन सुरू आहे. दर दिवशी २-८ ग्रॅम स्पिऱ्युलिना घेतल्याने लिपिड प्रोफाइलमध्ये लाभ होतो, टीसी, टीजी आणि एलडीएल-सी कमी होतं,

एचडीएल–सी वाढतं. वजन कमी होणं आणि बीएमआय खाली आणण्यात मदत होते.

या 'वंडर फूड'मध्ये निआसिन हे व्हिटॅमिन बी३ असून त्यामुळे डिस्लिपिडिमिया थोपवला जातो आणि हृदय आरोग्यपूर्ण राहायला मदत होते. शरीरात अनैसर्गिक पद्धतीने लिपिड जमल्यास ही अवस्था निर्माण होते. अशा वेळेस, दररोज १ ग्रॅम स्पिऱ्युलिना घेण्याने लिपिड प्रोफाइलवर उत्तम परिणाम दिसून येतो.

६. यकृताच्या डिटॉक्सिफिकेशनला मदत

शरीराला अल्कधर्मी करून यकृत स्वच्छ करण्यासाठी स्पिऱ्युलिना प्रसिद्ध आहे. अनेक प्रकारच्या संशोधनांतून स्पिऱ्युलिनाची निवड नॉन–अल्कोहोलिक फॅटी लिव्हर आणि डिस्लिपिडिमिक विकृतीकरता पर्यायी उपचार म्हणून करण्यात आली आहे.

औषधोपचारांपायी यकृताची झालेली हानी भरून काढण्यातही त्याची मदत होते. म्हणूनच, तुमच्या स्मूदी आणि रसांमध्ये स्पिऱ्युलिनाचा भरपूर वापर करा आणि त्याच्या परिणामकारक लाभांचा फायदा घ्या.

७. ऊर्जापातळी वाढते

ऊर्जा कमी झाली आहे का? या सुपर फूडमध्ये असणाऱ्या पॉलिसॅकराइड (ऱ्हॅम्नोज आणि ग्लायकोजेन) आणि आवश्यक फॅट (जीएलए)मुळे ऊर्जापातळी वाढायला मदत होते. स्नायूंचा थकवा पुढे ढकलला जाऊन श्रम कमी होतात आणि ऊर्जापातळी स्थिर व्हायला मदत होते.

स्पिऱ्युलिनाच्या चवीची सवय व्हायला वेळ लागतो. स्मूदीमध्ये घालून ते गिळणं शक्य नाही असं वाटत असेल तर तुम्ही चक्क त्याची टॅब्लेट घेऊ शकता. ते खरोखरच गुणकारी आहे यावर विश्वास ठेवा.

८. स्मरणशक्ती सुधारते

ॲक्वाकल्चरचं उत्पादन असणाऱ्या स्पिऱ्युलिनाचा प्रसार भविष्यातलं अन्न म्हणून जगभर झाला आहे. स्मरणशक्ती गमावणाऱ्या अपायकारक प्रोटीनची पातळी कमी करून ते ऑक्सिडेटिव्ह नुकसान थोपवतं. अनेक संशोधनांतून दिसून आलं आहे की, पार्किन्सन्स रोगामागे असणारं मेंदूला सूज हे कारण स्पिऱ्युलिनामुळे कमी होतं.

हळद

मानवी इतिहासात सर्वांत जुनं औषध असणारी हळद आयुर्वेदिक औषध म्हणून ४००० वर्षांहून अधिक काळ वापरात आहे. तिच्यात औषधी गुणधर्म असून धार्मिकदृष्ट्या तिला महत्त्व आहे. भारतीय स्वयंपाकात जवळपास प्रत्येक पदार्थात तिचा वापर होतो.

हळदीमध्ये शंभरहून अधिक अद्भुत रासायनिक घटक आहेत. पोटदुखीपासून श्वसनाच्या आजारापर्यंत विविध विकारांवर हळद लागू पडते. 'कुर्कुमिन'सह या रासायनिक घटकांमुळे हळद अशी वैशिष्ट्यपूर्ण ठरते. कुर्कुमिनमुळे सुरेख पिवळा-केशरी रंग प्राप्त होतो. कुर्कुमिनॉइड्स हा रासायनिक घटकांचा समूह हळदीच्या आरोग्यदायी लाभामागे आहे. यामध्ये कुर्कुमिन, डेसमिथॉक्झिकुर्कुमिन आणि बिसडेमिथॉक्झिकुर्कुमिन यांचा समावेश होतो. हळदीमध्ये ट्युमेरॉन, आरट्युमेरॉन आणि झिन्जिबरेन अशी उडून जाणारी तेलं असतात.

मुख्य म्हणजे हळदीत पॉलिफिनॉल्स असतात. ही सेंद्रिय रसायनं असून यांच्यात ॲण्टिइन्फ्लामेटरी गुणधर्म असतात. ग्रीन टीमधलं एपिगॅलोकॅटेचिन, लाल मिरचीतलं कॅप्सिसिन, रेड वाइन आणि ताज्या शेंगदाण्यातलं रेस्व्हेरॅट्रॉल अशा स्वरूपात अन्नात आणि पेयात पॉलिफिनॉल आढळतं.

हळदीमध्ये असणाऱ्या व्हिटॅमिन्स, मिनरल्स, फायबर आणि फायटोकेमिकल्समधून पुढील लाभ होतात –

- रोगप्रतिकारशक्ती वाढते
- आजारांना अटकाव केला जातो
- गंभीर स्वरूपांच्या आजाराची वाढ थोपवली जाते
- शरीरांतर्गत गंभीर आजार निर्माण करू शकणाऱ्या पेशींचा नाश होऊ शकतो

१. हळद आणि एकूण आरोग्य

हळदीमध्ये कुर्कुमिन हा सक्रिय घटक असून आरोग्याच्या दृष्टीने त्याचे अनेक लाभ आहेत. कर्करोग, अल्झायमर, हृदयविकार थोपवणं त्यामुळे

शक्य होतं. त्यात भरपूर ॲण्टिऑक्सिडन्ट्स असून त्यामुळे नैराश्याची लक्षणं आणि संधिवातावर उपाय होत असल्याचं सिद्ध झालं आहे.

२. हळद आणि त्वचा

हळदीमध्ये सूज कमी करणारे गुण असल्यामुळे ती त्वचेला शांत करते. मुरूम, पुटकुळ्या असे त्वचेशी निगडित समस्या दूर करते. नुकत्याच जन्मलेल्या बाळाची त्वचा अतिशय नाजूक असल्याने अंघोळीच्या वेळेस साबणाऐवजी हळद लावण्याची पद्धत भारतात दिसून येते. त्वचेची नैसर्गिक चमक परत आणण्यासाठी मोठ्यांमध्येही हळद उपयुक्त ठरते. त्वचेचा खरखरीतपणाही हळदीने कमी होतो.

३. हळद आणि केस

हळदीमध्ये असणाऱ्या घटकांमध्ये व्हिटॅमिन शोषलं जाऊन केसांच्या वाढीला चालना मिळते. त्यात असणाऱ्या सूज प्रतिरोधक गुणांमुळे कोंडा कमी होऊन डोक्याची त्वचा स्वच्छ राहते.

हळदीमुळे बळकटी वाढते, चमक येते आणि निसर्गतः वाढ होत असल्याने आजकाल घरी करायच्या 'हेअर मास्क'मध्ये हळदीचा वापर केला जातो. त्यासाठी इतर नैसर्गिक घटकांसमवेत हळद मिसळली जाते.

४. हळद आणि सर्दी

प्रतिकारशक्ती वाढवण्याच्या दृष्टीने आपले पूर्वज हळदीचा विपुल वापर करत आले आहेत. म्युकस (शेंबूड) विघटित होऊन फुप्फुसाकडे जाणारे मार्ग खुले होतात म्हणूनच, साध्या सर्दीत घरगुती उपाय म्हणून हळद वापरली जाते. कुर्कुमिनमुळे फुप्फुसाचा कर्करोग तसंच श्वसनमार्गात आलेली सीओपीडीसारखी सूज कमी होते असं अलीकडच्या काळात झालेल्या संशोधनातून दिसून आलं आहे. हळद ताजी, कोरडी आणि चूर्णाच्या स्वरूपात वापरता येते. हळदीच्या गुणधर्माचा लाभ घेण्यासाठी तुमच्या रोजच्या आहारात तिचा वापर करा.

५. हळद आणि मासिक पाळी

स्त्रियांमधल्या संप्रेरकांशी निगडित समस्या आणि पाळीची अनियमितता या दोन्हींसाठी हळद सर्वोत्तम औषधी वनस्पती मानली जाते. तिच्यात

असणाऱ्या ॲण्टिस्पाझमॉडिक गुणांमुळे मासिक पाळीत जाणवणाऱ्या वेदना कमी होतात. म्हणूनच, त्या काळात नैसर्गिक वेदनाशमक म्हणून हळदीचा सरसकट वापर होतो.

कोलॅजेन

तुमचं आवडत बॉडीलोशन किंवा व्हिटॅमिनमध्ये असणारं सप्लिमेन्ट म्हणून तुम्ही कोलॅजेन हे नाव ओळखलं असेल. कोलॅजेन म्हणजे काय? त्याने नेमकं काय होतं? तुम्ही ते तुमच्या जीवनात कसं वापरू शकता?

आपल्या शरीरात प्रोटीन म्हणून, विशेषतः टाइप-१ स्वरूपात कोर्लेजेन भरपूर प्रमाणात आढळतं. कोलॅजेन हा शब्द ग्रीक शब्दातून निर्माण झाला असून 'कोला' म्हणजे 'गम (डिंक)' आणि 'जेन' म्हणजे 'निर्माण करणारा'. कोलॅजेन हे प्रोटीन असून प्राण्यांच्या बाह्यपेशीय मॅट्रिक्स आणि कनेक्टिव्ह टिशूमध्ये ते तंतुमय स्वरूपात असतं (रामशॉ ॲट आल, २००९). आपल्या शरीरात स्नायू, हाडं, त्वचा, रक्तवाहिन्या, पचनसंस्था, टेन्डन्स अशा प्रत्येक ठिकाणी ते आढळतं. त्याच्यामुळे त्वचेला ताकद आणि लवचिकता प्राप्त होते. मृत त्वचापेशींच्या जागी नवीन पेशी येतात म्हणूनच कोलॅजेन अतिशय उपयुक्त आहे. आपले सांधे आणि टेन्डन्सबाबत बोलायचं, तर शरीराला एकत्र बांधणारा तो 'ग्ल्यू-डिंक' आहे.

आपलं वय होऊ लागलं की, शरीरातले कोलॅजेनचे साठे कमी होऊ लागतात. ते कमी झाल्याने सुरकुत्या, लोंबणारी त्वचा, कार्टिलेज (कूर्चा) अशक्त झाल्याने किंवा झिजल्याने होणारी सांधेदुखी या वयाच्या खुणा दिसू लागतात. उच्च शर्करायुक्त आहार, धूम्रपान आणि उन्हात अति फिरणं यांमुळे कोलॅजेनचे साठे कमी होऊ शकतात. कोलॅजेनशी निगडित आजार हे साधारणतः जनुकीय दोष, कोलॅजेन कमी असणारा आहार घेणं, पोषकमूल्यांची कमतरता किंवा कोलॅजेन निर्मितीवर (संश्लेषण) परिणाम करणाऱ्या पचनाच्या समस्या यांतून उद्भवतात.

बरेचदा कोलॅजेनला कॉम्प्लेक्स प्रोटीन म्हटलं जातं. त्यामध्ये असणारे एकोणीस वेगवेगळे अमायनो ॲसिड लक्षात घेता हे स्वाभाविक आहे. त्यात, महत्त्वाचे नसलेले (ज्यांना कन्डिशनल म्हटलं जातं) आणि महत्त्वाचे असे दोन्हीही प्रकार येतात. अर्जिनाइन, ग्लुटामाइन, ग्लायसाइन आणि

प्रोलिनसारखी अधिकाधिक कन्डिशनल अमायनो ॲसिड्स मिळवण्यासाठी कोलॅजेन हा उत्तम मार्ग आहे.

कोलॅजेनमध्ये अमायनो ॲसिड्सचं सर्वोच्च प्रमाण आढळतं. त्याचे विविध लाभ असून ते पुढीलप्रमाणे आहेत.

१. प्रोलिन – कोलॅजेनचा १५% भाग प्रोलिनचा असतो. तुमचं शरीर योग्य प्रकारे राहण्याची खात्री करण्यात प्रोलिन आणि ग्लायसिनची भूमिका विशेष महत्त्वाची असते. रक्तवाहिन्यांची अखंडता राखणं, सांध्यांचं आरोग्य सुधारणं आणि इतर अनेक कार्डिओव्हॅस्क्युलर लाभ प्रोलिनमुळे प्राप्त होतात.
२. ग्लायसिन – कोलॅजेनमध्ये साधारण १/३ ग्लायसिन आढळतं. आकारानुरूप ते सर्वांत लहान अमायनो ॲसिड असलं तरी शरीरावर त्याचा मोठा प्रभाव पडतो. शरीरांतर्गत पेशींचं कार्य योग्यरीत्या चालत असल्याची खात्री करण्यासाठी डीएनएचे सुदृढ धागे बांधायला ग्लायसिन मदत करतं. सुदृढ स्नायू विकास होण्यासाठी आणि व्यायाम करताना ऊर्जानिर्मिती वाढवण्यासाठी कारणीभूत असणाऱ्या क्रिॲटिनची निर्मिती ज्या तीन अमायनो ॲसिडमुळे होते त्यांपैकी ग्लायसिन एक आहे.
३. ग्लुटामाइन – हे शरीरातलं सर्वांत महत्त्वाचं आणि मुबलक प्रमाणात असणारं अमायनो ॲसिड आहे. आपल्या स्नायूंमध्ये आणि आपण खात असलेल्या अन्नातूनही त्याची निर्मिती होते. संशोधनातून दिसून आलं आहे की, अस्वस्थता, चिंता, ताण, झोपेच्या समस्या, निद्रानाश, एकाग्रता करण्यात येणारं अपयश, वाईट पचनशक्ती, क्षीण झालेली प्रतिकारशक्ती आणि कमी ऊर्जा हे सगळं थोपवण्यात ग्लुटामाइन मदत करतं. *अमेरिकन जर्नल ऑफ क्लिनिकल न्युट्रिशन*मध्ये छापलेल्या एका अहवालानुसार विकास संप्रेरकांच्या निर्मितीवर त्याचा अनुकूल परिणाम होतो. यामुळे मानसिक आरोग्याशी निगडित घटकांत सुधारणा होऊ शकते. आंतरिक शांती आणि शांतता वाढवणारं जीएबीए मुक्त करायला मदत होऊ शकते. क्लुटामाइनमधून मोठ्या प्रमाणात निर्माण होणारं नायट्रोजन जखमा बऱ्या करायला, स्नायूंचा ऱ्हास आणि सांधेदुखी थांबवायला मदत करतं.

४. अर्जिनाइन – याला सामान्यतः एल–अर्जिनाइन म्हणतात. हे शरीरात नायट्रिक ॲसिड म्हणून विघटित होतं. रक्तवाहिन्या आणि हृदयाच्या आरोग्यासाठी हा घटक महत्त्वाचा आहे. अर्जिनाइनमुळे रक्ताभिसरण सुधारतं, रोगप्रतिकारक शक्ती वाढते आणि पुरुषांच्या कामभावनेवर अनुकूल परिणाम होतो.

कोलॅजेनचे आरोग्यासाठी होणारे लाभ असे –

१. त्वचा आणि केसांचं आरोग्य सुधारतं

त्वचेसाठी कोलॅजेन? कोलॅजेनचा हा फायदा अव्वल ठरतो. त्यामागे कारण आहे. वय होतं तसं कोलॅजेनचं उत्पादन कमी होतं. तुम्ही हे वाचत असतानाही ते प्रत्यक्ष तसं घडत आहे. त्वचा कोमल होते, सैल पडते, सुरकुत्या वाढतात, लवचिकता कमी होते. कोलॅजेनची पातळी उच्च असली तर त्वचा घट्ट दिसते, मुलायमपणा वाढतो, त्वचेच्या पेशी नव्याने तयार होत नैसर्गिकरीत्या स्वतःला बरं करतात. कोलॅजेनमुळे सेल्युलाइट आणि स्ट्रेचमार्क्स कमी होतात. कोलॅजेन कमी झाल्यामुळे त्वचेची लवचिकता कमी होऊन सेल्युलाइट जास्त दिसू लागतं. त्वचा पातळ झाल्यामुळे सेल्युलाइट नजरेत भरू लागतं. पृष्ठभागाखाली जे काही घडतं आहे ते आता दडवलं जात नाही. कोलॅजेनमुळे त्वचेची लवचिकता वाढून संभाव्य खळगे/ खड्डे दिसणं कमी होतं.

२. सांधेदुखी आणि झीज कमी करतं

आजकाल तुमचे पाय फार कडक झाले आहेत, चालताना फार दुखतात असं तुम्हाला वाटतं का? तसं होत असेल तर तो कोलॅजेन कमी होण्याचा दुष्परिणाम आहे. ते कमी झालं की आपले टेन्डन्स आणि लिगामेन्ट्स कमी सहजतेने हलतात, कडक होऊ लागतात, सांधे सूजतात आणि इतर अनेक अडचणी उद्भवतात.

कोलॅजेन हे जेलसारखं मऊ असतं. ते आपल्या हाडांना आच्छादतं आणि एकत्र ठेवतं. त्याच्यामुळे आपल्या हालचाली वेदनाविरहित होतात. दाराच्या करकरणाऱ्या बिजागिरीला जसं तेलपाणी केलं जातं तसाच कोलॅजेनचा उपयोग होतो हे लक्षात घ्या. कोलॅजेन जास्त असलं तर सांधे सहजपणे

हलवायला मदत होते. वयोमानाप्रमाणे जाणवणाऱ्या वेदना कमी होतात आणि सांध्यांची झीज होण्याची जोखीम कमी होते. ऑस्टिओआर्थ्रायटिस आणि सांध्याशी निगडित इतर वेदना तसंच विकृती यांच्यावर परिणामकारक उपचार म्हणून कोलॅजेन लागू पडतं असं आजकालच्या संशोधनात दिसून आलं आहे यात आश्चर्य ते काय?

ऑस्टिओआर्थ्रायटिस आणि ऑस्टिओपोरायसिसमध्ये कॅल्शिअमशी सांगड घातलेलं कोलॅजेन उपयुक्त ठरतं, ते कॅल्शिअमला धरून ठेवतं, अशक्त होणाऱ्या हाडांवर नियंत्रण ठेवतं. सहसा, हाडांना बळकटी देणं आणि लवचिकता वाढवणं याकरता कॅल्शिअम आणि कोलॅजेन एकत्र दिलं जातं.

३. 'लीकी गट' बरं व्हायला मदत करतं

लीकी गट सिन्ड्रोममध्ये शरीरासाठी वाईट असणारे दूषित घटक पचनमार्गात पोहोचू शकतात. अशा स्थितीत कोलॅजेनची उत्तम मदत होते. ते प्रोटीनचं विघटन करून आतड्याच्या अंतर्भागाला शांत करतं, आतल्या बाजूच्या दुखावलेल्या पेशीभित्तिका बऱ्या करतं आणि बऱ्या करणाऱ्या अमायनो ॲसिडशी त्यांना एकवटतं.

कोलॅजेन अधिक प्रमाणात घेण्याचा पचनाच्या दृष्टीने होणारा सर्वांत मोठा लाभ म्हणजे कनेक्टिव्ह टिशू तयार करायला ते मदत करतं आणि जठर-आंत्र मार्गाच्या संरक्षक अस्तराला सीलबंद करून बरं करतं. आतडी आरोग्यदायी नसतील तर होणारी जळजळ किंवा त्रास हेच अनेक आजारांचं मूळ असल्याचं आता लक्षात आलं आहे. आतड्यांचं आरोग्य चांगलं नसलं, गट-मायक्रोबियोममध्ये बदल झाले, आतड्याच्या अस्तराच्या झिरपण्यात बदल झाला, तर रक्तप्रवाहात कण प्रवेश करू शकतात, त्यापायी जळजळ होऊ लागते (म्हणूनच लीकी गट सिन्ड्रोम म्हणतात).

४. नखं, केस आणि दात सरळ होतात

तुमची नखं दुभंगतात, त्याचे पापुद्रे निघतात असं झालं आहे का? कोलॅजेनची कमतरता हे त्यामागचं कारण असू शकतं. कोलॅजेनमधल्या प्रोटीनमुळे नखं, केस आणि दातांची घडण होते. नैसर्गिक प्रोटीन वाढवण्याच्या दृष्टीने आहारात कोलॅजेन वाढवलं तर सप्लिमेन्ट म्हणून ते अत्युत्तम ठरतं. अशक्त आणि पटकन तुटणारी नखं बळकट होतात आणि केसही लांब आणि सशक्त व्हायला मदत होते.

१. कोलॅजेनमुळे दात घट्ट आणि हिरड्या निरोगी राहतात. कनेक्टिव्ह टिशूमध्ये असणाऱ्या कोलॅजेन फायबरने आपले दात घडलेले असल्यामुळे शरीरात कोलॅजेनचं प्रमाण कमी असलं की, दात पडतात असा संबंध अनेक अभ्यासांतून लावला गेला आहे. म्हणूनच, छानसं हसू चेहऱ्यावर सदैव खिळावं म्हणून पुरेसं कोलॅजेन सेवन करत असल्याची खात्री करून घ्या.

५. जखमा बऱ्या व्हायला मदत होते

कोलॅजेनमुळे कनेक्टिव्ह टिशूंची बांधणी होते. स्नायू, त्वचा आणि सांधे बळकट ठेवण्याच्या कार्याला ह्या टिशूंकडून चालना मिळते. विशेषतः, स्पोर्ट्समध्ये झालेल्या दुखापतीनंतर कमी झालेलं स्नायू वस्तुमान सुधारायला मदत होते. आपली हाडं, लिगामेन्ट्स आणि कार्टिलेज बळकट राखण्यासाठी कोलॅजेनची पातळी योग्य ठेवू या.

६. हृदयाचं आरोग्य राखतं

तुमचं हृदय नैसर्गिकरीत्या तंदुरुस्त आणि आरोग्यदायी ठेवा. कोलॅजेन घेतल्यामुळे तुमच्या रक्तवाहिन्या बळकट राहायला आणि रक्ताभिसरण सुधारायला मदत होईल. हृदय आणि रक्ताभिसरण संस्था सुदृढ असतील तर त्या अनुषंगाने उद्भवणारे रोग हातभर दूर ठेवता येतात आणि आयुर्मान वाढू शकतं.

शाकाहारी आणि मांसाहारी बोन ब्रॉथ पाककृती

बोन ब्रॉथमध्ये कोलॅजेन असून हाडं, कनेक्टिव्ह टिशू आणि त्वचा पुन्हा वाढण्यासाठी त्याची आवश्यकता असते. सांध्यांचं रक्षण करणं, पचनाला मदत करणं आणि सूज कमी करण्यासाठी प्रयत्न करणं याकरता बोन ब्रॉथ उपयुक्त ठरतं.

कोलॅजेनचे लाभ मिळण्यासाठी लागणारं बोन ब्रॉथ करण्याच्या सोप्या कृती –

१. शाकाहारी व्यक्तींसाठी – बोन ब्रॉथ कोलॅजेन पावडर, आलं, सिलॅन्ट्रो, लाइम, जिरं, काळं मिरं आणि मीठ पाण्यात उकळा आणि गाळून प्या.

२. एका मोठ्या पातेल्यात पाणी घेऊन त्यात वाकामे सी-वीड, शीताके मशरूम, खोबरेल किंवा ऑलिव्ह तेल, हळद आणि पालक किंवा केळं घालून तासभर उकळा. हेल्थ फूड स्टोअर आणि ऑनलाइन तुम्हाला वाळलेल्या वाकामे सी-वीडची पाकिटं मिळू शकतात. समजा ती मिळाली नाहीत तर पर्याय म्हणून तुम्ही नोरी सी-वीड वापरू शकता.

३. घरात उपलब्ध असलेल्या भाज्यांमधून हा तिसरा शाकाहारी प्रकार करणं सोपं आहे. पुढे दिलेल्या भाज्या पाण्यात उकळा - ताज्या चिरलेल्या हिरव्या पालेभाज्या, पत्ताकोबी, केळं, गाजर, सेलरीचे देठ, रताळं, बडीशेपचा कंद (फेनेल बल्ब), कांदे, लीकची मुळं, वाकामे (ऐच्छिक), ताजं आलं, ताजी हळद, लसूण पाकळ्या आणि कढीपत्ता

४. मांसाहारी बोन ब्रॉथ - भरपूर मॅरो (हाडातली चरबी) असलेली हाडं (बीफ, चिकन, टर्की, पोर्क) मंदाग्नीवर (दीर्घ काळ) उकळत ठेवली जातात किंवा प्रेशर कुकरमध्ये किमान ३-४ तास शिजवली जातात. गार झालं की हे मिश्रण त्यात असणाऱ्या जिलेटिनमुळे जेलीसारखं दिसतं.

अश्वगंधा

अश्वगंधाबद्दल भरपूर बोललं गेलं असून, ही औषधी वनस्पती किती महत्त्वाची आहे हे लोकांच्या लक्षात येऊ लागलं आहे. आयुर्वेदात अश्वगंधाला महत्त्वाचं स्थान आहे. त्याची अधिकतर लागवड मध्य भारतात होते. संस्कृतमध्ये अश्वगंधा म्हणजे 'घोड्याचा गंध'. खरोखरच, अश्वगंधाला तीव्र गंध आणि बळकटी देण्याची क्षमता असते. वैश्विक स्तरावर अश्वगंधाचं महत्त्व लक्षात आलं असून या आश्चर्यकारक वनस्पतीची अधिक माहिती मिळवण्यासाठी मोठ्या प्रमाणावर क्लिनिकल स्टडीज केल्या जात आहेत. या वनस्पतीच्या अनेक उल्लेखनीय लाभांचे पुरावे मोठ्या प्रमाणात गोळा केले जात आहेत.

अश्वगंधाला 'इंडियन विन्टर चेरी' किंवा 'इंडियन जिन्सेंग' म्हणतात. अनेक पारंपरिक भारतीय प्रणालींमध्ये औषध म्हणून त्याचा वापर होतो.

शरीर–मनाला तारुण्यावस्था देणाऱ्या रसायनाचा तो एक भाग होता. 'रसायन' हा वनौषधींचा काढा असून नैसर्गिक हीलिंगच्या तत्त्वानुसार कार्य करणारं ते पर्यायी औषध आहे. गेल्या ३०००हून अधिक वर्षं ताण–तणावमुक्ती करून एकाग्रता वाढवण्यासाठी त्याचा वापर होत आहे.

अश्वगंधामध्ये असणाऱ्या अल्कलॉइड्स/विथॅनोलाइड्समुळे प्रतिकारशक्ती वाढते आणि अनेक मानसिक आजारांवर उपचार होतात. या वनौषधीची मुळं आणि पानं अनेकविध वैद्यकीय उत्पादनांत वापरली जातात.

अश्वगंधाचे महत्त्वाचे लाभ पाहू या –

१. रक्त शर्करेची पातळी कमी होते

मधुमेह झालेल्या व्यक्ती आणि आरोग्यदायी व्यक्ती या दोन्हींच्याही रक्तातल्या शर्करेची पातळी या आश्चर्यकारक वनौषधीमुळे कमी होते असं अभ्यासांती दिसून आलं आहे. आपल्या रक्तातल्या शर्करेवर नियंत्रण ठेवणारं इन्सुलिन हे महत्त्वाचं संप्रेरक असून त्याच्यात कमतरता निर्माण झाली की एक प्रकारचा मधुमेह निर्माण होतो. अश्वगंधामुळे इन्सुलिनचा स्राव वाढून त्याची संवेदनशीलताही वाढते.

२. ताण–तणाव आणि चिंता कमी होते

नैराश्याशी निगडित असणाऱ्या ताण–तणाव आणि चिंतेत आताशा वाढ झालेली दिसते. लोकांना रात्रंदिन त्याचा सामना करावा लागत आहे. या ताण–तणावावर उपचार करण्यासाठी नैसर्गिक उतारा उपलब्ध आहे. चेताप्रणालीकडून येणाऱ्या सिग्नलवर नियंत्रण ठेवून अश्वगंधा ताण–तणावाला आडकाठी कसं करतं या संदर्भात मोठ्या प्रमाणावर संशोधन झालं आहे. तसंच, ताण–तणावाशी झटणाऱ्या लोकांमधली लक्षणंही त्यामुळे कमी झाली आहेत.

तणावपूर्ण परिस्थिती निर्माण झाली की प्रतिसाद म्हणून आपल्या ग्रंथींतून कॉर्टिझॉल हे ताण–संप्रेरक स्रवू लागतं. ते अतिरिक्त प्रमाणात स्रवलं की, रक्तातली शर्करेची पातळी आणि पोटाभोवतीची चरबी वाढते. वर्षानुवर्षं ताण–तणाव झेलणाऱ्या व्यक्तींना अश्वगंधा सप्लिमेन्ट घेण्याचा भरपूर लाभ झालेला दिसून आला आहे.

अश्वगंधामुळे आयुष्यात इंद्रधनू उमटतं. म्हणून नियमितपणे अश्वगंधा घ्या. नैराश्याची लक्षणं कमी करायला ते मदत करत असल्याने तुम्हाला आनंदी होण्याची संधीसुद्धा मिळते.

३. शरीरातली सूज कमी करतं

नैसर्गिक वेदनाशामक म्हणून काम करणाऱ्या, तसंच संसर्गाचा सामना करणाऱ्या रोगप्रतिकारक पेशींची कार्यक्षमता अश्वगंधामुळे वाढते असं अनेक अभ्यासांती लक्षात आलं आहे. हृदयरोगाच्या जोखमीशी जोडण्यात आलेल्या सी-रिॲक्टिव्ह प्रोटीनमुळे येणारी सूजदेखील या रोगप्रतिकारक पेशींमुळे कमी होते.

अश्वगंधा नामक आश्चर्यकारक वनौषधी रोज घ्या आणि तुमची रोगप्रतिकारक शक्ती अधिक वाढवा, संसर्गांचा नैसर्गिकरीत्या सामना करा.

४. न्युरोडिजनरेटिव्ह रोगांचा सामना

विथनामाइड हा अश्वगंधामध्ये सक्रिय असणारा घटक असून अल्झायमरमध्ये कार्यरत असणाऱ्या बी-ॲमिलॉइड-इंड्युस्ड-प्लॅकशी हा घटक लढतो. आपल्या मेंदूतल्या फ्री रॅडिकल्सचा चट्टामट्टा करण्याचं आणि त्यायोगे पेशींना होणारं नुकसान थांबवण्याचं काम या नैसर्गिक ऑक्सिडंटकडून होतं. पार्किन्सन्सच्या आजारातही अश्वगंधामुळे लाभ झाल्याचं दिसून आलं आहे.

सातत्याने ताण-तणाव येण्याच्या दृष्टीने आपली शरीररचना झालेली नसून त्यापायी आपल्या एकूणच आरोग्यावर प्रतिकूल परिणाम होऊ शकतो. अश्वगंधा सप्लिमेन्ट घेण्याने ॲड्रिनल ग्रंथींना आधार मिळून या ग्रंथींकडून निर्माण होणाऱ्या संप्रेरकांच्या उच्च किंवा निम्न पातळीचा नकारात्मक प्रभाव कमी होतो.

कडुनिंब

ॲझॅडिरॅक्टा इंडिका म्हणजेच कडुनिंब हे भारताचं सर्वोत्तम गुपित म्हणायला हवं. या झाडाला इतिहासपूर्व काळापासून महत्त्व प्राप्त झालं आहे. केशर, हळद, काळं मिरं आणि रेशीम अशा महागड्या वस्तूंपायी अनेकांना भारताबद्दल असूया वाटत असे. हे सर्व घटक समुद्रापार नेणं जरी ब्रिटिशांना शक्य झालं तरी कडुनिंबाचं महत्त्व जाणण्यात ते अपयशी ठरले. त्यांना जर

त्या वेळेस या आश्चर्यकारक वनौषधीचं महत्त्व लक्षात आलं असतं तर आजमितीला कडुनिंबाचा बोलबाला जगभर झाला असता.

कडुनिंबामध्ये ॲण्टिबॅक्टेरिअल आणि ॲण्टिफंगल गुणधर्म असून त्वचा आणि केसांसाठी, तसंच इतर अनेक उपचारांसाठी त्याचा सामान्यतः वापर करण्यात येतो.

नावाप्रमाणेच कडू असलेली या झाडाची पानं खाण्याचा विचारही आपल्याला नको वाटत असला तरी त्याचे अतोनात लाभ आहेत. त्याच्यात ॲण्टिइन्फ्लामेटरी आणि ॲनेल्जेसिक गुणधर्म असल्याने प्रकृती उत्तम राखण्याबरोबरच त्वचासुद्धा निरोगी राखायला मदत होते. कडुनिंबाच्या झाडाच्या प्रत्येक भागात औषधी गुणधर्म असून विविध औषधांत त्यांचा वापर केला जातो.

हीलिंग योग्य प्रकारे होण्यासाठी कडुनिंबाचा वापर साडेचार हजार वर्षांपूर्वीदेखील केला जात असे असं दिसून येतं. त्याच्या प्रत्येक भागात असणाऱ्या औषधी गुणधर्मामुळे त्याला 'डिस्पेन्सरी' मानलं जातं.

कडुनिंबाचे काही गुणधर्म असे –

१. रक्त शुद्ध करतं

सर्वोत्तम ॲण्टिसेप्टिक, ॲण्टिव्हायरल आणि ॲण्टिबॅक्टेरिअल घटक आहे. त्याने रक्त शुद्ध होऊन त्यायोगे अंतर्गत प्रणाली स्वच्छ होतात. त्याच्या कडू चवीत शीतलता असल्याने शरीरातली वाढलेली उष्णता कमी व्हायला मदत होते. यकृत आणि मूत्रपिंडासारख्या महत्त्वाच्या भागाच्या कार्यात अडथळा आणणारे, अपायकारक दूषित घटक रक्तातून काढण्याचं काम ते करतं.

२. त्वचा सुधारते

अनेक वर्षांपूर्वी तुमच्या आजीचा कडुनिंबावर फार विश्वास होता. लोकांच्या त्वचेशी निगडित समस्यांवर ते जादूसारखा इलाज करतं. आरोग्यदायी आणि स्वच्छ त्वचा प्राप्त होण्यासाठी कडुनिंबाला प्राधान्य दिलं जातं. त्याच्या तेलाने जखमा बऱ्या होतात आणि त्वचा निरोगी राखली जाते. त्याच्या ॲण्टिइन्फ्लामेन्टरी गुणधर्मामुळे मुरूम-पुटकुळ्या आणि त्वचेशी निगडित इतर समस्या कमी होतात. त्यात व्हिटॅमिन सी असल्यामुळे त्वचा मलूल होणं किंवा सुरकुतणं कमी होतं. त्वचेची लाली आणि खाजही कमी होते.

३. रोगप्रतिकारक शक्ती वाढते

कडुनिंबामुळे लिम्फोसायटिक आणि सेल-मिडिएटेड इम्युन सिस्टिमला शरीरातली रोगप्रतिकारक शक्ती वाढवायला मदत मिळते असं संशोधनातून सुचवलं गेलं आहे. डिटॉक्सिफिकेशन करण्याच्या गुणामुळे कडुनिंब उत्तम रोगप्रतिकारक बूस्टर मानलं जातं. म्हणूनच, रोजच्या सप्लिमेन्टमध्ये त्याचा अंतर्भाव करा.

४. शर्करा स्थिर करतं

'डब्ल्यूएचओ'ने दावा केला आहे की, वर्ष २०३०पर्यंत वैश्विक स्तरावर मधुमेह हा सातवा मारक रोग ठरेल. मधुमेह हा चयापचयाशी निगडित दीर्घकालीन आजार असून रक्तशर्करा सातत्याने वाढल्याने तो होतो. हृदय, रक्तवाहिन्या, डोळे, मूत्रपिंड आणि चेता (नर्व्ह) यावर त्याचा गंभीर परिणाम होऊ शकतो.

कडुनिंबातले काही विशिष्ट घटक डायबिटीस मेलिटसवर लाभदायक ठरतात असं दिसून आलं आहे. *इंडियन जर्नल ऑफ फिजिऑलॉजी ॲण्ड फार्माकॉलॉजी*मध्ये प्रकाशित झालेल्या एका अभ्यासानुसार एखादा रोग थोपवणं किंवा तो लांबणीवर टाकणं यासाठीसुद्धा कडुनिंब उपयुक्त ठरू शकतो. *स्टडीज ऑन एथ्नो-मेडिसिन* या जर्नलमध्ये प्रकाशित झालेल्या लेखांनुसार कडुनिंबाच्या चूर्णात पुरुषांमधल्या नॉन-इन्सुलिन-डिपेन्डन्ट मधुमेहात, मधुमेहाची लक्षणं नियंत्रित करण्याचा गुणधर्म असल्याचं दिसून आलं आहे. मुळात, नैसर्गिक श्रेणीत असणाऱ्या आरोग्यदायी रक्तशर्करा पातळीलादेखील कडुनिंबाचं साहाय्य लाभतं.

५. पचनशक्ती सुधारते

सरसकट आरोग्याच्या दृष्टीने निरोगी पचनसंस्था अतिशय महत्त्वाची ठरते. अपचन आणि जळजळ यांपासून पोटाचं रक्षण करत कडुनिंब आरोग्यदायी पचनसंस्थेला चालना देतं. शरीरातले दूषित घटक काढायला मदत करतं. शरीरातल्या अतिरिक्त अल्कांचा दाटपणा कमी करतं.

६. वजन व्यवस्थापनात मदत

शरीरातल्या फॅटचं विघटन करायला मदत करून, चयापचयात सुधारणा करत वजन ताळ्यावर ठेवण्यात कडुनिंब साहाय्य करतं. कडुनिंब चूर्ण, लिंबू

आणि हळद एकत्रित वापरून पाहा. त्याने तुमचं चयापचय सुधारून इतर लाभ दिसतील.

कडुनिंबात कफशामक गुणधर्म असून त्यामध्ये योग्यरीत्या पचन करून फॅट आणि पाणी काढून टाकायला शरीराला मदत होते. त्यामुळे, शरीरात पाणी साठून राहत नाही.

बेरीज (फळ)

आरोग्यदायी आहारांपैकी बेरीज एक आहेत. त्या चविष्ट असून त्याचे अनेक लाभ आहेत. कैक प्रकारच्या बेरीज उपलब्ध असल्या तरी ब्ल्यूबेरी, रासबेरी, गोजिबेरी, बिलबेरी, स्ट्रॉबेरी, असाईबेरी, क्रॅनबेरीज आणि द्राक्षं हे त्यातले सरसकट आढळणारे प्रकार आहेत.

'बेरी' या जुन्या इंग्लिश शब्दाचा अर्थ 'द्राक्ष' असा होतो. इंग्लिश भाषेचा प्रसार जगभर झाल्यानंतर स्थानिक स्तरावरच्या, द्राक्षासारख्या दिसणाऱ्या फळांच्या नावापुढे 'बेरी' हे पद लावलं जाऊ लागलं. त्यावरून ब्ल्यूबेरी, एल्डरबेरीज अशी तत्सम नावं पडली.

आजच्या युगात बेरीचं मार्केटिंग झपाट्याने होऊ लागलं आहे. त्यातून लगेच मिळणारी ऊर्जा आणि चेहऱ्यावर येणारी झळाळी यांमुळे हे नवं सुपर फूड पाहता पाहता लोकप्रिय झालं आहे. इतर अन्नपदार्थांना बेरीची जोड देऊनही त्याचे लाभ प्राप्त होतात. तुम्ही त्या नुसत्या खाऊ शकता. योगर्ट, ओटमिल आणि सॅलडसारख्या ताज्या किंवा गोठलेल्या किंवा उच्च पोषकमूल्य असणाऱ्या पदार्थांतही घालून खाऊ शकता.

आरोग्याला होणारे बेरीजचे लाभ -

१. ॲण्टिऑक्सिडन्ट्सनी परिपूर्ण

शरीरात झपाट्याने वाढून फ्री रॅडिलक्सनी ठरावीक पातळी ओलांडली की ऑक्सिडेटिव्ह स्ट्रेस (ताण) निर्माण होतो. बेरीजमध्ये ॲन्थोसायानिन, एलॅजिक ॲसिड आणि रेस्व्हेरॅट्रॉलसारखे ॲण्टिऑक्सिडन्ट्स मुबलक प्रमाणात असून ऑक्सिडेटिव्ह ताण नियंत्रणात ठेवण्यात ते महत्त्वाची भूमिका निभावतात.

२. भरपूर तंतुमय

बेरीजमध्ये तंतूचं प्रमाण उच्च असून त्यात विरघळणारे तंतूदेखील आहेत. त्यामुळे, पटकन पोट भरल्याची भावना निर्माण होऊन भूक कमी होते. त्यातून कमी कॅलरीज पोटात गेल्यामुळे वजन आटोक्यात राहतं. उच्च तंतुमयतेमुळे त्यांच्यात कार्बोहायड्रेट्सचं प्रमाण कमी असतं. वजन आटोक्यात राहण्याच्या दृष्टीने हाही एक फायदा आहे. तेव्हा, ही आश्चर्यकारक फळं भरपूर खा.

३. उच्च पोषकमूल्यं

बेरीजमध्ये व्हिटॅमिन सी, व्हिटॅमिन के१ आणि मँगनीज, कॉपर आणि फोलेटसारखी खनिजं आहेत. यामुळे तुमच्या शरीराला सर्वंकष पोषकमूल्यं प्राप्त होतात. पेशी रक्षणापासून आयर्न शोषून घेण्यापर्यंत अनेक लाभ या फळांच्या सेवनाने प्राप्त होतात. चेता आणि स्नायूंकडून मिळणारे सिग्नल्स पुढे पाठवायला मदत होते.

४. हृदय निरोगी ठेवतात

आपल्या रक्तवाहिन्यांच्या भित्तिकांमध्ये असणाऱ्या इन्डोथेलिअल पेशी रक्तदाब नियमित ठेवायला मदत करतात. अति सूज आली की, या पेशींच्या कार्यात अडथळा येतो. हृदयविकारामागचं हे महत्त्वाचं कारण आहे. बेरीजमुळे इन्डोथेलिअल पेशींचं कार्य सुधारतं, सूजही कमी होते असं अभ्यासांती दिसून आलं आहे.

५. मानसिक आरोग्य सुधारतं

बेरीजमधल्या ॲण्टिऑक्सिडन्ट्समुळे मेंदूवर होणाऱ्या वयाच्या परिणामाचा सामना करायला मदत होते. अमेरिकन केमिकल सोसायटीकडून प्राप्त झालेल्या डेटानुसार बेरीजमध्ये असणाऱ्या पॉलिफिनॉलिक या रासायनिक घटकामुळे जमा झालेल्या अपायकारक दूषित द्रव्यांचा निचरा होऊन अल्झायमर टाळायला मदत होते.

आठवड्यातून किमान दोनदा तरी जे लोक बेरीज खातात त्यांना समवयस्कांच्या तुलनेत पार्किन्सन होण्याचा धोका २५%नी कमी असतो असं *न्यूरॉलॉजी* जर्नलमध्ये प्रकाशित झालेल्या संशोधनात म्हटलं आहे. त्याच संशोधनात असंही दाखवलं आहे की जे पुरुष उच्च स्तरावर फ्लॅव्होनॉइड्स घेतात – जे बेरीजमध्ये भरपूर आढळतं – त्यांच्यात ही जोखीम ४०%नी कमी होते.

६. मूत्रमार्ग संसर्गाशी सामना

मूत्रमार्ग आरोग्य वाढून संसर्गापासून संरक्षण देण्याचं कार्य बेरीज पार पाडतात. त्यांच्यातल्या एका महत्त्वाच्या घटकामुळे बॅक्टेरियांशी सामना केला जातो. त्यामुळे, हे बॅक्टेरिया मूत्रमार्गाच्या आतल्या बाजूला चिकटून राहू शकत नाहीत. तेव्हा भरपूर बेरीज खा. त्याने मूत्रमार्ग संसर्ग कमी होतो.

सुकामेवा (नट्स) आणि बिया

इतिहासाच्या सुरुवातीपासूनच माणसाच्या मुख्य आहारात सुक्यामेव्याचा समावेश असल्याचे पुरावे उपलब्ध आहेत. अलीकडे झालेल्या एका उत्खननात इस्राईलमध्ये दलदलीत खोलवर गाडलेल्या अश्म हत्यारांबरोबर वेगवेगळा सुकामेवासुद्धा आढळला आहे. सुक्यामेव्यातून भरपूर ऊर्जा मिळत असल्यामुळे तो पूर्वी खाल्ला जाई. आता आपल्याला लक्षात आलं आहे की, त्यात प्रोटीन्स, आरोग्यदायी फॅट्स आणि मिनरल्सदेखील आहेत. सुकामेवा आणि बियांचा हृदयावर काय परिणाम होतो यावर भरपूर संशोधन होऊन त्यातून लक्षात आलं आहे की, मधुमेह आणि हृदयाशी निगडित आजार होण्याची जोखीम कमी होते. पिस्ते, हेजलनट, काजू, अक्रोड, बदाम, शेंगदाणे, पाइननट्स आणि पेकन असे वेगवेगळे प्रकार उपलब्ध आहेत. बियांमध्ये सुर्यफूल, लाल भोपळा, हेम्प, चिया, जवस आणि तीळ यात भरपूर पोषकमूल्यं आहेत. रोजच्या आहारात एक औंस सुकामेवा असला तर हृदयविकाराची जोखीम कमी होऊ शकते असा दावा उत्पादकांना करू देण्याची अनुमती एफडीएने आता दिली आहे.

दररोज सुकामेवा (नट्स) आणि बिया खाल्ल्या जातील याची खात्री कशी करायची?

कच्च्या किंवा भाजलेल्या स्वरूपात सुकामेवा खाल्ल्याने त्यातली पोषकमूल्यं राखली जातात. त्यांच्यावर प्रक्रिया केल्यामुळे त्यांचे गुणधर्म कमी होऊ शकतात. दररोज किमान १.५ औंस नट्स/बिया आहारात असतील अशी खात्री करा. हे पदार्थ रोज खाण्याचा हमखास उपाय म्हणजे हाताला सहज लागतील अशा ठिकाणी ते ठेवणं. सुपर मार्केटमध्ये त्यांचे स्प्रेडसुद्धा मिळतात. सिरियल, सॅण्डविच किंवा सॅलेडमध्ये तुम्ही ते घालू

शकता. प्रक्रिया केलेल्या प्रोसेस्ड मांसापेक्षा तुम्ही नट्स वापरू शकता. त्यात अधिकचं मीठ किंवा साखर घातलेली नाही याची खात्री करून घ्या, कारण त्या साखर-मिठाची गरज आपल्याला नाही.

सुक्यामेव्याचे लाभ

१. लिपिड प्रोफाइलचा समतोल

वाईट कोलेस्टेरॉल (एलडीएल) कमी करायला आणि चांगलं कोलेस्टेरॉल वाढवायला मदत करणारे अनसॅच्युरेटेड फॅट्स सुक्यामेव्यात भरपूर आढळतात. त्यात असणाऱ्या ओमेगा-३ फॅटी ॲसिड्समुळे रक्तातली ट्रायग्लिसराइडची पातळी कमी होते आणि रक्तवाहिनीतला चिकट थर कमी होतो. हृदयाचे वेडेवाकडे ठोके पडणं, रक्तात गुठळ्या होणं ही हृदयविकाराच्या झटक्यामागची प्राथमिक कारणं असून सुक्यामेव्यामुळे ती थांबवली जातात.

२. सूज कमी होते

सुक्यामेव्यात भरपूर ॲण्टिइन्फ्लामेटरी गुणवैशिष्ट्यं आहेत. दीर्घ काळापासून सातत्याने सूज येत राहिली तर अवयवांना नुकसान पोहोचून आपल्याला रोग होऊ शकतो.

मेडिटेरॅनिअन डाएट घेणाऱ्या लोकांचा अभ्यास केला गेला. त्यांना सुक्यामेव्याची सप्लिमेन्ट्स देण्यात आली. त्यांच्यामध्ये असणारे सूज निर्माण करणारे सी-रिॲक्टिव्ह प्रोटीन (सीआरपी) आणि इन्टरल्युकिन-६ (आयएल-६) अनुक्रमे ३५% आणि ९०%नी कमी झाले. त्याचप्रमाणे, पिस्ते, ब्राझिलनट, अक्रोड आणि बदामसुद्धा निरोगी लोकांमध्ये आणि मधुमेह आणि मूत्रपिंडाचे विकार असणाऱ्यांमध्ये सूज न येण्यासाठी कारणीभूत ठरतात.

३. पोट भरल्यासारखं वाटतं

सुक्यामेव्यात चांगले फॅट, प्रोटीन आणि तंतूंचे प्रमाण भरपूर आहे. त्यामुळे अधिक काळ पोट भरल्यासारखे वाटून वजन राखायला मदत होते. सुकामेवा आणि बियांच्या पोषकमूल्यांमुळे वजन नियमित राखणं, लठ्ठपणावर आणि संबंधित बाबींवर नियंत्रण ठेवणं शक्य होतं. बहुतांशी सुक्यामेव्यात (विशेष

करून अक्रोडात) मोनोअनसॅच्युरेटेड आणि पॉलिअनसॅच्युरेटेड फॅट्सचं प्रमाण उच्च असून ते हृदयासाठी उपयुक्त आहे. काही सुक्यामेव्यात एल-आर्गिनाइन नावाचं अमायनो ॲसिड असून त्यामुळे फॅट्स जाळायला मदत होते. रोज मूठभर सुकामेवा किंवा बिया खाल्ल्याने वाईट फॅट्स हातभर दूर तर ठेवले जातातच, शिवाय रोगप्रतिकार शक्तीसुद्धा वाढते.

४. शर्करा पातळीवर नियंत्रण

ज्यांच्या रक्तातली शर्करा वाढलेली असते त्यांच्यासाठी उपयुक्त ठरणाऱ्या पदार्थांमध्ये सुक्यामेव्याचा समावेश अमेरिकन डायबेटिस असोसिएशनकडून करण्यात आला आहे. जी मंडळी दररोज सुकामेवा खातात त्यांच्या रक्तातल्या शर्करेची पातळी नियंत्रित राहते आणि त्या अनुषंगाने त्यांचा हृदयविकाराचा धोकाही कमी होतो. सुकामेवा खाल्ल्याने इन्सुलिनची पातळी कमी करून रक्तशर्करा नियंत्रणात ठेवणाऱ्या पेपटाईड-१सारख्या ग्लुकॅगॉन संप्रेरकाची पातळी वाढायला मदत होते.

बिया

आहारातलं बियांचं महत्त्व लोकांच्या आता लक्षात येऊ लागलं आहे. त्यात भरपूर तंतू, मोनोअनसॅच्युरेटेड आणि पॉलिअनसॅच्युरेटेड फॅट्स, विविध व्हिटॅमिन्स, मिनरल्स आणि ॲण्टिऑक्सिडन्ट्स असतात. सेलेनिअम, मॅग्नेशिअम, कॉपर आणि झिंकसारख्या आपल्या शरीराला अत्यावश्यक असणाऱ्या 'ट्रेस मिनरल्स'चं त्यात भरपूर प्रमाण असतं.

सुक्यामेव्याप्रमाणेच बियाही लाभदायक असल्या तरी त्यांचं महत्त्व आणि फायदे अलीकडच्या काळात प्रकाशात आले आहेत.

१. पोषकमूल्यांनी परिपूर्ण

चांगले फॅट्स, गुंतागुंतीचे कार्बोहायड्रेट्स, प्रोटीन्स, व्हिटॅमिन्स आणि तंतूंनी बिया परिपूर्ण असतात. त्यातून भरपूर ऊर्जा मिळते आणि दीर्घकालीन पोषण होतं.

२. पचनसंस्था सुरळीत चालायला मदत होते

बियांमध्ये तंतूंचं उच्च प्रमाण असल्याने पचनप्रक्रियेची गती आणि अपचनाची शक्यता कमी होते.

३. शरीर आणि मनाला तंदुरुस्त ठेवतं

बियांमधले चांगले फॅट्स रक्तपेशींचं पोषण करतात, मेंदूचं कार्य सुरळीत ठेवायला मदत करतात. प्रदीर्घ काळ नियमित सेवन केल्यास बियांनी वजन कमी व्हायला मदत होते.

४. हृदयविकाराचा धोका कमी होतो

सूज कमी करण्यात बियांचा मोठा वाटा आहे. कोलेस्टेरॉलच्या पातळीवर नियंत्रण ठेवायला मदत करणारा प्लान्ट (वनस्पती) स्टेरॉल्स हा घटक त्यांच्यात असतो. त्यामुळे हृदयविकार थोडा दूर राहतो.

तुमच्या दैनंदिन आहारात सुकामेवा आणि बियांचा समावेश करण्याचे काही सोपे मार्ग –

१. चिक्की हा पारंपरिक भारतीय पदार्थ प्रत्येक घरात आढळतो. आरोग्यदायी सूर्यफूल/ लाल भोपळ्याच्या बिया, सुकामेवा आणि गुळापासून चिक्की करता येऊ शकते. त्यातून भरपूर ऊर्जा मिळते. पारंपरिक दाण्याची चिक्की किंवा गजक यांना हा आरोग्यदायी पर्याय आहे.

२. टोस्ट, सॅलेड, स्क्रॅम्बल्ड एग्ज, टोफू किंवा तेम्पे यावर तुम्ही सुकामेवा आणि बिया घालू शकता.

३. स्मूदीजमधून भरपूर ऊर्जा मिळते. स्मूदीजबरोबर ठेवणंही सोपं आहे. एक ग्लास स्मूदीमुळे चव आणि थंडावा अशा दोन्ही गोष्टी मिळतात. त्यात घातलेल्या सुक्यामेव्यातून आवश्यक प्रोटीन आणि चांगले फॅट्स मिळून ओमेगा-३चा लाभही होतो. अक्रोड, बदाम आणि दाण्यांच्या जोडीने कुटलेलं जवस स्मूदीत घालण्याने हृदयाला निरोगी ठेवायला नक्कीच मदत होते.

४. पारंपरिक भारतीय लाडू हा सणांचा एक महत्त्वाचा भाग आहे. त्यांना अधिक चवदार करता येईल. गुळात ओट्स आणि सुकामेवा घालून त्याचे लाडू करा. लहानमोठ्यांसाठी तो नक्कीच खात्रीशीर पोषक पर्याय आहे. रव्याऐवजी नाचणीसारख्या वेगवेगळ्या आरोग्यदायी पिठांचा वापरही तुम्ही करू शकता.

१०

पुन्हा मुळापर्यंत जाणं - चांगल्या आरोग्यासाठी नैसर्गिक दृष्टिकोन

हर्बल-टी - चहाचा हा प्रकार कोण जाणे कधीपासून अस्तित्वात आहे! परिसरात आढळणाऱ्या झाडांची मुळं, पानं, वेगवेगळे भाग तसंच हर्ब्ज (औषधी वनस्पती आणि सुगंधी वनस्पती) यांचा काढा आपले पूर्वज करत असल्याचे पुरावे उपलब्ध आहेत. प्राचीन इजिप्त आणि चीनमध्येसुद्धा हर्बल-टीमध्ये औषधी गुणधर्म असल्याचं लक्षात आलं होतं.

पार पहिल्या शतकापर्यंत मागे गेलं असता लक्षात येतं की, पेडेनिअस डिओ स्कॉराइड्स ह्या ग्रीक फिजिशिअनने सहाशेहून अधिक औषधी वनस्पतींची ओळख करून दिली होती. ह्या वनस्पती पाण्यात भिजवून त्यांच्यापासून काढे तयार केले असता त्या काढ्यांमध्ये बरं करण्याचे गुणधर्म आढळून आले. आधुनिक संशोधकांनी इजिप्तच्या पिरॅमिड्समधून वाळलेल्या पेपरमिंटची पानं खणून काढली आहेत. ख्रिस्तपूर्व एक हजार वर्ष असा त्याचा कालावधी आहे.

इतिहासपूर्व नोंदींवरून असं दिसून येतं की, हर्बल काढ्यांचा वापर शांतता आणि आध्यात्मिक स्तरावर मनाची एकाग्रता साधण्यासाठीसुद्धा

केला जात असे. अलीकडच्या काळात लोक मोठ्या प्रमाणात हर्बल-टी पिऊ लागले आहेत त्याला कारण त्यांचा आस्वाद आणि दरवळ.

हर्बल-टी म्हणजे काय?

नावावरूनच लक्षात येतं की प्रत्यक्षात हा चहा नाही.

चहा करण्यासाठी कॅमेलिया सायनेन्सिस ह्या वनस्पतीचा वापर केला जातो. त्यातून काळा, ऊलाँग, हिरवा आणि पांढरा चहा तयार केला जातो. हर्बल-टी करण्यासाठी वाळलेली फुलं, फळं, मसाले किंवा चहा नसलेल्या वनस्पती वापरल्या जातात. भारतात यालाच 'काढा' म्हणतात तर युरोप तसंच जगातल्या इतर भागात यांना 'टी सेन्स' म्हटलं जातं.

हर्बल-टी विविध स्वादांत उपलब्ध असून त्याचे मानसिक, भावनिक आणि शारीरिक आरोग्य लाभ दिसून आल्यामुळे अलीकडच्या काळात त्यांना फार महत्त्व प्राप्त झालं आहे. वैश्विक स्तरावर वाढलेला ताण लक्षात घेता हर्बल-टी आपल्याला आपल्या मुळापर्यंत घेऊन जातात आणि बरं होण्याचा विषय सर्वंकष दृष्टिकोनातून पाहायला आपण शिकतो. वाळलेले हर्ब्ज, फुलं, फळं, झाडाची सालं आणि इतर घटक वापरून आरोग्य प्राप्त करण्याकडे आजही कल दिसून येतो आणि या सगळ्यांच्या वापरामुळे मन व शरीर आरोग्यदायी व्हायला मदत होते.

कॅमोमिल, पेपरमिंट, रूइबॉस आणि हिबिस्कस (जास्वंद) हे हर्बल-टी कॅफिनमुक्त आहेत. ज्या व्यक्ती कॅफिनप्रति अतिशय संवेदनशील आहेत त्यांच्यासाठी हा पर्याय उत्तम म्हणायला हवा. परंतु ज्यांना कॉफी आवडते तेसुद्धा दिवसाच्या कुठल्याही वेळेला हर्बल-टी पिण्याचा मोह आवरू शकत नाही.

हर्बल-टी कसा करायचा?

हर्बल-टी करण्यासाठी एक टीस्पून हर्बल-टीची पानं उकळत्या पाण्यात पाच ते सात मिनिटं दबू द्यावी लागतात. हा दबू देण्याचा काळ किती ठेवायचा यावर तुम्ही वेगवेगळे प्रयोग करू शकता. तुम्हाला हा काढा/हर्बल-टी/ चहा किती दाट हवा यानुसार तुम्ही ही वेळ निश्चित करू शकता.

सामान्यतः वापरले जाणारे हर्बल-टीचे प्रकार कोणते?

१. पेपरमिंट टी

हा चहा मोठ्या प्रमाणात वापरला जातो कारण ह्याच्या वापराने पचनाशी निगडित समस्या दूर होणं शक्य होतं. तसंच, ह्या चहामुळे शरीराला ॲण्टिऑक्सिडन्ट, ॲण्टिबॅक्टेरिअल आणि ॲण्टिव्हायरल गुण शरीराला प्राप्त होतात. संशोधनांती असं दिसून आलं आहे की, पेपरमिंट टीमुळे आयबीएस बरं व्हायला तसंच आतड्याचं होणारं आकस्मिक आकुंचन सैलावायला मदत होते.

२. कॅमोमाईल टी

कॅमोमाईलच्या फुलांपासून हा चहा तयार केला जातो. मन शांत करण्यासाठी आणि झोप चांगली लागण्यासाठी त्याचा उपयोग होतो. मनाला शिथिल करण्याचा परिणामही त्यातून साधला जातो असं अनेक संशोधनांतून लक्षात आलं आहे. कॅमोमाईलमध्ये उपलब्ध असणारे ॲण्टिऑक्सिडन्ट्स हे अनेक रोगांचा धोका कमी करतात. ह्यात हृदयविकार आणि कर्करोगाचाही समावेश होतो.

३. टर्मरिक टी

सांधेदुखी (आर्थरायटिस)ची लक्षणं कमी करणं, अल्झायमर्स थांबवणं, कर्करोगाला आडकाठी करणं, अल्सरेटिव्ह कोलायटिस बरा करणं, वाईट कोलेस्टेरॉलची पातळी खाली आणणं आणि रोगप्रतिकारक शक्ती सुधारणं इतक्या गोष्टी यातून साध्य होतात. हळद आणि मधाचं मिश्रण करून तुम्ही ते साठवून ठेवू शकता. कपभर पाण्यात हे मिश्रण एक टीस्पून घालायचं आणि त्यात थोडी मिरपूड घालायची. त्यात लिंबाचे काही थेंब पिळले की तुमचा टर्मरिक टी तयार होईल.

४. हिबिस्कस टी

हिबिस्कस म्हणजे जास्वंद. ह्यामध्ये अनेक ॲण्टिऑक्सिडन्ट्स असतात. त्याच्या उपयोगामुळे रक्तदाब खाली येणं, रक्तातली चरबी (फॅट्स) कमी होणं आणि अति वाढलेलं वजन कमी होणं असे लाभ होतात. जास्वंदामुळे यकृताचं आरोग्य सुधारतं. बॅक्टेरियांचासुद्धा सामना करणं त्यामुळे शक्य

होतं. हिबिस्कस टीला गोडसर-आंबुस चव असून ती अतिशय वेगळी तशीच टवटवी देणारी आहे.

५. जिंजर टी

जिंजर म्हणजे आलं. हा अ‍ॅण्टिऑक्सिडन्ट्सचा मोठा स्रोत असून रोगप्रतिकारक शक्ती वाढवायला मदत होते. कपभर हर्बल जिंजर टी प्यायल्याने वेदना कमी होऊन स्नायू सैलावायला मदत होते. ताण-तणाव कमी करायला मदत होऊन शांत वाटायलाही साहाय्य होतं. सर्दी, खोकला आणि चोंदलेलं नाक मोकळं करण्यासाठी आल्याचा चहा मध घालून घेणं हा प्रभावी उपाय आहे.

६. रेड रूइबॉस टी

नेहमीच्या चहा-कॉफीमध्ये असणारं कॅफिन टाळणं ज्यांना आवडतं त्यांनी रूइबॉस टी घ्यावा. ब्लॅक किंवा ग्रीन टीसाठी हा उत्तम पर्याय असून तो अ‍ॅण्टिऑक्सिडन्ट्सने परिपूर्ण आहे. हृदय आणि यकृतासाठी त्याचा मोठा लाभ होतो.

परिचयाचं काही

हर्बल-टी म्हणजेच भारतात ज्याला आपण 'काढा' म्हणतो. पिढ्यान्‌पिढ्या, आपल्या देशात काढा प्रिय आहे. आपलं हेच पारंपरिक ज्ञान वापरून आपली रोगप्रतिकारक शक्ती वाढवू या आणि उत्तम आरोग्याचा लाभ घेऊ या. रोज सकाळी रिकाम्यापोटी किंवा दिवसातल्या कुठल्याही वेळेस तुम्ही काढा घेऊ शकता. दिवसातून तीनदासुद्धा तुम्ही काढा घेऊ शकता.

रोगप्रतिकारक शक्ती वाढवणारे आणि माझ्या आवडीचे काही काढे किंवा हर्बल-टी यांच्या रेसिपी मी इथे देत आहे -

हर्बल-टी रेसिपी १

घटक

तुळशीची पाच-सहा पानं/दोन टीस्पून तुळस चूर्ण
१/२ इंच किसलेलं आलं/आलं पूड/सुंठ
एक टीस्पून ओवा

एक टीस्पून वेलदोडा पूड
१/२ टीस्पून मिर पूड
एक टीस्पून दालचिनी पूड
१/२ टीस्पून हळद
दोन टीस्पून ग्रीन टीची पानं
एक टीस्पून ऑरगॅनिक (रासायनिक) गूळ/ काकवी/खजुराचा गूळ

कृती

हे सर्व घटक १/२ लिटर पाण्यात घालून १० ते १५ मिनिटांसाठी एकत्र उकळा.
कपात गाळून घ्या आणि त्यात ताजं लिंबू पिळा.
अतिशय चविष्ट आणि प्रभावी रोगप्रतिकारक हर्बल-टी/काढ्याचे घोट घ्या.

हर्बल-टी रेसिपी २

घटक

एक टीस्पून ब्लॅक टी
एक टीस्पून ग्रीन टी
एक काडी दालचिनी
एक वेलदोडा
एक टीस्पून ओवा
एक टीस्पून बडीशेप
१/२ टीस्पून हळद
एक इंच आलं
एक लवंग
लेमन ग्रास
तुळशीची पानं
पुदीन्याची पानं

कृती

हे सर्व घटक पाण्यात अर्धा तास किंवा त्याहून अधिक वेळ उकळा.
त्यानंतर त्यात ऑरगॅनिक गूळ टाका.
मिश्रण थंड झालं की, त्यात एका लिंबाचा रस पिळून काढ्याचा आस्वाद घ्या.

डॉ. रोहिणी यांच्या इम्युनिटी हर्बल-टी/काढ्याचे आरोग्य लाभ

- काढा/हर्बल-टी हा अर्क असून फ्ल्यू आणि संसर्ग याविरुद्ध उपयोगी ठरतो.
- खाण्यायोग्य हर्ब्ज आणि मसाल्यांपासून हा अर्क तयार केला जातो.
- तुमच्या रोगप्रतिकारक शक्तीमध्ये हा काढा आश्चर्यकारक बदल घडवून आणू शकतो.
- रक्ताची पातळी स्थिर ठेवायला मदत होते.
- श्वसनाशी निगडित अस्थमा, ब्रॉन्कायटिस, फ्ल्यू, सर्दी, खवखवणारा घसा आणि सायनस अशा त्रासांचा सामना करायला मदत होते.
- आतडं बरं व्हायला आणि एकूणच आतड्याचं आरोग्य सुधारायला मदत होते.

हर्बल-टीमध्ये वापरण्यात येणाऱ्या मसाल्यांचे लाभ कोणते?

दालचिनी

दालचिनीच्या वृक्षाची आंतरसाल (आतली साल) म्हणजे आपण वापरत असलेली दालचिनी. यामध्ये अनेक ॲण्टिऑक्सिडन्ट्स असून सूज कमी करण्याचे गुणधर्म आहेत. दालचिनीमुळे चयापचय क्रियेवर नियंत्रण ठेवलं जातं. आपल्या रक्तप्रवाहातली रक्तशर्करा पेशींपर्यंत वाहून नेण्यासाठी तिचा फार छान उपयोग होतो.

वेलदोडा

उच्च रक्तदाब असणाऱ्यांसाठी वेलदोड्याचा उत्तम उपयोग होतो. त्यामध्ये ॲण्टिऑक्सिडन्ट्सची उच्च पातळी आहे. शिवाय, त्याच्या मूत्रल

(डाययुरेटिक) परिणामामुळे शरीरात साठून राहणारं जास्तीचं पाणी बाहेर पडायला मदत होते.

ओवा

साधारणतः, भारतातल्या प्रत्येक घरात ओव्याचा वापर होतो. वनस्पतीपासून प्राप्त होणारा, छोट्या बीजस्वरूपातला हा मसाला असून त्याचं मूळ आपल्याच देशात आहे. अन्नाला स्वाद देणं आणि आरोग्यावर अनुकूल परिणाम करणं असे ओव्याचे दोन लाभ आहेत. पचनआरोग्यासाठी ओवा उत्तम समजला जातो. अपचनामुळे पोटात गुडगुड होणं, पोट दुखणं, जळजळ होणं अशा त्रासांवर ओवा गुणकारी ठरतो. ज्यांची भूक गेली आहे त्यांची भूक वाढवायलासुद्धा ओव्याचा उपयोग होतो.

बडीशेप

पार्सली जातकुळीच्या वनस्पतीपासून हे सुगंधी हर्ब प्राप्त होतं. त्याच्या गोडसर चवीमुळे त्याचा वापर मसाल्यात केला जातो. बडीशेपमध्ये तंतूंचं प्रमाण जास्त असून कोलेस्टेरॉल पुन्हा शोषून घेण्याची प्रवृत्ती त्याच्या सेवनाने कमी होते. हृदयाशी निगडित आजार थोपवण्यात मदत होते. बडीशेपमध्ये पोटॅशिअम, व्हिटॅमिन सी, लोह आणि फॉलिक ॲसिड आहेत. त्यामुळे अशक्तपणा आणि रोगप्रतिकारक शक्तीशी निगडित इतर समस्या कमी व्हायला मदत होते. नियमितपणे दिवसातून दोनदा बडीशेपचा चहा पिण्याने स्तनपान देणाऱ्या मातांचं स्तन्य वाढायला मदत होते. शिवाय, शरीरात साचलेली दूषित द्रव्यंदेखील कमी होतात.

हळद

हजारो वर्षांपासून हळदीचा वापर औषधी वनस्पती म्हणून केला जातो. प्रत्येक भारतीय घरात हळद असतेच. हळदीमध्ये कुर्कुमीन नावाचा जो घटक असतो तो ॲण्टिइन्फ्लामेटरी आणि ॲण्टिऑक्सिडन्ट म्हणून कार्य करतो. संसर्गांशी लढा द्यायला तो शरीराला मदत करतो. कुर्कुमिनमुळे अल्झायमर्स आणि नैराश्य यांसारखे मेंदूशी निगडित रोग कमी व्हायचा धोका कमी होतो, तसंच स्मरणशक्ती सुधारते.

आलं

आल्यामध्ये अनेक पोषकमूल्यं आणि बायोॲक्टिव्ह घटक असून शरीर आणि मेंदूला त्याचा लाभ होतो. आल्यामध्ये जिंजेरॉल हा बायोॲक्टिव्ह घटक ॲण्टिइन्फ्लामेटरी आणि ॲण्टिऑक्सिडन्ट्स परिणाम घडवतो. आजारपण, किमोथेरपी, एखादी शस्त्रक्रिया आणि दिवस गेल्यावर होणारी मळमळ या सर्वांवर आलं हा अत्यंत परिणामकारक उपाय आहे. पोटदुखीवर आलं लागू पडतं. त्याने पोटाला आराम मिळतो. आल्यामुळं स्नायूंचं दुखणं कमी होतं. व्यायामामुळे स्नायू जेव्हा थकतात तेव्हा आल्यामुळे थकवा कमी होऊ शकतो.

लसूण

लसणामध्ये कमी कॅलरीज असून त्याचं पोषणमूल्य उच्च आहे. त्यात व्हिटॅमिन-सी, व्हिटॅमिन-बी६ आणि मँगनीज असून इतर काही पोषणमूल्यंसुद्धा आहेत. साधी सर्दी झाली असली तर ती लसणाने बरी होते किंवा तिची तीव्रता कमी होते. उच्च रक्तदाबामध्ये लसणाची मदत होते. रक्तदाब योग्य पातळीवर राखणं शक्य होतं. हृदयासाठी लसूण गुणकारी असून कोलेस्टेरॉल पातळी नियंत्रित करायलाही तो उपयुक्त ठरतं.

हर्बल-टीचा स्वीकार इतका सहज होण्यामागे आणखी एक कारण असं आहे की, हर्ब्ज, मसाले आणि वनस्पती यांचं वेगवेगळं मिश्रण आपण प्रत्येक वेळेस वापरू शकतो. अशा प्रकारचे चहा करणं आणि पिणं सोपं आहे. हे सर्व हर्ब्ज आणि मसाले कच्च्या स्वरूपात सेवन करणं काही लोकांना फार कठीण वाटू शकेल. त्याऐवजी, आपला आवडता मसाला घालून केलेला एखादा चहाचा प्रकार पिणं सहज शक्य होईल, त्याची मजाही घेता येईल. हर्बल-टी चविष्ट तर असतोच शिवाय त्याच्यात बरं करण्याचे गुणधर्म असतात. त्यामुळे त्याचा वापर करायला लोक प्रवृत्त होतात.

हर्बल-टीचे आरोग्याला लाभ -

१. साधी सर्दी आणि फ्ल्यू

हर्बल-टीमुळे साधी सर्दी आणि खवखवणारा घसा बरा होतो. चोंदलेलं नाक मोकळं होतं, खोकला कमी होतो. संशोधनांती दिसून आलं आहे की, दम्याची लक्षणं नियंत्रित ठेवायलासुद्धा त्याने मदत होते.

२. पचनासंदर्भात तक्रारीसुद्धा कमी होतात.

हर्बल-टीमुळे पोटातली चरबी कमी होते आणि अपचनाची लक्षणंही कमी होतात. त्यामुळे, ढेकर येणं, मळमळणं या गोष्टी कमी होतात. कॅमोमिल, दालचिनी, पेपरमिंट आणि आल्याचा चहा अशा लक्षणांवर उपयुक्त ठरतो.

३. रोगप्रतिकारक शक्ती वाढते.

हर्बल-टीमध्ये भरपूर ॲण्टिऑक्सिडन्ट्स असतात जे रोग आणि संसर्गांचा सामना करतात. ऑक्सिडेटिव्ह ताणापासून ते आपलं रक्षण करतात. त्यामुळे, दीर्घकालीन आजार होण्याचा धोका कमी होतो. आलं आणि ज्येष्ठमधाचा चहा रोगप्रतिकारक शक्ती वाढवण्यासाठी सर्वोत्तम मानला जातो.

४. सूज कमी होणे

सूज किंवा जळजळीशी निगडित असणारं आजारपण कमी व्हायला हर्बल-टीची मदत होते. त्यामुळे वेदना आणि थकवा कमी होतो. सांध्यांवरची सूज उतरते. आल्यामुळे सूज कमी होते. चहामध्ये आलं घालणं हा सांधेदुखी आणि स्नायूदुखीसाठी योग्य परिपूर्ण उपचार आहे.

५. ताण-तणाव आणि चिंता कमी होते

हर्बल-टी मनाला शांत करून सैलावतं. झोपण्यापूर्वी पिण्यासाठी ते योग्य पेय आहे. निद्रानाशाच्या विकारातून ते बरं करतात. ताण-तणाव आणि चिंतेतून बाहेर यायला मदत करतात. कॅमोमिल टी हा ताण-तणाव दूर करून गाढ झोप यावी यासाठी अत्यंत उत्तम मानला जातो. त्याचा शांत करणारा परिणाम हा सौम्य ॲण्टिडिप्रेसन्टप्रमाणे काम करून नकारात्मक भावना दूर करतो.

६. वार्धक्याची गती कमी होते

हर्बल-टीमध्ये भरपूर ॲण्टिऑक्सिडन्ट्स असल्यामुळे फ्री रॅडिकल डॅमेजला प्रतिबंध होऊन पेशीवार्धक्य थांबतं. यामुळे त्वचा आणि केस निरोगी दिसतात. तरुण झाल्यासारखं वाटतं.

७. रक्तदाब कमी होतो

संशोधनांती दिसून आलं आहे की, हर्बल-टीमुळे रक्तदाब खाली यायला मदत होते. हिबिस्कससारख्या हर्बल-टीमुळे रक्तदाब खाली तर येतोच पण प्रतिकूल परिणाम होत नाही. हृदय आणि मूत्रपिंडावर उच्च रक्तदाबाचा वाईट परिणाम होतो हे सर्वश्रुत आहे. अशा वेळेस, हिबिस्कस टी हा त्यापासून संरक्षण प्राप्त करण्याचा नैसर्गिक मार्ग आहे.

८. यकृताचं डिटॉक्स करणं

हर्बल-टी म्हणजेच डिटॉक्स टी. त्यामुळे शरीरातल्या प्रणाली स्वच्छ होऊन अंतर्गत अवयवात साचलेल्या दूषित द्रव्यांचा निचरा व्हायला मदत होते. कॅलेंड्युला या वनस्पतीला 'कपामधला सूर्यप्रकाश' असंही म्हणतात. कॅलेंड्युलामुळे पचनसंस्था डिटॉक्स होते आणि त्याच वेळेस आपल्याला व्हिटॅमिन सीची छानशी मात्रा मिळते.

९. आतड्यांना शांत करा

हर्बल-टीमुळे आतड्यांच्या समस्या बऱ्या व्हायला मदत होते. पचन, मळमळ आणि जळजळ या गोष्टी कमी होऊन पोटाला शांत वाटू लागतं. आल्याचा उपयोग पचनासाठी होतो (म्हणूनच, जेवणानंतरच्या मिंट टीमध्ये आपण ते घालतो). लेमन टीमुळे वात कमी होतो, ढेकर कमी होतात आणि पचनमार्गाला चालना मिळते.

१०. आरोग्यदायी त्वचा

हर्बल-टी हा मुरूम-पुटकुळ्यांवर अत्यंत नैसर्गिक उपाय आहे. तो साध्या चहासारखा पिता येतो किंवा चेहऱ्यावर थेट लावता येतो. रूइबॉस आणि कॅमोमाइल टी हे दोन प्रकार हीलिंगसाठी आणि त्वचेवर उपचार करण्यासाठी अत्युत्तम मानले जातात कारण त्यांच्यामध्ये विशिष्ट ॲण्टिऑक्सिडन्ट्स आणि ॲण्टिबॅक्टेरिअल गुणधर्म आहेत. स्पीयरमिंट-टीमुळेसुद्धा मुरूम फुटण्याचं प्रमाण आटोक्यात येतं.

विभाग २

टिप्स

११

लाइफस्टाइल डाएट

आपली तंदुरुस्ती आणि स्वास्थ्य या बाबी आपल्या जीवनशैलीशी म्हणजेच लाइफस्टाइलशी थेट निगडित असून त्यांची सुरुवात आतून बाहेर होते हे लोकांच्या लक्षात येऊ लागलं आहे. अधिक तंदुरुस्त आणि अधिक स्वास्थ्यपूर्ण होण्याची गुरुकिल्ली म्हणजे आरोग्यपूर्ण जीवनशैली होय. आपण जे खातो तसे घडतो हे जितकं खरं आहे तितकंच आपण जे खात नाही त्यामुळेही आपण घडतो हेही खरं आहे.

सर्वंकष आरोग्यदायी जीवनशैलीच्या मार्गावर चालताना काय करावं आणि काय टाळावं ते आता पाहू यात.

१. सकाळी आणि रात्री हे काढे/पेय घ्या.

ऑरगॅनिक, रॉ आणि अनफिल्टर्ड एसीव्ही/अर्ध लिंबू (हवी असल्यास गहूतृणांकुर पावडर) साध्या पाण्यातून, पाचक चहा, कॅमोमिल-टी.

२. इंटरमिटंट फास्टिंगच्या सुचवलेल्या पद्धती अमलात आणा.

इंटरमिटंट फास्टिंग संदर्भात झालेलं संशोधन अत्यंत सकारात्मक असून त्यातून होणारा फॅट-लॉस (चरबी कमी होणं) लक्षणीय आहे. अलीकडे

झालेल्या संशोधनातून असंही दिसून आलं आहे की, इंटरमिटंट फास्टिंगमुळे हृदयाशी संबंधित आजार आणि मधुमेहाचा धोका कमी होतो, निरोगी आणि मधुमेह पूर्वस्थिती असलेल्यांमध्ये रक्तातल्या कोलेस्टेरॉलची पातळी कमी होते आणि आयुर्मान वाढतं.

३. ब्रेकफास्ट कधीही टाळू नका.

माझ्या आवडीची बटर कॉफी ब्रेकफास्टच्या वेळेस प्या आणि उत्साहाने परिपूर्ण व्हा. कॉफी, तूप, खोबरेल तेल, हळद आणि कोलॅजेन पावडर (ऐच्छिक) घालून बटर कॉफी तयार करा. या सर्व घटकांच्या अतोनात लाभांचा आनंद घ्या.

४. रात्री हलका आहार घ्या.

संध्याकाळी ७:३० पूर्वी रात्रीचं जेवण घ्या (झोपण्यापूर्वी ४ ते ५ तास). भाज्यांच्या जोडीने आहारात भरपूर प्रोटीन्सचा समावेश करा.

५. दररोज किमान २० मिनिटं ध्यानधारणा करा.

एखादा शांत कोपरा निवडा. तिथे बसून श्वासावर ध्यान केंद्रित करा. यामुळे अतिशय शांत आणि स्थिर वाटतं, तसंच सीरसकट आरोग्यावर त्याचा अनुकूल परिणाम होतो.

६. एखादा व्यायाम करा.

तुमच्या शरीराला सोसवेल आणि तुम्हाला आरामशीर वाटेल असा कुठलाही व्यायाम नियमित करा. चालणं, एचआयआयटी (हाय-इन्टेंसिटी इंटरव्हल ट्रेनिंग), पिलाटीज, योगासनं, पोहणं किंवा एखादा खेळ खेळणं असा कुठलाही प्रकार चालेल. दर ६ महिन्यांनी व्यायामाचा नवीन प्रकार करण्याचा प्रयत्न करा.

७. भरपूर पाणी प्या.

दिवसभरात किमान ३ ते ४ लिटर पाणी प्या. तुम्ही पीत असलेल्या चहा-कॉफीचा समावेश यात होत नाही. पाण्यामध्ये लिंबू पिळून प्या, त्यामध्ये बडीशेप भिजवा किंवा पाणी पिण्याचा आनंद मिळवण्यासाठी काही नवीन प्रयोग करा.

योग्य वेळेस, योग्य आहार घेण्याने आरोग्यदायी जीवनशैली राखायला मदत होते. काही आरोग्यदायी आहार आणि ते घेण्याच्या सर्वोत्तम वेळांचा तक्ता इथे दिला आहे.

अन्नपदार्थ	ब्रेकफास्ट	सकाळचं जेवण	रात्रीचं जेवण
अंडी	हो	हो	हो
ओट्सचा उपमा	हो	नाही	नाही
दलिया	हो	हो	नाही
सुकामेवा	हो	हो	हो
इडली/डोसा	हो	हो	नाही
वरण	नाही	हो	हो
भाकरी/पोळी	हो	हो	नाही
सारणयुक्त पराठा	हो	हो	नाही
सॅलेड्स/भाज्या	नाही	अधूनमधून	हो
परतलेल्या भाज्या	हो	हो	हो
कुट्टू किंवा एकदल धान्याचा पास्ता	नाही	हो	हो
हिरव्या भाज्या, ब्रोकोली, मशरूम, पनीर, टोफू, मोड आलेलं कडधान्यं	हो	हो	हो
फळं	हो	हो	नाही
किनोव्हा किंवा भरड धान्य	हो	हो	हो
वेगवेगळं मोड आलेलं धान्य	हो	हो	हो

याव्यतिरिक्त आणखी काही गोष्टी लक्षात ठेवा –

१. सकाळच्या नाश्त्याला २ पूर्ण अंडी खाल्लीच पाहिजेत.

२. पराठ्यात मशरूम, रताळं, पालक, पनीर, मटार इत्यादी पदार्थांचं सारण भरू शकता.

३. कुट्टू किंवा हातसडीच्या धान्याचा पास्ता शक्यतोवर टमाट्याच्या सॉसमध्येच करावा.
४. संध्याकाळी ५:०० नंतर फलाहार पूर्णपणे टाळावा.
५. स्वयंपाकासाठी आवर्जून कोल्ड-प्रेस्ड (घाण्याचं) खोबरेल/भुईमुगाचं तेल आणि गायीचं ऑरगॅनिक तूप वापरावं.

मधल्या वेळेसचा फराळ (स्नॅक्स)

स्नॅक्समुळे अतिरिक्त प्रमाणात कॅलरीज घेतल्या जातात अशा गैरसमजामुळे त्यांची प्रतिमा मलिन झाली आहे. परंतु, योग्य पद्धतीने स्नॅक्स घेतल्यास अचानक भूक लागण्यावर योग्य उपाय साधला जातो. उगाच काहीतरी भलतंसलतं खाऊन अधिकच्या कॅलरी पोटात घेणंही टाळता येतं.

वर्कआउट करण्यापूर्वी ऊर्जाप्राप्तीचा तसंच पोषणाला पूरक म्हणूनही हा पर्याय उत्तम ठरतो. घरात ठेवता येतील असे काही पोषक पदार्थ पुढीलप्रमाणे आहेत -

१. भेळ (घरी केलेली)

यासाठी भाजके पदार्थ घ्या. चवीसाठी डाळिंबासारखी फळं वापरा. मस्त लिंबू पिळा म्हणजे, त्या दिवशीच्या व्हिटॅमिन सीचं पुरेसं प्रमाणही पोटात जाईल.

२. भाजलेल्या मिश्र बिया

सर्व प्रकारचे व्हिटॅमिन्स आणि मिनरल्स देणारा खाऊचा हा प्रकार अत्यंत आरोग्यदायी असून प्रवासातही छोट्या बाटलीत/पाऊचमध्ये घेऊन जाता येतो.

३. मकाणे

आरोग्याला हितकारक नसणारे भलतेसलते पदार्थ खाण्याच्या नादात आपल्याला आपल्या मुळापर्यंत नेणाऱ्या मकाण्यासारख्या पदार्थांचा विसर पडला आहे. हा पदार्थ खिशाला परवडतो, करायला सोपा असतो आणि पोषकही असतो.

४. नट्स

आरोग्यदायी फॅट्स, फायबर आणि पोषकमूल्यांनी हे परिपूर्ण असतात. व्हेगन डाएट घेणाऱ्यांसाठी हे वनस्पतिजन्य प्रोटीन्सनी परिपूर्ण नट्स विशेषकरून योग्य ठरतात.

५. फ्लेवर्ड किंवा नेहमीची गरम कॉफी (साखरेऐवजी स्टिव्हिया घालून)

शरीराला अतिशय हितकर असणाऱ्या अँण्टिऑक्सिडन्ट्सचं प्रमाण कॉफीमध्ये सर्वोच्च आहे. त्यामुळे मन एकाग्र आणि सजग राहतं. कॉफीमुळे वाईट फॅट्स जाळायला आणि वजन कमी व्हायला मदत होते. परिणामतः, इतर मानसिक आणि शारीरिक आजारांचा धोका कमी होतो. मात्र, कॉफीत साखर घालणं टाळा, कारण त्याने कॉफीचे लाभ नष्ट होतात. कॉफी गोड हवी असेल तर स्टिव्हिया घाला. ते सुपर मार्केटमध्ये सहजतेने मिळतात.

६. डार्क चॉकलेट

यामध्ये फायबर, आयर्न, मॅग्नेशिअम, कॉपर, झिंक, पोटॅशिअम आणि सेलेनिअमची भरपूर मात्रा असल्याने ते खूप पोषक आहेत. काही अभ्यासात असं दिसून आलं आहे की, डार्क चॉकलेटमध्ये असलेल्या फ्लॅव्हेनॉलमुळे रक्तप्रवाह सुधारतो.

७. घरचे लाडू

माझी आजी करत असलेले पौष्टिक लाडू – मैद्यासारखी पिठं वगळून इतर सर्व आरोग्यदायी पिठं, तूप, गूळ एकत्र करा की झालं! या पिठाचे लाडू भरपूर टिकतात. त्यात कॅल्शिअम आणि मॅग्नेशिअमचं प्रमाण उत्तम आहे. हाडांच्या टिशूंना आधार आणि बळकटी देण्याचं काम ते करतात.

८. ताक (घरचं)

ताक हे उन्हाळ्यातलं सर्वांत मस्त पेय आहे, ते पचनाला मदत करतं. ॲसिडिटी आणि जळजळ थांबवतं. ते पचायला हलकं असून त्याचे अनेक लाभ आहेत.

९. मिश्र सुकामेवा

पटकन तोंडात टाकता येण्यासारखा हा सर्वोत्तम पर्याय आहे. अन्नात वरतून घाला, वाटण करून पदार्थात घाला किंवा नुसताच तोंडात टाका; तो सहज

खाता येतो. त्यातून त्वरित ऊर्जा मिळून मूड चांगला होतो. भुकेने पोटात कळा येऊ लागल्या की, पटकन सुकामेवा खा. त्यासाठी तो जवळ बाळगा.

१०.सर्व प्रकारचे हर्बल–टी

'हर्बल–टी' या प्रकरणात मी सविस्तर माहिती दिली असली तरी त्याचे सर्व लाभ सांगणं कठीणच आहे. त्याचे नानाविध उपयोग आहेत. अगदी कुठलाही त्रास असू द्या त्यावर हर्बल–टीचा उपचार लागू पडतो.

११.घी–कॉफी

हे माझं सर्वांत आवडतं पेय आहे. कॉफी, तूप, खोबरेल तेल आणि हळदीचे लाभ या एकाच पेयातून मिळतात. सकाळी उठल्याबरोबर ही कॉफी प्या, तुम्हाला त्वरित उत्साह जाणवेल.

विश्वास ठेवा, काही विशिष्ट पदार्थ चवीला अतिशय चांगले लागत असल्याने त्यांच्यापासून दूर राहणं कठीण असतं. तरीसुद्धा, त्यांच्यातून मिळणाऱ्या पोषकमूल्याचं प्रमाण अत्यंत अल्प असून कालांतराने जीवनशैलीशी निगडित विकार होऊ शकतात.

टाळायलाच हवेत असे काही पदार्थ

१. मैदा

मैद्यात पोषकमूल्यं नसतात. तो गव्हापासून तयार केला असला तरी करण्याच्या प्रक्रियेत त्यातले महत्त्वाचे तंतुमय घटक नष्ट होतात. मैद्यामुळे शरीरातलं वाईट कोलेस्टेरॉल वाढतं आणि रक्तातली शर्करेची पातळी वरखाली होऊ शकते. मैद्यामुळे पोट भरत नाही आणि मूड बदलत राहतात. मैद्याऐवजी ज्वारी, बाजरी आणि नाचणीसारख्या, एकदल धान्याचा वापर करा.

२. सर्व प्रकारचे प्रक्रियायुक्त तयार खाद्यपदार्थ

प्रक्रियायुक्त तयार खाद्यपदार्थांत किंमत कमी करण्याच्या दृष्टीने स्वस्तातले घटक वापरले जातात. त्यासाठी वापरलेल्या तेलात ट्रान्सफॅट्सचं प्रमाण उच्च असून त्याने शरीरात फ्री रॅडिकल्सच्या निर्मितीला चालना मिळते. यातून अतिरिक्त ऑक्सिडेशन होऊन सूज येऊ शकते. या पदार्थांत साखर

आणि मिठाचं प्रमाणही जास्त असल्याने हृदयाशी निगडित समस्या अधिक गंभीर होऊ शकतात. हे पदार्थ ताजे राहण्यासाठी त्यात मोठ्या प्रमाणावर प्रिझर्व्हेटिव्ह घातले जातात. त्यांचासुद्धा दुष्परिणाम होऊ शकतो.

३. दही आणि ताक वगळता दूध आणि दुग्धजन्य पदार्थ (तात्पुरतं, ४ महिन्यांकरता)

अनेक संशोधनातून सिद्ध झालं आहे की दुग्धजन्य पदार्थांत सॅच्युरेटेड फॅट्सचं प्रमाण अतिशय उच्च आहे. हृदयरोग, टाइप-२ मधुमेह आणि अल्झायमर्स या रोगांत याचा फार मोठा वाटा आहे. स्तन, बीजांडकोष (ओव्हरी) आणि प्रोस्टेट ग्रंथींच्या कर्करोगाशी सॅच्युरेटेड फॅट्सचा संबंध जोडला जातो. दुग्धजन्य पदार्थांना पर्याय म्हणून बदामाच्या किंवा इतर कुठल्या दुधाचा विचार करा.

४. रिफाइंड साखर

आपल्या शरीराकडून रिफाइंड साखरेचं विघटन झपाट्याने होऊन रक्तातल्या साखरेचं तसंच इन्सुलिनचं प्रमाण अतोनात वाढतं. अशी साखर पटकन पचल्यामुळे पोट भरल्याची तृप्तीची भावना फार काळ टिकून राहू शकत नाही. शिवाय अति गोड खाल्लं जाऊन कॅलरीजही उच्च प्रमाणात घेतल्या जातात. रिफाइंड साखरेमुळे लठ्ठपणा, कमरेचा घेर वाढणं तसंच मधुमेह आणि हृदयविकारासारख्या धोकादायक आजारांची जोखीम वाढणं अशा आरोग्याशी निगडित समस्या निर्माण होतात. त्याऐवजी गुळासारख्या नैसर्गिक शर्करेचा किंवा स्टिव्हियासारखा कृत्रिम स्वीटनर्सचा पर्याय स्वीकारा.

५. ग्लुटेन (तात्पुरतं)

धान्यप्रकारात, विशेषतः गव्हात आढळणारं ग्लुटेन हे प्रोटीन असून त्यामुळे चिकटपणा हा त्याचा गुणधर्म आहे. म्हणूनच, पिठाला चिकटपणा प्राप्त होतो. पचनमार्गाशी संबंधित विकार जसं पोटदुखी, आयबीएस, अतिसार, ढेकर, थकवा अशा अनेक समस्या त्यातून उद्भवतात. ग्लुटेनयुक्त अन्नाऐवजी राजगिरा, कुट्टु, तांदूळ, भरड धान्य आणि किनोवासारखे ग्लुटेनमुक्त पदार्थ वापरा.

६. तळलेले पदार्थ

तळलेल्या पदार्थांत उष्मांकाचं प्रमाण अतिरिक्त असून त्यांच्या सेवनाने वाईट कोलेस्टेरॉलची पातळी वाढू शकते. हृदयविकार होऊ शकतात. साधारणतः, अशा पदार्थांत मिठाचं प्रमाण अतिरिक्त असतं. परिणामतः, रक्तदाब वाढण्याचा संभव असतो. तळलेले पदार्थ खाण्याऐवजी ग्रिल करणं, टोस्ट करणं किंवा एअरफ्रायरमध्ये भाजणं अधिक आरोग्यदायी ठरतं.

आरोग्यदायी लाइफस्टाइल कशी राखायची?

आरोग्यदायी जीवनशैलीमुळे आपण मानसिक आणि शारीरिकदृष्ट्या तंदुरुस्त राहतो. एखाद्या दुखण्याशी सामना करायला, ते थोपवायला मदत होते. आपल्याला चांगलं वाटणं फार महत्त्वाचं असतं, कारण त्यातून आपला आत्मविश्वास आणि नीतिधैर्य वाढतं. तुमच्या शरीरासाठी जे योग्य आहे त्याचा स्वीकार करत आरोग्यदायी जीवनशैली अनुसरा.

तुमच्या प्रत्येक कृतीत उत्साह टिकून राहावा यासाठी पुढे काही मार्ग सुचवले आहेत–

१. व्यायाम

व्यायामामुळे शरारात आनंदी संप्रेरकं स्रवू लागतात. त्यामुळे तुमचं एकंदरीत भावनिक स्वास्थ्य सुधारून समतोल राखला जातो. व्यायामाने वजन कमी होतं, ऊर्जा पातळी वाढते आणि जुनाट रोगांचा धोका कमी होतो.

चालणं, जॉगिंग, वेट ट्रेनिंग किंवा बॉडी वेट एक्सरसाइज (आठवड्यातून तीनदा केलेच पाहिजेत!) योगासनं, ताई–ची किंवा तुमच्या आवडीचा कुठलाही व्यायामप्रकार चालेल.

२. ध्यानधारणा

जगभर ध्यानधारणेला महत्त्व आहे. नैराश्य आणि चिंतेशी निगडित समस्यांवर त्यामुळे निसर्गतः उपचार होतो. रोगप्रतिकार शक्ती वाढते. रक्तदाब आणि हृदयविकारासारख्या चिकट समस्यांवर नियंत्रण मिळवता येतं. दररोज १५–२० मिनिटं ध्यानधारणा केल्याने शांतता जाणवून आराम लाभतो. ध्यानधारणेचा कुठलाही प्रकार चांगलाच आहे. कृतज्ञता स्मरण करणं

हासुद्धा उत्तम मार्ग आहे. दररोज किमान १० मिनिटं तरी असा सराव करा आणि तुमचा तुम्हीच फरक जाणवून घ्या. 'कृतज्ञता दैनंदिनी' (ग्रॅटिट्यूड जर्नल) लिहिल्याने ज्या गोष्टींप्रति कृतज्ञ राहण्याची गरज तुम्हाला वाटते त्यांचा पुनरुच्चार होऊन त्यांना बळकटी मिळते, जीवन अधिक चांगलं करण्याच्या दृष्टीने ध्येयनिश्चिती करण्याला साहाय्य प्राप्त होतं.

३. आरोग्यदायी जीवनशैली राखा

तुम्ही आणि तुमचं आयुष्य यासाठी तुम्ही स्वतःच जबाबदार आहात. जीवन साधं-सरळ ठेवा. उत्तम आरोग्याच्या सर्वंकष दृष्टिकोनावर लक्ष केंद्रित करा. स्वतःच्या शरीराला कधीही गृहीत धरू नका. आपण आधी वाचलेल्या आरोग्यदायी अन्नाच्या सर्व प्रकारांचा समावेश आहारात करत आपलं डाएट साधं-सोपं ठेवा. दीर्घ कालावधीनंतर शरीराला इजा पोहोचवणारे अन्नपदार्थ टाळा. त्या दृष्टीने मी विस्तृत यादी दिली आहे. मुख्य म्हणजे खाण्याच्या सवयीला आरामदायक व्यायामाची जोड अवश्य द्या. व्यायामामुळे या शरीर नामक यंत्राला वेळशीर तेलपाणी मिळून ते योग्य प्रकारे चालेल. दररोज ध्यानधारणा करा, अनावश्यक ताण टाळा, स्वतःच्या आत्म्याला आनंदात ठेवा.

४. सर्वांत महत्त्वाचं म्हणजे... नेहमी आनंदी, कृतज्ञ आणि संतुष्ट राहा!

कृतज्ञतेने स्मरण करण्याच्या सरावातून समाधान प्राप्त होतं. 'माझ्याकडे जे आहे ते माझ्यासाठी पुरेसं आहे!' हा तुमचा नवा मंत्र असू द्या. जीवनाने आपल्याला चांगलं वागवलेलं असून उदंड दिलं आहे. आजवर जे आरोग्य आणि तंदुरुस्ती तुम्हाला लाभली आहे त्याबद्दल कृतज्ञता भाव बाळगणं आणि त्याच भावनेने पुढे चालणं अत्यंत महत्त्वाचं आहे.

केस स्टडी २	
क्लाएंटची माहिती	• वय ४७ वर्षं • वजन ९६.३ किलो • उंची ५ फूट ३ इंच
वैद्यकीय समस्या	• मधुमेह, रक्तदाब, लठ्ठपणा

इतर तक्रारी	• अधूनमधून अतिशय थकवा • रात्री शांत झोप न लागणं • सारखं गोड खावंसं वाटणं • वजन कमी करण्याची इच्छा
सद्य आहार आणि व्यायाम	• सहसा घरचं अन्न खाणं • आठवड्यातून एकदा बाहेर खाणं • नियमित व्यायाम नाही
आहारात सुचवलेला बदल	• प्रक्रिया केलेल्या आणि चरबीयुक्त पदार्थांचं प्रमाण कमी करणं • रिफाइंड साखर आणि मिठाऐवजी रॉकसॉल्ट/सी-सॉल्टचा समावेश • आहारात समावेश - भरड धान्य, धिरडी आणि डोसे या स्वरूपात गुंतागुंतीचे कार्बोहायड्रेट्स, संपूर्ण धान्याचे सूप्स, सॅलेड्स, वेगवेगळ्या प्रकारची खिचडी, मासे आणि चिकन • संध्याकाळचं जेवण ठीक ०७:०० वाजता • दैनंदिन आहार क्र. ४६ पाहा
सुचवलेला दैनंदिन व्यायाम	• हलकं चालणं आणि व्यायाम (वजन भरपूर कमी झाल्यावर)
इतर सूचना	• दृढ उच्चार (अफर्मेशन्स) • ध्यानधारणा • कृतज्ञता दैनंदिनी
झालेली सुधारणा	• पहिल्या ४ महिन्यात कमी झालेलं वजन - ९६.३ किलोवरून ८७.२ किलो • एचबीए१सीचं प्रमाण ६.६ (मधुमेह)पासून ६.१ (पूर्व मधुमेह) इतकं कमी झालं

१२

द लाइफस्टाइल ॲण्टिएजिंग डाएट

''एखादं नवीन ध्येय निश्चित करणं किंवा एखाद्या नवीन स्वप्नाचं स्वप्न पाहणं यासाठी अजूनही तुम्ही तरुण आहात.''
– सी.एस.लुईस

आरोग्य आणि सौंदर्य या दोन्ही बाबी आतून यायला हव्यात. मी खात्रीने सांगते की तुम्हाला तरुण दिसावंसं वाटतं, आपली त्वचा मऊ मुलायम आणि तजेलदार असावी असं वाटतं. बाजारात आज अनेक महागडे क्रीम्स आणि लोशन्स मिळतात. त्यामुळे तुमची त्वचा सुंदर होईल असा त्यांचा दावा असतो. मात्र, योग्य प्रमाणात व्हिटॅमिन आणि खनिजं देणारा आहार घेण्याकडे लक्ष दिलं पाहिजे.

व्हिटॅमिन आणि खनिजांची (मिनरल) कमतरता निर्माण झाली तर तुमची त्वचा थकलेली, सुरकुतलेली, काळवंडलेली, डाग पडलेली दिसू शकेल किंवा त्वचेवर काही ठिकाणी तुम्हाला ठिपके उमटलेले दिसतील. योग्य शारीरिक आणि मानसिक कार्य करण्यासाठीसुद्धा व्हिटॅमिन आणि मिनरल्स अत्यावश्यक ठरतात.

ॲण्टिएजिंग म्हणजे वार्धक्य या विषयाकडे बऱ्याच काळापासून लक्ष केंद्रित झालं आहे. आताशा, वयाची तिशी उलटताच लोक ॲण्टिएजिंगचा गंभीरपणे विचार करू लागले आहेत. दीर्घ काळ जगता यावं म्हणून आरोग्य जपण्याच्या दृष्टीने लोक सजग होऊ लागले आहेत. आरोग्यदायी जगण्याचा ॲण्टिएजिंग हा महत्त्वाचा घटक आहे.

ॲण्टिएजिंग म्हणजे काय?

ॲण्टिएजिंग ही वय होण्याची गती कमी करणारी, थोपवणारी आणि काही अंशी उलट करण्याची प्रकिया आहे. आजकाल, २०व्या शतकात लोकांचं आयुर्मान वाढलं असल्यामुळे वार्धक्य आणि दीर्घायू हे महत्त्वाचे विषय झाले आहेत.

तुम्हाला हे जाणायला आनंद वाटेल की तुमच्या शरीराला झालेला अपाय थोड्या अंशी दुरुस्त करण्यासाठी ॲण्टिऑक्सिडन्ट्स आणि आरोग्यदायी फॅटस्नी परिपूर्ण आहार वाढवण्याचा, तसंच साखर आणि प्रक्रिया केलेल्या अन्नपदार्थांसारखे टॉक्सिक पदार्थ टाळण्याचा उपयोग होतो. वय होण्याला हे दूषित पदार्थ बऱ्याच अंशी कारणीभूत असतात.

तुमच्या आहारात तुम्ही समावेश करायलाच हवा असे काही घटक इथे दिले आहेत. ॲण्टिएजिंगचा संपूर्ण लाभ मिळवण्यासाठी तुम्ही काही विशिष्ट सरावसुद्धा करायला हवेत.

१. मिनरल्स (खनिजं)

होय! तुमचं शरीर आरोग्यदायी आणि तरुण ठेवण्यामागे मिनरल्सची भूमिका मोलाची आहे. शरीराला महत्त्वाच्या मिनरल्सची गरज असते. त्यामुळे, शरीरांतर्गत द्रावांचा समतोल राखला जातो, नर्व्ह ट्रान्समिशन, स्नायूंचं आरोग्य, हाडांचा आणि दातांचा निरोगीपणा, मेंदूची कार्यं आणि इतर अनेक गोष्टी सुकरपणे पार पडतात. शरीरात विकरं आणि संप्रेरकं निर्माण करण्याच्या दृष्टीनेही मिनरल्सची भूमिका महत्त्वाची असते. मॅक्रो आणि मायक्रो हे दोन प्रकारचे मिनरल्स महत्त्वाचे आहेत. मॅक्रो मिनरल्समध्ये कॅल्शिअम, सोडिअम, पोटॅशिअम, मॅग्नेशिअम आणि फॉस्फरस या ठळक मिनरल्सचा समावेश होतो, तर मायक्रो मिनरल्समध्ये लोह, झिंक, सेलेनिअम, आयोडीन आणि कॉपर यांचा सूक्ष्म भाग येतो.

२. आयर्न (लोह)

आयर्नच्या माध्यमातून आपल्या शरीरात ऑक्सिजन वाहून नेला जातो. ऊर्जेच्या चयापचयात त्याची मोलाची भूमिका असते. आयर्नची कमतरता निर्माण झाली तर नखं ठिसूळ होऊन सहजगत्या तुटतात. आयर्न कमी असलं की अशक्तपणा (ॲनिमिया) येतो. ऊर्जा कमी होते, थकवा जाणवतो, त्वचा फिकुटलेली आणि आजारी दिसू लागते. आयर्नचं प्रमाण भरपूर असलेले वेगवेगळे पदार्थ खाऊन शरीरांतर्गत आयर्नची पातळी उच्च ठेवणं गरजेचं आहे. त्याचबरोबर, आयर्न सप्लिमेंटसुद्धा घेतल्या पाहिजेत. पालक, शिंपले आणि काजूमध्ये आयर्न उपलब्ध असतं. त्यामुळे व्हिटॅमिन डीला चालना मिळून त्वचा चमकू लागते. ऑर्गन मीट, रेड मीट, फिश, पोल्ट्री, शेल फिश (मुख्यत्वे शिंपले), अंड्याचा बलक, डाळी, सुकामेवा, गडद हिरव्या पालेभाज्या आणि फॉर्टिफाइड सिरिअल्समध्ये आयर्न आढळतं.

३. झिंक

या सामर्थ्यशाली मिनरल्सची जाणीव आता सगळ्यांना झाली आहे. शरीराच्या अनेक कार्यांसाठी त्याची गरज भासते. शरीरातल्या प्रत्येक पेशीत झिंक असतं. रोग प्रतिकारक कार्य करण्याकरता, बॅक्टेरिया आणि व्हायरसला दूर ठेवण्याकरता झिंकची गरज असते. डीएनएचं एकीकरण आणि प्रोटीन निर्मितीसाठी झिंकची मदत होते. तो एक नैसर्गिक ॲण्टिइन्फ्लामेटरी घटक असून अतिसार (डायरिया) तसंच साध्या सर्दीमध्ये उपचार म्हणून त्याचा वापर होतो. पुरुषांची प्रजनन क्षमता (फर्टिलिटी) वाढवायला त्याचा उपयोग होतो. तसंच शैक्षणिक क्षमता आणि बुद्धीला प्रेरणा द्यायलाही त्याचा उपयोग होतो. अनेक संशोधनातून असं दिसलं आहे की, झिंक सप्लिमेंट घेण्याने श्रवणदोष थांबवता येतो. आपल्या अन्नामध्ये शिंपले, लाल भोपळ्याच्या बिया, डाळी, बीफ, नारळ, स्पिर्‍युलिना आणि पालकाचा वापर करून तुम्हाला झिंकचा योग्य पुरवठा होऊ शकतो. आपल्या डॉक्टरांशी बोलून उच्च दर्जाची झिंक सप्लिमेंटदेखील घेऊ शकता.

४. सेलेनिअम

हे एक अत्यंत महत्त्वाचं मिनरल असून अगदी कमी प्रमाणात लागतं. चांगल्या आणि तजेलदार त्वचेसाठी ते आवश्यक आहे. त्यामध्ये तीव्र ॲण्टिऑक्सिडन्ट गुणधर्म आहेत. फ्री रॅडिकल्समुळे पेशींना झालेल्या

इजेविरुद्ध लढण्यात हा गुणधर्म मदत करतो. वार्धक्याच्या खुणा त्याने कमी होतात. सुरकुत्या, चेहरा काळवंडणं, त्वचेवर ठिपके उमटणं, बारीक रेषा उमटणं, त्वचा कोरडी होणं अशा गोष्टींवर त्याचा इलाज होतो. संशोधनात असंही दिसलं आहे की, सेलेनिअममुळे तिहेरी फायदा होतो. अतिनील किरणांमुळे पेशींना होणारी इजा थोपवली जाते, त्वचेची जळजळ थांबते आणि त्वचेवर डाग पडण्यापासून संरक्षण मिळतं. अलीकडे झालेल्या संशोधनातून सेलेनिअमचं आणि इतर अँण्टिऑक्सिडन्टचं त्वचेच्या आरोग्यासाठी आणि त्वचेच्या कर्करोगाची जोखीम कमी करण्यासाठी असणारं महत्त्व अधोरेखित झालं आहे. सेलेनिअमची ५५ μgची योग्य मात्रा घेतल्याने आरोग्यदायी त्वचा आणि वर्ण जपता येतो. डाएटरी सप्लिमेंटच्या माध्यमातून सेलेनिअम घेता येतं किंवा ब्राझिल नॉट्स, यकृत, ट्युना मासा, बीन्स आणि सागरी अन्नातूनही सेलेनिअम प्राप्त होतं.

५. कोएन्झाइम क्यू१० (सीओक्यू१०)

कदाचित तुम्ही या मिनरलचं नाव ऐकलं नसेल परंतु ते तुमच्या शरीरासाठी अत्यंत महत्त्वाचं आहे. क्यू१० (सीओक्यू१०) हे फॅटमध्ये विरघळणारं व्हिटॅमिन (क्विनोन) असून ते प्रभावी अँण्टिऑक्सिडन्ट आहे. त्याची रासायनिक रचनाही बरीचशी व्हिटॅमिन ईसारखी आहे. त्याच्या उच्च स्तरीय अँण्टिऑक्सिडन्ट परिणामांमुळे तसंच, सुरक्षित ठेवण्याच्या त्याच्या गुणधर्मामुळे क्रीम आणि लोशनमध्ये ते बरेचदा वापरलं जातं. फ्री रॅडिकल्समुळे त्वचेच्या पेशींना होणारं नुकसान थांबवायला त्याने मदत होते. कोलॅजेन आणि इलॅस्टिनचा साठा राखला जातो. म्हणूनच, सीओक्यू१०ने त्वचा मऊ, आणि तरुण दिसते. तसं पाहिलं तर, हा घटक शरीरात निसर्गतः उपस्थित असतो पण वयपरत्वे त्याची पातळी कमी होते. एक लक्षात घ्या, त्वचेला सुरकुत्या पडणं, त्वचा लोंबू लागणं यामागे कारणीभूत असणारा हाही एक महत्त्वाचा घटक आहे. म्हणूनच, सप्लिमेंटच्या माध्यमातून किंवा अन्नातून तुम्हाला दररोज सीओक्यू १० मिळायला हवं जेणेकरून, वय होण्याचे परिणाम तुमच्या त्वचेवर उमटणार नाही. सीओक्यू १० असणारे पदार्थ म्हणजे शेंगदाणे, सार्डिन मासा, बीफ आणि ऑर्गन मीट तसंच डाएटरी सप्लिमेंट. सीओक्यू१० हा घटक मजबुती देणाऱ्या अनेक कंपाउंड्समध्ये वापरला जातो.

६. व्हिटॅमिन सी आणि कोलॅजेन

दररोज सकाळी संत्रा/आवळा/लिंबाचा रस घेता का तुम्ही? जेवताना सॅलेडमध्ये रंगीत ढोबळी मिरची घालता का? तसं जर तुम्ही करत असाल तर तुमची त्वचा तुमचे आभार मानेल. तुमचा आहार तर आरोग्यदायी आहेच, पण त्यामध्ये तुम्हाला रोज व्हिटॅमिन सीसुद्धा मिळत आहे. तुमच्या त्वचेला उत्तम दिसण्यासाठी तसंच उत्तम कार्य करण्यासाठी अनेक पोषकमूल्यं लागतात. त्यापैकी, व्हिटॅमिन सीची भूमिका फार महत्त्वाची आहे. त्यामध्ये रोगप्रतिकारक शक्ती वाढवणारे घटक आहेत. त्वचा तजेलदार करण्यामध्ये त्याचा मोठा वाटा आहे. तुमच्या वर्णाचंही संरक्षण त्याच्याकडून होतं. हे व्हिटॅमिन सी तुम्ही अन्नातून थेट खा किंवा वरून त्याचं लेपन करा.

कोलॅजेन निर्मितीमध्ये व्हिटॅमिन सीची महत्त्वाची भूमिका आहे. टॉपिकल व्हिटॅमिन सीमुळे फायब्रोब्लास्टला चालना मिळते (ब्रोकोली आणि स्ट्रॉबेरी खाण्याचे फायदे असेच आहेत) आणि कोलॅजेननिर्मिती होऊन चेहऱ्यावरच्या बारीक सुरकुत्या कमी होतात, त्वचेचा पोत कायम राखला जाऊन कोलॅजेन संश्लेषणची गती धीमी करण्यात त्याने मदत होते. व्हिटॅमिन सी बाह्य स्वरूपात लावल्याचे परिणाम अनेक प्रयोगांतून दिसून आले आहेत. हे मायक्रोन्युट्रिएंट अत्यंत प्रभावी ॲण्टिऑक्सिडन्ट असून वय झाल्याने होणारे परिणाम थोपवण्यासाठी, तसंच त्वचेवर पडलेले अतिरिक्त डाग घालवण्यासाठी उपयोग होतो. व्हिटॅमिन सी पुरेशा प्रमाणात घेतलं तर त्वचा घट्ट राहते, तसंच जखमा पटकन भरतात.

संशोधनातून असंही दिसून आलेलं आहे की, ह्या महत्त्वाच्या व्हिटॅमिनमुळे सूर्यापायी पडलेले तपकिरी ठिपके किंवा इतर डाग कमी व्हायला मदत होते. फ्री रॅडिकल्सच्या अपायकारक परिणामांपासून हे व्हिटॅमिन त्वचेला संरक्षण देतं. ह्या मायक्रोन्युट्रिएंटमुळे त्वचेवरची जळजळ किंवा खाज कमी होते. म्हणजेच, तुमच्या त्वचेवर पडणारे लाल डाग थोडे कमी दिसतात. थोडक्यात सांगायचं तर, व्हिटॅमिन सी हा तुमच्या त्वचेची काळजी घेणारा महत्त्वाचा घटक म्हणायला हवा. तोंड धुणं जितकं महत्त्वाचं आहे, सनस्क्रीन लावणं जितकं महत्त्वाचं आहे, तितकंच व्हिटॅमिन सी पोटात जाणंही महत्त्वाचं आहे.

व्हिटॅमिन सी हे सारं कसं घडवून आणतं?

एखादं सैन्य आपल्या प्रदेशाचं जसं रक्षण करतं, तसंच व्हिटॅमिन सीसुद्धा त्वचेचं रक्षण करतं. फ्री रॅडिकलपायी गोंधळ माजण्यापूर्वीच ते फ्री रॅडिकलला निष्फळ करतं आणि सूज कमी करतं. संशोधनातून सिद्ध झालं आहे की, ज्या स्त्रिया मुबलक प्रमाणात व्हिटॅमिन सी घेतात त्यांच्या चेहऱ्यावरच्या सुरकुत्या किंवा त्वचेवरचे रूक्ष डाग कमी होतात. फायब्रोब्लास्ट पेशींना सक्रिय करण्यामध्ये व्हिटॅमिन सीची महत्त्वाची भूमिका असते. याच पेशींकडून नवीन कोलॅजेनची निर्मिती होऊन त्वचेला कणखरपणा आणि ताकद लाभते.

त्वचेवरून लावल्यानेही व्हिटॅमिन सी कार्य करतं. फ्री रॅडिकलमुळे होणाऱ्या हानीचा सामना करण्यात ते महत्त्वाची भूमिका निभावतं. एल-एस्कॉर्बिक ॲसिड असणारं व्हिटॅमिन सी वापरणं महत्त्वाचं आहे. ते त्वचेमध्ये खोलवर जातं. व्हिटॅमिन सी त्वचेवर चोळून लावल्याने अतिनील किरणांचा अपायकारक परिणाम कमी होतो. एरवी, सनब्लॉक लोशनमधूनही ही किरणं त्वचेवर विपरीत परिणाम घडवतात. पुरुषांनी दररोज ९० मिली ग्रॅम तर स्त्रियांनी ७५ मिली ग्रॅम व्हिटॅमिन सी घ्यावं. हिरवी ढोबळी मिरची, ब्रोकोली, संत्री (आणि संत्र्याचा रस) पपई, स्ट्रॉबेरी आणि खरबूज या सर्वांमध्ये व्हिटॅमिन सी मुबलक प्रमाणात आहे. नेहमी हे लक्षात ठेवा की व्हिटॅमिन सी हा घटक असलेलं त्वचेसाठीचं एखादं उत्पादन घेताना त्याच्या समाविष्ट घटक यादीत एल-एस्कॉर्बिक ॲसिड आहे की नाही हे तपासून पाहा.

७. व्हिटॅमिन डी

अलीकडच्या काळात 'तारुण्याच्या कारंजा'चा बराच शोध सुरू आहे. हे तारुण्याचं कारंजं म्हणजेच 'फाउंटन ऑफ यूथ' हे असं उत्पादन आहे ज्यामुळे शरीरांतर्गत ऊती वार्धक्याकडे जाण्याची प्रक्रिया उलट होते. संशोधनातून असं दिसून येतं की, व्हिटॅमिन डीमध्ये मोठ्या प्रमाणात ॲण्टिएजिंग वैशिष्ट्ये असून सुरकुत्या कमी व्हायला मदत होते, तसंच सूर्याच्या अतिनील किरणांपासून आणि इतर पर्यावरणीय विपरीत घटकांपासून रक्षण केलं जातं, त्वचेच्या पेशींचं उत्पादन वाढायला मदत होते. इतकंच नाही तर, ताणाला अडथला निर्माण करणारं हे व्हिटॅमिन असून हृदयाचं संरक्षण करतं. वार्धक्याची प्रक्रिया उलट होतेच; शिवाय आपल्याला अधिक निरोगी वाटू लागतं, आपण अधिक तरुण दिसू लागतो.

व्हिटॅमिन डी म्हणजे काय?

त्वचेमध्ये विरघळणारं हे व्हिटॅमिन असून यामुळे मुख्यत्वे कॅल्शिअम शोषून घेणं, वाढीला चालना मिळणं, हाडांना उपयुक्त खनिजं मिळणं या कार्यांना मदत होते. आपल्या शरीराच्या रोगप्रतिकारक, पाचक, अभिसारण आणि चेतासंस्थांच्या विविध कार्यांसाठीसुद्धा हे व्हिटॅमिन आवश्यक आहे. आपल्याला ठाऊक आहे की, व्हिटॅमिन डी शरीराला कॅल्शिअम शोधून घ्यायला मदत करतं. हाडांचं आरोग्य आणि ताकद यांसाठी कॅल्शिअम फार महत्त्वाचं असतं. व्हिटॅमिन डीची कमतरता निर्माण झाली की, स्नायू अशक्त होतात, वेदना, थकवा आणि नैराश्य येतं. पुरेशा प्रमाणात व्हिटॅमिन डी प्राप्त करण्यासाठी विशिष्ट अन्नघटक, सप्लिमेंट आणि योग्य पद्धतीने सूर्यप्रकाश मिळणं गरजेचं असतं.

व्हिटॅमिन डीचा पुरेसा पुरवठा करणारं अन्न म्हणजे ट्युना, मॅकरल आणि सॅल्मनसारखे चरबीयुक्त मासे, संत्र्याचा रस, सोया मिल्क, तृणधान्ये, बीफ, यकृत, अंड्याचं पिवळं बलक आणि मशरूम यांमध्ये पुरेशा प्रमाणात असतं.

८. मिथाईल सल्फोनील मिथेल

आपण चांगले दिसू लागलो की, आपला आत्मविश्वास वाढतो त्यामुळे आपल्याला छान वाटू लागतं. अनेक लोकांना त्यांची त्वचा निरोगी आणि नितळ असावी असं वाटतं. इथे, मिथाईल सल्फोनील मिथेल (एमएसएम) त्यांच्या कामाला येतं. त्यामध्ये मोठ्या प्रमाणात सल्फर आहे. शरीराला कोलॅजेन निर्मितीसाठी सल्फरची मदत होते. कोलॅजेन हा घटक ऊतींमध्ये महत्त्वाचा आहे कारण त्यातून मानवी शरीर एकत्र धरून ठेवण्यासाठी त्वचेला आवश्यक असणारा रचनात्मक आधार लाभतो. सल्फर हे केरॅटीनला बांधून ठेवतं. नखं आणि केसांचा मुख्य महत्त्वाचा घटक म्हणजे केरॅटीन. हेच केरॅटीन केस सरळ करण्यासाठी आणि केसांची वाढ होण्यासाठीसुद्धा आवश्यक असतं.

वनस्पती, प्राणी आणि माणसात सल्फर असतं. पण ते लेबॉरेटरीमध्येसुद्धा डाएटरी सप्लिमेंट म्हणून पावडर किंवा कॅप्सूलच्या रूपात निर्माण करता येतं. संशोधकांना असं दिसून आलं आहे की, निरोगी आणि तरुण दिसणाऱ्या त्वचेसाठी जबाबदार असणारी महत्त्वाची जनुकं (जीन्स) सामान्य रूपात कार्यरत

राहण्यासाठी एमएसएमची मदत होते. याच एमएसएममुळे 'क्रोज फीट'ची लक्षणं कमी होऊन त्वचेची दृढता चांगली होते. एका क्लिनिकल ट्रायलनुसार एमएसएम वापरणाऱ्या १००% सहभागींमध्ये सुरकुत्या कमी झाल्या. साधारणतः, प्रत्येकात ३८% सुरकुत्या कमी झाल्या. शिवाय, या अभ्यासात असंही दिसलं की त्वचेची लवचिकता आणि दृढता वाढली आहे. आपली त्वचा म्हणजे अनेक स्तरांची गुंतागुंतीची रचना आहे. एमएसएमचा वापर त्वचेवर केला, किंवा ते तोंडावाटे घेतलं तर त्वचेला बाहेरून आधार मिळतो, शिवाय अंतर्गत प्रक्रिया दृढ व्हायला मदत होऊन त्याचा दीर्घकालीन लाभ वाट्याला येतो.

एमएसएममुळे आपल्या रोगप्रतिकारक शक्तीला चालना मिळते, सूज कमी होते, ग्लुटेथिऑनची पातळी वाढते. वेदना कमी होतात, स्नायूंची दुखापत कमी होते. जोरकस व्यायामानंतर जाणवणारी वेदना कमी होते, स्नायूंना झालेली दुखापत कमी होते आणि ऑक्सिडेटिव्ह ताण कमी होतो. पटकन बरं व्हायला मदत होते आणि त्यायोगे आपल्या जीवनाची गुणवत्ता सुधारते.

कॉफी, बिअर, टोमॅटो, अल्फा मोड, हिरव्या पालेभाज्या, सफरचंद, रासबेरी आणि संपूर्ण धान्यात एमएसएम मोठ्या प्रमाणात उपलब्ध असतं. साधारणतः प्रौढांसाठी ५०० ते ८०० मिली ग्रॅम इतकी मात्रा पुरते, तसंच दैनंदिन जीवनात जेवणाबरोबर किंवा जेवणानंतर एमएसएम सप्लिमेंट घेणं उपयुक्त ठरतं.

९. पाऊ डी'आरको टी

मध्य आणि दक्षिण अमेरिकेत, एका स्थानीय उष्ण कटिबंधीय वृक्षाच्या आंतरसालीपासून पाऊ डी'आरको मिळवलं जातं. एका पारंपरिक औषध घटकात ते वापरलं जातं. ते पूरक (सप्लिमेंट) आहे. तुम्हाला ते लॅटिन वाटेल पण ते तसं नाही हे लक्षात घ्या. मोठ्या प्रमाणावरची, विविध प्रकारची आजारपणं बरी करायला ह्या आतल्या सालीचा उपयोग केला जातो. शरीराची सूज त्याने उतरते. नॅफ्थोक्विनोन, मुख्यत्वे लॅपॅचोल आणि बिटा लॅपॅचोल असे घटक या आंतरसालीपासून वेगळे केले जातात. त्यांचेही काही वेगवेगळे लाभ आहेत असं मानलं जातं. ह्याचा अर्क डाएटरी फॅट शोषून घेतो आणि त्यामुळे वजन कमी व्हायला मदत होते.

हा चहा कसा करावा?

पारंपरिकरीत्या, पाण्यात २-३ चमचे साल (१० ते १५ ग्रॅम) घालून ते १५ मिनिटं मंद आचेवर उकळलं जातं. हे मिश्रण दिवसातून तीनदा घ्यावं.

१०. बार्ली ग्रास

आरोग्याशी निगडित उत्पादनं मिळणाऱ्या दुकानात बार्ली ग्रास सहज मिळेल. विविध हिरवे रस आणि सप्लिमेंट यांमध्ये केळं, पालक आणि गहू-तृणांकुराच्या जोडीने हे बरेचदा वापरलं जातं. याला बार्लीची पानं किंवा बार्ली ग्रीन, बार्ली ग्रास असंही म्हटलं जातं. बार्ली या झाडाचं ते पान आहे. त्या संदर्भात बरंच संशोधन करण्यात येत असून त्यातूनच त्याचे आरोग्यासाठी उपयुक्त लाभ लक्षात आले आहेत.

नवीन सुपर फूड म्हणून ते ओळखलं जातं. वजन कमी करण्यासाठी, रोगप्रतिकारक कार्य वाढण्यासाठी आणि एकूणच आरोग्याला साहाय्य करण्यासाठी सप्लिमेंट म्हणून त्याचा वापर होतो.

बार्ली ग्रासमध्ये हजारो विकरं असून आधुनिक युगात कर्करोग निर्माण करणाऱ्या ज्या अनेक घटकांना आपण रोजच सामोरे जातो त्यांचा परिणाम कमी करायला त्याची मदत होते. बार्लीच्या कोवळ्या पानांत सर्वाधिक प्रमाणात सुपर ऑक्साइड डिस्म्युटेज (एसओडी)चा भरपूर साठा असतो. १२२-१२५ हे एसओडी म्हणजे एक ॲण्टिएजिंग एन्झाइम आहे. आपले अंतर्गत अवयव आणि ऊतींवर फ्री रॅडिकल्स आणि अस्थिर ऑक्सिजनचे रेणू सतत हल्ला करत राहतात. श्वास घेणं, खाणं अशा दैनंदिन कृतींतून ते निर्माण होतात. बार्लीबद्दलच्या वाढत्या संशोधनातून असं दिसून आलं आहे की, बार्ली गवताचा रस हा एसओडीचा एक सर्वोत्तम स्रोत असून तो वय होण्याची प्रक्रिया लांबवू शकतो किंवा धिमी करू शकतो त्याचप्रमाणे मानवी आयुर्मर्यादा वाढवू शकतो. नैसर्गिकरीत्या निर्माण झालेल्या एसओडीसारख्या ॲण्टिऑक्सिडन्टमुळे वय होण्याच्या नकारात्मक परिणामांच्या विरुद्ध काम केलं जातं.

बार्लीच्या गवतात वेगवेगळी महत्त्वाची पोषकमूल्यं आहेत. वाळलेल्या बार्लीच्या गवतात भरपूर तंतू असून एक टेबलस्पून (१०ग्रॅम)मध्ये साधारण ३ ग्रॅम असं त्यांचं प्रमाण आहे. बार्लीच्या गवतात मोठ्या प्रमाणात व्हिटॅमिन ए आहे. हे फॅटमध्ये विरघळणारं व्हिटॅमिन असून त्याने रोगप्रतिकार कार्य, पेशींची वाढ आणि दृष्टीवर नियंत्रण ठेवलं जातं.

बार्लीमध्ये उच्च प्रमाणात व्हिटॅमिन सी असून त्वचेचं आरोग्य, जखम बरी होणं, तोंडाचं आरोग्य या सर्वांत त्याची मध्यवर्ती भूमिका असते. बार्लीमध्ये व्हिटॅमिन केसारखे महत्त्वाची मायक्रो पोषकमूल्यं आहेत. रक्तात गुठळी होण्यासाठी, हाडं घडवण्यासाठी आणि हृदयाच्या आरोग्यासाठी व्हिटॅमिन के आवश्यक असतं. बार्लीमध्ये मोठ्या प्रमाणावर ॲण्टिऑक्सिडन्ट्स असून त्यामुळे ऑक्सिडेटिव्ह ताण कमी होऊन जुनाट आजारांविरुद्ध संरक्षण मिळतं.

बार्लीच्या गवतात सॅपोनॅरीन, गॅमा-अमायनोब्युटिरिक ॲसिड (जीएबीए) आणि ट्रिप्टोफॅनसारखे घटकसुद्धा असतात. या सगळ्यांचा संबंध रक्ताचा दाब कमी करणं, सूज कमी करणं आणि हृदयाचं आरोग्य वाढवण्याशी असतो.

बार्ली गवतापासून रस कसा काढायचा?

१. ब्लेंडरमध्ये बार्ली गवत घ्या. त्यात पुरेसं पाणी घाला.
२. आता ब्लेंडरमध्ये बार्ली गवत आणि पाणी इतपतंच फिरवा जेणेकरून ते गवत पाण्यात विरघळेल.
३. घट्ट विणीच्या कपड्यातून किंवा अतिशय बारीक गाळणीतून हे मिश्रण एका स्वच्छ ग्लासमध्ये किंवा वाटीत ओता.
४. ते मिश्रण दाबून सगळा रस काढा. शक्य तितकं घट्ट पिळा.
५. वरचा चोथा फेकून द्या आणि ग्लासमध्ये जमलेल्या बार्ली गवताच्या रसाचा आस्वाद घ्या.
६. हा हिरवा रस तुम्ही स्मूदी आणि सॅडलसाठी वापरू शकता.

जवळपास एक दशकभर मी माझ्या ग्रीन स्मूदीमध्ये रोजच याचा वापर करते आहे. हा पटकन तयार करता येतो. महत्त्वाचे सगळे व्हिटॅमिन्स आणि मिनरल्स त्यात भरपूर प्रमाणात आहेत. त्याजोडीने तुम्ही ताजी फळं आणि गडद हिरव्या पालेभाज्या वापरू शकता. अगदी पटकन आणि आरोग्यदायी आहार प्राप्त होऊन तुमच्या शरीराचं आंतरबाह्य रूपांतरण घडू शकतं.

सहसा, फळं आणि पाणी (किंवा दुग्धजन्य पदार्थ) यांपासून स्मूदी तयार केल्या जातात. त्यामध्ये शर्करेचं प्रमाण अधिक असून सूज वाढू शकते. त्याउलट, ग्रीन स्मूदीसाठी फळं आणि पाणी (किंवा वनस्पतिजन्य द्राव) आणि हिरव्या पालेभाज्या वापरल्या जातात. या हिरव्या स्मूदीची चव

नेहमीच्या स्मूदीसारखीच छान तर असतेच शिवाय त्याचे आरोग्यदायी लाभ अधिक असतात.

पालकापासून केलपर्यंत, चार्डपासून बॉकचॉयपर्यंत सगळ्या हिरव्या पालेभाज्या तुम्ही वापरू शकता. स्मूदीमध्ये हिरव्या पालेभाज्या वापरल्याने तुम्हाला अधिकचे फायटोन्युट्रियन्ट्स आणि तंतू प्राप्त होतात. यामुळे, शरीरात शर्करा शोषली जाण्याची गती कमी होते. बेबी स्पिनॅच ही माझी एक आवडती हिरवी पालेभाजी आहे, कारण तिची चव सौम्य आहे. त्याच्यात जी फळं घातली जातात त्याचा स्वादही जाणवतो. वर्षभर बेबी स्पिनॅच सहजपणे आणि खिशाला परवडेल अशा किमतीत उपलब्ध असतो.

ग्रीन स्मूदी कशी तयार करायची?

१. तुमचे मुख्य घटक निवडा. पालक, केल, कोलार्ड ग्रीन किंवा लेट्युससारखी एखादी हिरवी पालेभाजी तुम्ही निवडू शकता. लेट्युस ही सर्वांत सौम्य तर केल सर्वाधिक तीव्र स्वादाची आहे.
२. बदामाचं दूध, नारळपाणी किंवा नेहमीचं पाणी असा एखादा द्राव निवडा. दूध घातलं तर तुमची स्मूदी मिल्क शेकसारखी घट्ट होईल. पाण्याने ती रसासारखी (ज्यूस) होईल.
३. हिरव्या पालेभाजीचा स्वाद सौम्य करण्यासाठी एखादं फळ निवडा. हिरव्या स्मूदीसाठी तुम्ही अननस, केळं, आंबा, पेअर, किवी, ॲव्होकॅडो, हिरवं सफरचंद किंवा या सगळ्यांचं मिश्रण किंवा दुसरं एखादं पिवळं किंवा हिरवं फळ वापरू शकता.
४. यामध्ये तुम्ही थोडी चव, थोडी गोडी आणि थोडं पोषणमूल्यं वाढवण्यासाठी सर्व प्रकारच्या बिया, प्रोटीन पावडर, नैसर्गिक स्वीटनर, सुकामेवा किंवा नट बटर, तेल किंवा मसाले घालू शकता.
५. हे सर्व साहित्य ब्लेंडरमध्ये घालून ते एकजीव होईपर्यंत ब्लेंड करा. त्यामध्ये हिरव्या पालेभाज्यांचे किंवा फळांचे तुकडे राहता कामा नयेत.

चमकणाऱ्या त्वचेसाठी स्मूदी –

त्वचा चमकावी असं वाटत असेल, तर तुमच्या स्मूदीमध्ये पालक, ॲव्होकॅडो आणि बदाम दूध हवंच. यांचा विलक्षण परिणाम दिसून येतो, त्वचेसाठी

हे विशेषकरून चांगले आहेत. पालकामध्ये उच्च प्रमाणात फॉलिक ॲसिड असून डीएनए दुरुस्त करण्यासाठी त्याची मदत होते. त्वचेला नवीनतम स्पर्श देण्यातपण त्याची मदत होते. ॲव्होकॅडोमध्ये मोनोसॅच्युरेटेड फॅटी ॲसिड असून ते चांगले फॅट आहेत. त्यामुळे तुमची त्वचा आर्द्र आणि ओलसर राहते. बदामाच्या दुधात भरपूर प्रमाणात व्हिटॅमिन ई असून तुमची त्वचा दुरुस्त करायला आणि सूर्यामुळे झालेलं नुकसान भरून काढायला मदत होते.

११. हिरवं सॅलेड

बरेचदा आपण काकडी, टोमॅटो, ढोबळी मिरची आणि कांद्याचं तेच तेच सॅलेड खातो आणि शेवटी आपल्याला सॅलेड खायचाच कंटाळा येऊ लागतो. परंतु हिरव्या सॅलेडमधून आपल्याला उच्च प्रकारचं पोषणमूल्यं मिळतं आणि असं सॅलेड आपण रोजच खायला हवं. जरा वेगवेगळे पदार्थ एकत्र करा आणि छानसे काही घटक घालून तुमच्या त्या हिरव्या पालेभाज्यांच्या सॅलेडमुळे त्वचेला निरोगी करा.

सॅलेडस करणं फार सोपं असतं. त्यासाठी आवश्यक ड्रेसिंगसुद्धा पटकन करता येतं. आपलं आयुष्य कितीही व्यग्र असलं तरी त्यासाठी आपण वेळ काढायलाच हवा. माझं म्हणाल तर, पाच मिनिटांत मी सॅलेड तयार करू शकते. हो, घरचं ड्रेसिंग करणंसुद्धा सोपं असतं. त्यासाठी लिंबू आणि ऑलिव्ह ऑइल असलं की झालं.

सॅलेडचा पर्याय सोपाच आहे. त्यायोगे, रोजच्या आहारात कॅलरी कमी राखूनही तुम्ही रोज सगळ्या भाज्या खाऊ शकता. सॅलेडवर कोणतं टॉपिंग आणि ड्रेसिंग वापरावं हे काळजीपूर्वक ठरवायला हवं. कॅलरी आणि अनावश्यक फॅट न वाढवणारं ड्रेसिंग असावं. सॅलेडसाठी जी हिरवी पानं वापरली जातात त्यातून भरपूर प्रमाणात व्हिटॅमिन मिळतात. विशेषकरून, ए, सी आणि के ही व्हिटॅमिन्स मुबलक प्रमाणात मिळतात. कित्येक सॅलेडमध्ये आयर्नचं प्रमाण भरपूर असतं, तर काहींमध्ये कॅल्शिअम मुबलक प्रमाणात सापडतं. हे सगळे चांगले गुण आहेतच, शिवाय रोगांचा सामना करणारे फायटर न्युट्रियन्ट्स असून रोजच्या रोज हिरव्या पालेभाज्या का खायच्या नाहीत याचं कारण शोधणंच कठीण जाईल.

सर्वोत्तम ग्रीन सॅलेडची निवड कशी करावी?

सॅलेड ताजं आहे की नाही हे पाहूनच लक्षात येतं. सॅलेडची हिरवी पानं कुरकुरीत आणि चकचकीत दिसायला हवीत. सुकलेली, पिवळी पडलेली, तपकिरी ठिपके असलेली पानं घेऊ नका. बटरहेड वगैरेसारख्या सॅलेडची टोकं कुरळी असायला हवीत, ती सैल पडलेली असता कामा नये.

तुम्ही हिरवं सॅलेड का खावं?

ते तुमच्यासाठी अतिशय उत्तम असतात. सरसकटपणे, गडद हिरव्या रंगाच्या पानांमध्ये पोषणमूल्य जास्त असतं. केल आणि पालक ही याची उदाहरणं असून त्यामध्ये व्हिटॅमिन ए, सी, आयर्न आणि कॅल्शिअम मुबलक प्रमाणात असतं. त्यामुळे त्यांना सुपर फूडच्या यादीत योग्य स्थान मिळालं आहे. त्याउलट, आइसबर्ग लेट्युससारखी फिक्या रंगाची पानं पोषणमूल्यांत कमी असली तरी त्यांच्यात कॅलरीसुद्धा कमी आहेत. त्यांच्यात तंतुमय भाग आणि पाण्याचं प्रमाणही उत्तम असतं.

सॅलेडसाठी योग्य अशा हिरव्या पालेभाज्या कोणत्या? त्यांचा कसा लाभ होतो?

यकृतामध्ये असणाऱ्या डिटॉक्सिफिकेशन विकरांना केलचा आधार मिळतो, शिवाय यकृत आणि मूत्रपिंडाच्या एकूण कार्याला त्याची मदत होते. शरीराचं डिटॉक्स करणारे हे दोन मुख्य अवयव आहेत. केलमध्ये भरपूर प्रमाणात मॅग्नेशिअम आहे. यामुळे स्नायू सैलावणं, ताण-तणाव कमी होणं, झोप चांगली लागणं, पचनाला साहाय्य होणं या गोष्टी सुकर होतात.

वॉटरक्रेस आणि पालकामध्ये आयर्न भरपूर असतं. थकवा घालवण्यासाठी ते उपयुक्त ठरतं. आयर्नमुळे रक्तातला ऑक्सिजन शरीरभर सहजतेने पोहोचतो. त्वचेलासुद्धा ऑक्सिजन पुरवठा होतो. तसंच यामध्ये असणारं मॅग्नेशिअम ऊर्जानिर्मितीसाठी उपयुक्त ठरतं.

१२. प्रोबायॉटिक्स

प्रोबायॉटिक्सचा अर्थ 'जीवनासाठी' असा होतो. वार्धक्याची प्रक्रिया धिमी करण्यामध्ये प्रोबायॉटिक्सची भूमिका महत्त्वाची ठरते. अनेक संशोधनांती

दिसून आलं आहे की, प्रोबायॉटिक्समुळे आम्लधर्मी त्वचेचा पीएच, ऑक्सिडेटिव्ह ताणाचा प्रभाव आणि फोटो-एजिंग (सूर्यकिरणांचा त्वचेवर होणारा परिणाम) कमी होतं, अडथळा निर्माण करण्याचं त्वचेचं कार्य वेगानं चालतं आणि केसांचा पोत सुधारतो.

प्रोबायॉटिक्स म्हणजे काय?

प्रोबायॉटिक्स हे जिवंत बॅक्टेरिया आणि यीस्ट असून तुमच्या पचनसंस्थेसाठी ते उपयुक्त आहेत. आपल्या शरीरामध्ये चांगले आणि वाईट असे दोन्ही प्रकारचे बॅक्टेरिया मोठ्या प्रमाणात आढळतात. प्रोबायॉटिक्स हे 'चांगले बॅक्टेरिया' असून आपलं आतडं आरोग्यदायी ठेवायला ते मदत करतात.

प्रोबायॉटिक्सचा आरोग्याला अनेक पद्धतीने लाभ होतात. विशेषतः आतड्याचं आरोग्य राखणं आणि प्रतिकारशक्ती वाढवणं यात त्याची मोलाची भूमिका आहे. अलीकडे झालेल्या अभ्यासात त्यावर जोर देण्यात आला आहे. तसंच कॉस्मेटिक आणि वार्धक्य या संदर्भात जी आंबवलेली उत्पादनं वापरतात त्यात असणाऱ्या प्रोबायॉटिक्सवरदेखील जोर देण्यात आला आहे.

आतड्यातल्या विविध मायक्रोबायोटाशी वार्धक्य निगडित असतं. जठर-आंत्र मार्ग आणि आहारशैलीत बदल होणं, आकलन आणि रोगप्रतिकार कार्यात घसरण होण्याशी हे मायक्रोबायोटा जोडलेले असतात. सरतेशेवटी त्यामुळे दुर्बलता येऊ शकते. लॅक्टिक ॲसिड बॅक्टेरियामध्ये जीवनकाल वाढवण्याची क्षमता तसंच आरोग्य चांगलं राखण्याची क्षमता आहे.

प्रोबायॉटिक्सचे प्रकार

मिळणाऱ्या लाभांनुसार 'प्रोबायॉटिक्स'चे अनेक प्रकार आहेत त्यांपैकी सर्व पुढे दिलेल्या समूहात अंतर्भूत होतात.

लॅक्टोबेसिलस

हा प्रोबायॉटिक्सचा सर्वांत सामान्यपणे आढळून येणारा प्रकार असून योगर्ट आणि इतर काही आंबवलेल्या पदार्थांत आढळून येतो. ज्यांना दुधातला लॅक्टोस हा घटक पचत नाही त्यांना याची मदत होते.

बायफिडोबॅक्टेरिअम

आयबीएस आणि इतर विकृती बऱ्या व्हायला हे मदत करतं. योगर्ट, किमची, ऑलिव्ह, सॉरक्रॉट, सलामी आणि कोम्बुचा अशांसारख्या आंबवलेल्या अन्नपदार्थांत हे आढळतं.

सॅकॅरोमायसेस बूलार्डी

हे यीस्ट प्रोबायॉटिक्समध्ये आढळतं. अपचनाच्या समस्या दूर करण्यात याची मदत होते. सॅकॅरोमायसेस बूलार्डी हे योगर्ट, केफीर, सॉरक्रॉट, कोम्बुचा, किमची आणि मिझोमध्ये आढळतं. हे सर्व पदार्थ प्रोबायॉटिक्सने समृद्ध आहेत. रोज ते घेतलं की आपल्या पचनमार्गातल्या नैसर्गिक फ्लोराची वाढ होऊन एकूणच आरोग्याला ते उपयुक्त ठरतं.

१३. कोलोस्ट्रम

बाळाच्या जन्मानंतर सस्तन प्राण्याच्या मादीकडून हे पोषणमूल्यं आणि परिपूर्ण घट्टसर द्रव निर्माण होतं. ते गुंतागुंतीचं जैवशास्त्रीय द्रव असून त्यामध्ये प्रतिकारशक्ती, वाढ आणि ऊती-दुरुस्ती क्षमता असतात. ते अतिशय पोषक असून त्यामध्ये मोठ्या प्रमाणात ॲण्टिबॉडीज उपलब्ध आहेत. ह्या ॲण्टिबॉडीज म्हणजे प्रोटीन असून जंतुसंसर्ग आणि बॅक्टेरियांचा सामना करायला त्यांची मदत होते. अनेक संशोधनांतून असं सिद्ध झालं आहे की, मोठ्या माणसांमधली प्रतिकारशक्ती वाढवण्यासाठी कोलोस्ट्रम सप्लिमेंट परिणामकारक ठरतं.

कोलोस्ट्रममुळे नुकत्याच जन्मलेल्या बाळांच्या आणि प्राण्यांच्या पिल्लांच्या वाढीला आणि आरोग्याला चालना मिळते. संशोधनातून असं दिसतं की, गोजातीय कोलोस्ट्रम (गायीचा चीक) सप्लिमेंट घेण्याने रोगप्रतिकारकतेला चालना मिळून संसर्गांचा सामना करण्याला तसंच आयुष्यभर आतड्याचं आरोग्य सुधारण्याला प्रेरणा मिळते.

कोलोस्ट्रममध्ये मॅक्रोन्युट्रियन्ट्स, व्हिटॅमिन्स आणि मिनरल्सचं भरपूर प्रमाण आहे. विशिष्ट प्रोटीन घटकांशी निगडित असणारे आरोग्य लाभ प्राप्त होतात. ते असे-

लॅक्टोफेरिन

या प्रोटीनमुळे शरीराची संसर्गांना प्रतिकार करण्याची क्षमता वाढते. बॅक्टेरिया आणि व्हायरसमुळे होणाऱ्या संसर्गावरसुद्धा याचा उपयोग होतो.

गायीचा चीक (बोव्हाईन कोलोस्ट्रम)

आयजीएफ-१ आणि आयजीएफ-२ (इन्सुलिनसारखे विकास घटक) या दोन प्रोटीन आधारित संप्रेरकांचं प्रमाण यात भरपूर असतं.

इम्युनोग्लोब्युलीन

ह्या ॲण्टिबॉडीज किंवा प्रोटीन्समुळे आपल्या प्रतिकारकशक्तीला बॅक्टेरिया आणि व्हायरसशी झगडण्याचं सामर्थ्य प्राप्त होतं.

१४. डिटॉक्स

'तुम्ही जे खाता तसे घडता.'

शरीराच्या वय वाढण्याच्या क्रियेला चालना देणारी जी दूषित द्रव्यं असतात ती डिटॉक्सिफिकेशनमध्ये शरीरातून बाहेर काढली जातात. या दूषित द्रव्यांपायी ऑक्सिडेशन होऊन आपलं वय भराभर वाढू लागतं. डिटॉक्स केल्यामुळे ऑक्सिडेशनचा परिणाम कमी व्हायला मदत होऊन आपल्या पेशी अधिक तत्परतेने कार्यरत व्हायला मदत होते.

शरीर डिटॉक्स करणं म्हणजे काय?

शरीर डिटॉक्स करणं ही एक प्रक्रिया असून त्याद्वारे शरीरातली दूषित द्रव्यं बाहेर फेकली जातात. शिवाय, आपल्याला अधिक तरुण ठेवत आपली ऊर्जापातळी कायम राखायला मदत होते. डिटॉक्स केल्याने आपण तरुण दिसू लागतो आणि तसं आपल्याला वाटूही लागतं. दूषित द्रव्यं आपल्या प्रणालीमधून काढून टाकल्याने आपल्या सर्व ऊती अधिक तंदुरुस्त होतात, रक्तप्रवाह, ऑक्सिजनची पातळी, त्वचा आणि केसांचं आरोग्य, तसंच आपली चित्तवृत्तीसुद्धा सुधारते. या सगळ्या गोष्टी अशा पद्धतीने घडतात की, आपल्याला आतून तरुण झाल्यासारखं वाटू लागतं. डिटॉक्स करण्याच्या अनेक पद्धती आहेत.

ॲण्टिएजिंग डिटॉक्स म्हणजे काय?

शरीराची जैवशास्त्रीय आणि नजरेला दिसणारी अशी वय होण्याची प्रक्रिया वाढवणारी दूषित द्रव्यं पूर्णपणे काढून टाकण्यावर लक्ष केंद्रित करणारं हे डिटॉक्स आहे. ही दूषित द्रव्यं काढून टाकल्याने आपण तरुण दिसतोही आणि आपल्याला तरुण झाल्यासारखं वाटतंही.

डिटॉक्स नैसर्गिकरीत्या घडून येऊ शकतो का?

होय. आपल्या शरीरातल्या काही अवयवांची रचना दूषित द्रव्यं काढण्यासाठीच झाली आहे. यकृत हे त्याचं उत्तम उदाहरण आहे. आपलं शरीर ज्या गतीने दूषित द्रव्यं काढू शकतं ती गती व्यक्ती-अनुरूप बदलते. बहुतांशी लोकांमध्ये दूषित द्रव्यं साठलेली असतात. आपली जीवनशैली जितकी अधिक चुकीची असेल तितकी अधिक दूषित द्रव्यं आपल्या शरीरात साठतात. परिणामतः, नियमितपणे बाह्य स्वरूपात डिटॉक्स करून घेणं लाभदायक ठरतं.

डिटॉक्सचं महत्त्व काय?

आजच्या फिटनेसच्या जगात डिटॉक्स ड्रिंक्सना अतिशय महत्त्व प्राप्त झालं आहे. त्यामुळे शरीरात दूषित द्रव्यांचा अतिरिक्त साठा निर्माण होण्याला अटकाव केला जातो. मोठे आजार टाळायला मदत होऊ शकते. शरीर डिटॉक्स करण्याने आपण अंतर्गत महत्त्वाच्या अवयवांची आतून शुद्धी करायला, तसंच यकृताला त्याचं कार्य योग्य प्रकारे करत ही दूषित द्रव्यं बाहेर फेकण्यासाठीसुद्धा साहाय्य करतो.

आपण जितका आरोग्यदायी आहार घेऊ तितकी त्रासदायक रसायनं, फॅट्स, दूषित द्रव्यं आणि इतर कुपोषक घटक आपल्या शरीरात कमी प्रमाणात जातील. तितकेच ते शरीरांतर्गत प्रणालीत कमी प्रमाणात आढळतील. इथे तुम्ही दोन महत्त्वाचे मुद्दे लक्षात घ्यायला हवेत – एक तर तुमचा आहार आरोग्यदायी असायला हवा. त्यामुळे तुमच्या शरीराला विविध मार्गांनी मदत होईल. तुमचं शरीर दूषित द्रव्यांपासून मुक्त राहील, तुम्ही अधिक टवटवीत आणि तरुण दिसू लागाल, तुम्हाला आतून तसं वाटू लागेल. दुसरं म्हणजे,

तुम्ही खात असलेल्या अन्नाव्यतिरिक्त इतर मार्गांनी विषद्रव्यं तुमच्या शरीरात निर्माण होऊ शकतात. ताण-तणाव किंवा संप्रेरकांच्या असमतोलामुळे विषद्रव्य निर्मिती होऊ शकते. आपण जी हवा श्वासोच्छ्वासावाटे नित्य शरीरात घेतो त्यातूनही दूषित द्रव्यं शरीरात प्रवेश करू शकतात.

तुम्ही डिटॉक्स कधी करायला हवा याची चिन्हं तुमचं शरीरच तुम्हाला दाखवेल. अति व्यग्रता किंवा अपुऱ्या व्यायामानंतर तुम्हाला अशी गरज प्रकर्षाने भासू शकते. सुट्टीचा काळ हा याचं उत्तम उदाहरण आहे. म्हणूनच, नववर्षाचा ठराव म्हणून अनेक लोक आरोग्याशी निगडित ध्येय निश्चित करतात.

असं असलं तरी आपण आपल्या शरीराचं म्हणणं ऐकणं सर्वाधिक महत्त्वाचं आहे. आपल्याला डिटॉक्सची गरज आहे हे सांगणाऱ्या सूचना शरीराकडूनच येतात. तुम्ही नेहमीच्या पद्धतीने त्वचेची काळजी घेत असलात तरी अचानक त्वचेला खाज वगैरे सुटू शकते. लक्षात न येणाऱ्या कारणापायी तुम्हाला करपट ढेकर येऊ शकतात. सतत थकवा जाणवू शकतो, डोळ्यांखाली सूज दिसू शकते, एकूणच हालचालीत मंदपणा येऊ शकतो. ही सगळी सूचक चिन्हं आहेत हे लक्षात घ्या.

डिटॉक्स केल्याने तुम्हाला तरुण कसं वाटू शकतं, तुम्ही तरुण कसे दिसू शकता?

मुळात, वय वाढण्याला चालना देणारी दूषित द्रव्यं डिटॉक्समुळे काढून टाकली जातात. शिवाय, दूषित द्रव्यांची पातळी अति वाढली की त्यामुळे ऑक्सिडेशन जास्ती प्रमाणात होऊन पेशींना इजा पोहोचते आणि तुमचं वय अधिक झपाट्याने वाढू लागतं. त्याउलट, डिटॉक्स केलं की ऑक्सिडेशनचा परिणाम कमी होतो, पेशींना अधिक तत्परतेने कार्य करायला चालना मिळून वार्धक्याची प्रक्रिया धिमी होते.

डिटॉक्स केल्यामुळे आपल्या त्वचेची रंध्रे स्वच्छ होतात, आणि त्वचा टवटवीत व तुकतुकीत दिसू लागते. डिटॉक्समुळे मुरूम-पुटकुळ्यांपासून सुटका होऊन केस आणि नखंसुद्धा आरोग्यदायी दिसू शकतात.

तुमच्या रोगप्रतिकारक शक्तीला चालना मिळते, तुमची ऊर्जापातळी वाढते. त्यामुळे तुम्ही तरुण दिसू लागता, तुम्हाला तरुण झाल्यासारखं वाटू

लागतं. त्यामुळे तुम्ही अधिक कृतिशील होता आणि परिणामतः तुमचं वय होण्याची प्रक्रिया थोडी जास्त पुढे ढकलली जाते.

डिटॉक्सचे काही प्रकार

आतड्याची स्वच्छता

या प्रक्रियेत मोठ्या प्रमाणात पाणी प्यावं लागतं (साधारणतः ६० लिटर किंवा १६ गॅलनपर्यंत – मशीन प्रोसेसने) जोडीने, काही वनौषधी, कॉफीसुद्धा आतड्यातून पुढे प्रवाहित केली जाते. यासाठी, गुदद्वारामार्गे शरीरात नळी घातली जाते.

डिटॉक्सचे काही नैसर्गिक मार्ग असे –

भरपूर पाणी (वॉटर फ्लश)

दररोज किमान ६ ते ८ ग्लास कोमट पाणी पिऊन पचन नियंत्रित करण्याचा, शरीर डिटॉक्स करण्याचा आणि शरीरात भरपूर पाणी असू देण्याचा उत्तम मार्ग आहे. त्या जोडीने पाण्याचं प्रमाण भरपूर असणारी कलिंगड, टोमॅटो, लेट्युस आणि सेलरीसारखी फळं तसंच भाज्यांचं सेवन करू शकता.

खाऱ्या पाण्याचं डिटॉक्स (सॉल्ट–वॉटर) फ्लश

ज्या लोकांना बद्धकोष्ठतेचा तसंच अनियमित शौचाचा त्रास आहे त्यांना खारट पाण्याने आतडं स्वच्छ केल्यामुळे मदत होऊ शकते. सकाळी काहीही खाण्यापूर्वी कोमट पाण्यामध्ये २ टीस्पून साधं मीठ किंवा हिमालय मीठ घालून ते पाणी प्या. याचा उत्तम लाभ प्राप्त होण्यासाठी रिकाम्यापोटी असं पाणी प्या. थोड्याच वेळात, तुम्हाला शौच विसर्जनाची भावना जाणवू शकते.

उच्च तंतुमय आहार (हाय फायबर डाएट)

फळं, भाज्या, धान्य, सुकामेवा, बिया आणि इतर अशा अनेक संपूर्ण तसंच आरोग्यदायी वनस्पतिजन्य अन्नात तंतूंचं उच्च प्रमाण असतं. यामध्ये विशिष्ट प्रकारचं सेल्युलोज आणि फायबर्स असतात ज्यामुळे आतड्यांमध्ये जास्तीच्या अन्नाचा 'गोळा' तयार होऊ शकतो. अशा आहारामुळे बद्धकोष्ठतेतून सुटका होऊ शकते, शौच विसर्जन नियमित होऊ शकतं.

साहाय्यकारी बॅक्टेरियांना प्रोबायोटिक म्हणून चालना मिळू शकते. या तंतूंमुळे आतड्यांतले बॅक्टेरियासुद्धा योग्यरीत्या वाढू शकतात.

रस (ज्यूस) आणि स्मूदीज

आतड्यांच्या स्वच्छतेसाठी फळं आणि भाज्यांचा रस उपयुक्त ठरतो. तुम्ही फळं किंवा भाज्यांचेच रस पिऊन राहू शकता. या रसाला 'मास्टर क्लिंझर' म्हणतात.

१५. प्रोबायॉटिक्स

आहारामध्ये प्रोबायॉटिक्सचा समावेश करणं हा आतडी स्वच्छ करण्याचा आणखी एक मार्ग आहे. कारण त्या प्रोबायॉटिक्समुळे आपलं एकंदरीत आरोग्य इतर अनेक प्रकारांनी सुधारतं. योगर्ट, किमची, पिकल्स आणि इतर अन्नपदार्थांचा समावेश तुम्ही तुमच्या रोजच्या आहारात करू शकता. यामुळे, तंतू आणि प्रतिरोधक पिष्टमय पदार्थ (स्टार्च) यांच्या मदतीने चांगल्या बॅक्टेरियांचा आतड्यांत प्रवेश होऊ शकतो. यामुळे सूज कमी होऊन शौचविधीत नियमितता येऊ शकते. पचन आरोग्याच्या दृष्टीने हे अत्यंत महत्त्वाचं आहे. एसीव्ही हे एक उत्तम प्रोबायोटिक असून आतड्याचं क्लिंझर म्हणून त्याचा वापर होऊ शकतो.

१६. हर्बल–टी

पचनमार्ग सुधारण्याचा उत्तम मार्ग म्हणजे हर्बल–टी. सिलीअम, कोरफड, मार्शमेलोची मुळं आणि गुळगुळीत एल्म यांसारख्या वनौषधी बद्धकोष्ठतेवर इलाज करतात. कारण त्या रेचक (लॅक्झेटिव्ह) आहेत.

आलं, लसूण आणि सायेने पेपर यांमध्ये ॲण्टिमायक्रोबिअल फायटोकेमिकल्स असतात जे वाईट बॅक्टेरियांचा सामना करतात. म्हणूनच, अनेक क्लिंझेसमध्ये त्यांचा समावेश केला जातो. मात्र, त्या बाबत अधिक संशोधन आवश्यक आहे. ह्या प्रकारच्या हर्बल–टीचा एक कप रोज घ्यायला हरकत नाही.

१७. इप्सम सॉल्ट डिटॉक्स

आजकाल डिटॉक्स बाथ लोकप्रिय ठरू लागले आहेत. त्यामुळे केवळ आरामच मिळत नाही तर संपूर्ण रोगप्रतिकारक शक्तीला बळकटी येऊन,

रोगांना अटकाव होऊन आपलं एकूण स्वास्थ्य राखलं जातं. सोसवेल अशा गरम पाण्यात इप्सम सॉल्ट घालून त्याने अंघोळ करणं यात अपेक्षित असतं. असं केल्याने शरीराची नैसर्गिक डिटॉक्सिफिकेशनची प्रक्रिया सुधारते आणि हीलिंगला मदत होते. इप्सम सॉल्टमध्ये मॅग्नेशिअम आणि सल्फेट हे दोन महत्त्वाचे घटक आहे. मॅग्नेशिअम हा नैसर्गिक घटक असून त्यामुळे शरीराच्या वेगवेगळ्या कार्यांना चालना मिळते. यामुळे दूषित द्रव्यांचा निचरा होतो. सल्फेटमुळे पचनसंस्थेच्या मार्गाला बळकटी येते आणि दूषित द्रव्यं बाहेर टाकणं सोपं होतं. या दोन्हींचा संयोग करण्याने डिटॉक्सिफिकेशनला चालना मिळते असं मानलं जातं.

इप्सम सॉल्ट डिटॉक्सचे काही लाभ –

त्वचा मऊ होते.

खरखरीत आणि रूक्ष त्वचा मऊ होऊन मृत त्वचा पेशी काढून टाकायला मदत होते.

लाली, वेदना आणि अंग आंबणं कमी होतं.

ऱ्हुमॅटॉइड आर्थ्रायटिस, ल्युपस, गाऊट आणि सोरीॲटिक आर्थ्रायटिससारख्या आजारात शरीरावर सूज येण्याची प्रवृत्ती दिसून येते. ही सूज कमी करून वेदनांतून सुटका मिळते.

ताणतणाव कमी होतो.

मॅग्नेशिअमची पातळी उत्तम असेल तर मेंदूच्या न्यूरोट्रान्समीटरला चालना मिळते. याच न्यूरोट्रान्समीटरमुळे झोप लागते आणि तणाव कमी होतो. मॅग्नेशिअममुळे झोप निर्माण करणाऱ्या मेलॅटोनीन या संप्रेरकालासुद्धा चालना मिळते.

इप्सम सॉल्ट डिटॉक्स बाथ कसा घेता येईल?

मानवी वापरासाठी परीक्षण करून मान्यता दिलेलं, तसंच प्रमाणित केलेलं इप्सम सॉल्ट वापरा. इप्सम सॉल्टच्या बाह्य वेष्टणावर विस्तृत माहिती हवी.

त्यात घातलेले घटक आणि ड्रग्जची यांची छापील माहिती हवी. विश्वासार्ह मेडिकल किंवा किराणा दुकानातूनच इप्सम सॉल्ट विकत घ्या.

इप्सम सॉल्ट बाथ घेण्यासाठी नियमित आकाराच्या बाथ टबमध्ये दोन कप इप्सम सॉल्ट घाला. वाहत्या पाण्यात हे सॉल्ट पटकन विरघळतं. पाणी छान गरम हवं. पाण्याचं तापमान ३३° सेंटिग्रेट ते ३७° सेंटिग्रेटच्या दरम्यान असावं. या बाथ टबमध्ये १२ ते २० मिनिटं किंवा आवश्यकतेअनुसार थोडा अधिक वेळ तुम्ही बसू शकता. साबणाचा वापर टाळा. असा डिटॉक्स बाथ घेतल्यानंतर किमान तासभर विश्रांती घ्यावी अथवा रात्री झोपण्यापूर्वी असा बाथ घ्यावा जेणेकरून तुम्ही नंतर निजू शकता.

इप्सम सॉल्ट बाथ घेताना त्याचा अधिक चांगला परिणाम लाभण्यासाठी पुढीलपैकी काही घटक त्यात घालता येऊ शकतात–

ऑलिव्ह ऑइल

यामध्ये ऑक्सिडन्ट्स असून ते अंघोळीच्या पाण्यात घातल्यास त्वचा मऊ व्हायला मदत होते. बाथ टबमधल्या पाण्यात अर्धा कप ऑलिव्ह ऑइल घालायला हरकत नाही.

इसेन्शिअल ऑइल

थेरपीसाठी वापरण्यात येणाऱ्या तेलामुळे शरीर सैलावायला डिटॉक्स बाथ अधिक मदत करतं.

पुढीलपैकी काही तेलं वापरू शकता–

- लव्हेंडर ऑइल
- व्हॅनिला ऑइल
- बरगॅमॉट ऑइल
- फ्रँकिनसेन्स ऑइल
- युकॅलिप्टस ऑइल

वापरण्यापूर्वी ही इसेन्शिअल ऑइल सौम्य करायला हवीत म्हणूनच अंघोळीपूर्वी एखाद्या सौम्य तेलात ह्या इसेन्शिअल ऑइलचे ३ ते ५ थेंब घालणं योग्य ठरतं.

१८. बेकिंग सोडा

बेकिंग सोड्यामध्ये ॲण्टिफंगल गुणधर्म असून किटाणूंची वाढ थोपवली जाते. त्वचा मऊ होऊ शकते, खाज कमी होऊ शकते.

१९. व्यायाम

इन्व्हर्समध्ये अलीकडे आलेल्या एका लेखानुसार, 'वय वाढू लागलं की लोकांच्या स्नायूंचं वस्तुमान कमी होऊन हृदयरोग आणि डिमेन्शियाचा धोका वाढतो, तसंच रोगप्रतिकारक शक्ती कमी होऊ लागते. जशी वर्षं उलटतात तसं लोकांना व्यायामामुळे झालेली दुखापत किंवा आजारपणातून उठायला जास्त वेळ लागू शकतो.'

वयाचे परिणाम धिमे करायला किंवा उलट करायला काय करता येऊ शकतं?

आरोग्य वाढावं आणि रोगमुक्त वर्षांमध्ये वाढ व्हावी यासाठी व्यायाम करण्याला संशोधकांनी वर्षानुवर्षं प्राधान्य दिलं आहे. व्यायामामुळे शरीर झिजण्याची प्रक्रिया धिमी होते. परंतु अलीकडे झालेल्या संशोधनानुसार तज्ज्ञांना असं दिसलं आहे की, सातत्याने एरोबिक एक्सरसाइज केल्यामुळे वयाचे परिणाम केवळ धिमे न होता उलटसुद्धा होऊ शकतात.

व्यायामाचा ॲण्टिएजिंगवर होणारा परिणाम पाहण्यासाठी केलेल्या अनेक प्रयोग आणि संशोधनांतून शास्त्रज्ञांना असा शोध लागला आहे की, व्यायामामुळे स्नायूंच्या स्टेम सेल्सवर परिणाम होतो, ऊतींची दुरुस्ती सायक्लिन डी-१ नावाच्या अति सूक्ष्म प्रोटीनपर्यंत जाऊन पोहोचते. एरोबिक एक्सरसाइजमुळे या सायक्लिन डी-१ची पातळी पुन्हा पहिल्यासारखी होते. एरवी, स्टेम सेलमध्ये हे प्रोटीन निद्रित अवस्थेत असतं. त्याला चालना मिळाली की, तरुणपणी असलेल्या पातळीला ते पोहोचतं. यामुळे मसल्स स्टेम सेल्सच्या पुनरुज्जीवनाच्या प्रक्रियेला परिणामकारकरीत्या गती प्राप्त होते.

इन्व्हर्समध्ये असंही स्पष्ट करण्यात आलं आहे की, हे संशोधन माणसांशी योग्य प्रकारे ताडलं गेलं तर त्याचा अर्थ असा होईल की जॉगिंग, पोहणं, सायकलिंग किंवा इतर एरोबिक कृतींमुळे वृद्ध व्यक्तींना बरं व्हायला चटकन आणि तत्परतेने मदत होईल. ते पूर्वीसारखे कार्यरत होऊ शकतील. भविष्यकाळात या निष्कर्षांना प्रमाण आधार लाभून मसल्स स्टेम सेलचं वाढलेलं वय कमी करणारी औषधं निर्माण करायला साहाय्य होऊ शकेल.

आयुष्याचा दर्जा सुधारणं

व्यायामामुळे अनेक रोग थोपवता येतात, शिवाय इतर अनेक रोगांवर उपाय सापडतात, त्यांचा नायनाट करता येतो. एकंदरीत आयुष्याचा दर्जा सुधारता येतो. मौजेसाठी सायकल चालवणाऱ्या, ५५ ते ७९ वयोगटातल्या व्यक्तींचा अभ्यास केला असता असं दिसलं आहे की, रोजचं काम सहजतेने करण्याची क्षमता त्यांच्यात आहे, कारण त्यांच्या शरीराचा जवळपास प्रत्येकच भाग उत्तम स्थितीत आहे.

मनाची लवचिकता, मनाचं आरोग्य आणि जीवनाचा दर्जा मापन करणाऱ्या चाचण्यांमध्येसुद्धा या सायकल चालकांनी उत्तम गुणानुक्रम प्राप्त केले.

आधुनिक समस्या

आजच्या जगात आधुनिक औषधोपचारांवर अवलंबून राहून आपण आपल्या बैठ्या जीवनशैलीमुळे निर्माण होणाऱ्या समस्यांतून बऱ्यापैकी सुटलो आहोत. आपली सरसकट आयुर्मर्यादा जरी जलद गतीने वाढली असली, तरी आपला 'आरोग्यदायी काळ' त्या प्रमाणात वाढलेला नाही. आरोग्यदायी काळ म्हणजे ज्या काळात आपण रोगमुक्त असतो.

आपला मेंदू बळकट ठेवा

वयाच्या चाळिशीनंतर दर दशकात आपला मेंदू साधारणतः ५%नी आकुंचन पावतो. नियमित एरोबिक व्यायाम केले तर मेंदूची घनता बऱ्यापैकी स्थिर राहायला मदत होते. आपण व्यायाम करतो तेव्हा बीडीएनएफ (ब्रेन-डिराइव्हड न्यूरोट्रॉफिक फॅक्टर) नावाचं रसायन निर्माण होतं. मेंदूचा ऱ्हास कमी करून वयपरत्वे होणारा उतार थोपवायला मदत होऊ शकते, असं या विषयाचे तज्ज्ञ असणाऱ्या जोसेफ फर्ड या लेखकाचं म्हणणं आहे. त्याच्या या संशोधनात स्टेशनरी सायकलिंग, चालणं आणि ट्रेडमिलवर धावणं या तीन प्रकारांचा समावेश केला होता. साधारणतः तीन ते चोवीस महिने, आठवड्यातून दोन ते पाच वेळा हे व्यायाम करायचे होते. व्यायामामुळे आरोग्य राखलं जातं. वय वाढण्यावर नियंत्रण ठेवलं जातं, वयपरत्वे

अल्झामयर आणि डिमेन्शियासारख्या न्यूरोडिजनरेटर विकृतींना आळा घालता येतो.

- आपलं वय वाढलं तरी अनेक प्रकाराचे एरोबिक एक्सरसाइज या वाढत्या वयाच्या परिणामांचा सामना करण्यासाठी महत्त्वाचे ठरतात. जॉगिंगसारख्या एरोबिक व्यायामांमुळे नैसर्गिकरीत्या वय वाढल्यामुळे ह्रदयाला होणाऱ्या नुकसानीपासून थोपवता येतं.
- 'ताई-ची'सारख्या ताकद वाढवणाऱ्या व्यायामांमुळे वयपरत्वे स्नायूंना येणारा अशक्तपणा थोपवता येतो.
- पोहणं आणि चालण्यासारख्या कार्डिओ कृतींमुळे डिमेन्शियाचा धोका कमी होऊ शकतो.
- सायकलिंगसारख्या कृती करण्यामुळे वयपरत्वे कमी होणाऱ्या रोगप्रतिकारक शक्तीमध्ये सुधारणा होऊ शकते.
- ध्यानधारणा करण्यामुळे शांतता आणि स्थैर्य लाभू शकतं. योगासनं करण्यामुळे शरीर लवचीक होऊ शकतं. तसंच, शरीर निसर्गतः टवटवीत दिसू शकतं.

सर्वांत महत्त्वाचं म्हणजे, वय वाढण्याला चालना न देणाऱ्या अन्नाचं सेवन करणं.

ॲण्टिएजिंग डिटॉक्समुळे तुम्हाला हा लाभ मिळू शकतो -

- ताजे मासे विशेषतः साल्मन, सार्डिन किंवा ओमेगा-३ फॅटी ॲसिड असणारे इतर मासे आहारात ठेवावेत. माशांमध्ये असणारे आवश्यक व्हिटॅमिन्स डिटॉक्स प्रक्रियेला मदत करतात.
- लाल ढोबळ्या मिरचीमध्ये व्हिटॅमिन सी, कॅरोटीन आणि ॲण्टिएजिंगला मदत करणाऱ्या फोलेट डिटॉक्सचं प्रमाण उच्च असतं.
- हर्बल-टीमधल्या वनौषधींमुळे शरीरात ॲण्टिऑक्सिडेशनला चालना मिळून शरीरातली दूषित द्रव्यं बाहेर काढली जातात.
- हिरव्या पालेभाज्या, विशेषतः ब्रोकोली आणि पालकात व्हिटॅमिन आणि मिनरल्सचं तसंच आयर्नचं प्रमाण भरपूर असतं.

लक्षात ठेवा, उत्तम आरोग्य आतून सुरू होतं. ज्या गोष्टी करण्यात आपल्याला सहजता वाटत नाही त्या करण्याचा ताण घेऊ नका. तरुण राहण्यासाठी वेगवेगळ्या नवीन गोष्टी करून पाहा; परंतु ते करताना आपल्याला सहजता वाटते आहे का- याचा अंदाज आठ-दहा दिवसांनी घ्या. तुम्हाला प्रयोग करून पाहता येतील असे अनेक पर्याय मी इथे दिले आहेत. तुमच्या शरीराला जे मानवेल ते करा. सर्वांत महत्त्वाचं म्हणजे आनंदी आणि शांत राहा.

१३

लाइफस्टाइल डिटॉक्स डाएट

डिटॉक्सिफिकेशन किंवा डिटॉक्स म्हणजे शरीरातून दूषित द्रव्यं बाहेर काढणं. डिटॉक्सबद्दल वेगळं पुस्तकच लिहावं लागेल. इथे आपण त्याचा थोडक्यात परामर्ष घेऊ या. रोज डिटॉक्स करता येईल असं तुम्हाला वाटतं का? डिटॉक्सची सर्वाधिक आवश्यकता कधी असते? ते नेमकं कसं करता येतं? या प्रकरणात आपण दैनंदिन आणि मासिक डिटॉक्सबद्दल माहिती घेणार आहोत. सुट्टीत भरपूर खादाडी झाल्यावर किंवा आठवड्याच्या शेवटी तुम्हाला ते करता येईल.

तुमचं शरीर आणि विशेषकरून तुमचं आतडं प्रतिकाराचं मुख्य माध्यम आहे. तिथेच प्रक्रिया केलेलं, न पचलेलं अन्न, दारू, शर्करायुक्त पदार्थ या सर्वांतले दूषित द्रव्यं जमा होतात. आपलं शरीर सुदृढ राखण्यासाठी बरे आणि वाईट बॅक्टेरिया तयार होत असतात. दूषित द्रव्यांचं प्रमाण वाढलं की, वाईट बॅक्टेरियांची संख्या वाढून ते आपल्या रक्तप्रवाहात झिरपतात आणि सगळ्या अंगावर सूज येऊ लागते. परिणामतः, रोगप्रतिकारक शक्ती दुर्बल होऊन जीवनशैलीशी निगडित तसंच इतरही अनेक रोग होऊ शकतात. याच कारणासाठी आपण या प्रकरणात डिटॉक्सिफिकेशनचा विचार करणार आहोत.

आतड्याचं दैनंदिन डिटॉक्स

हो, अगदी बरोबर! रोजच्या रोज डिटॉक्स करता येईल अशा काही सवयी पाहू या–

१. सकाळी उठल्याबरोबर रिकाम्यापोटी ग्लासभर कोमट पाण्यात चिमूटभर हळद आणि अर्ध्या लिंबाचा रस घालून ते प्या.
२. साध्या पाण्यामध्ये हळद आणि रॉ, अनफिल्टर्ड एसीव्ही घालून प्या.
३. रिकाम्यापोटी पाणी पिताना कडुनिंबाचा रस किंवा गोळी (५०० मि.ग्रॅ.) घ्या.
४. दररोज दुपारी साधारण ४च्या सुमारास लिंबू, सी–सॉल्ट आणि मिरपूड घालून सेलरीचा रस घ्या.
५. आठवड्यातून किमान ५ दिवस इंटरमिटंट फास्टिंग करा.
६. प्रोबायोटिक भरपूर प्रमाणात असणारं अन्न किंवा सप्लिमेंट्स घ्या.

दररोजच्या जीवनात या साध्या, प्राथमिक बाबी तुम्ही करू शकता. त्यातून तुमचं आरोग्य आणि तंदुरुस्तीसंदर्भात आश्चर्यकारक बदल घडून येतील.

मासिक डिटॉक्स

दर महिन्याला करण्याजोग्या योग्य डिटॉक्स पद्धतीचा विचार करू या. आरोग्यदायी आहाराला सुरुवात करताना, सुट्टीत मजा करून आल्यावर, चुकीचा आहार घेतल्यावर, अंग जड झाल्यावर, अंगात आळस भरल्यास, केस खूप गळू लागल्यास, चेहऱ्यावर मुरूम–पुटकुळ्या खूप प्रमाणात आल्यास तुम्ही डिटॉक्स करायला हवं.

डिटॉक्स डाएट (बेसिक)

उठल्यावर लगेच – ग्लासभर पाण्यात एक टीस्पून रॉ, अनफिल्टर्ड एसीव्ही घालून प्या
ब्रेकफास्ट – लिंबू/आलं/तुळस चहा, मूगडाळीची १–२ धिरडी, ५ बदाम, ५ अक्रोड

माध्यान्हपूर्व – सब्जा सीड्स घालून १ ग्लास (गाजर + संत्रा) रस
जेवण – मशरूम घालून भाज्यांचं सॅलेड, घरचं ताक (दोन ग्लास)
संध्याकाळपूर्वी – घरचं दही, एक वाटी मिश्र बिया, ५ पिस्ते
रात्रीचं जेवण – भरपूर भाज्या घालून मोड आलेलं, शिजवलेलं कडधान्य १-२ वाट्या
झोपण्यापूर्वी – ग्लासभर पाण्यात एक टीस्पून रॉ, अनफिल्टर्ड एसीव्ही घालून प्या

केस स्टडी ३	
क्लाएंटची माहिती	• वय २९ वर्षं • वजन ७२ किलो • उंची ५ फूट २ इंच
वैद्यकीय समस्या	• पॉलिसिस्टिक ओव्हरियन डिसीज
इतर तक्रारी	• केस गळणं • मुरूम पुटकुळ्या • तीव्र बद्धकोष्ठता • अति लठ्ठपणा • गमावलेला आत्मविश्वास
सद्य आहार आणि व्यायाम	• अबरचबर खाणं (जंक फूड) • व्यायामाचा अभाव • रात्री उशिरापर्यंत स्क्रीन पाहणं
आहारात सुचवलेला बदल	• आतडं स्वच्छ करणारे डिटॉक्स-टी, त्रिफळा गोळ्या (७ दिवस) • संप्रेरकं समतोल आणि रक्त शुद्धीकरणासाठी प्रोबायॉटिक्स घेणं • तंतुमय आहार • इंटरमिटंट फास्टिंग

सुचवलेला दैनंदिन व्यायाम	• एचआयआयटी आणि वेट ट्रेनिंग
इतर सूचना	• काहीही नाही
झालेली सुधारणा	• डिटॉक्स केल्यानंतर एका आठवड्याने कमी झालेलं वजन - ३ किलो, एकूण कमी झालेलं वजन १० किलो (६२ किलो) • पीसीओडीची समस्या पूर्णपणे संपली • मुरूम-पुटकुळ्या स्वच्छ झाल्या

१४

लाइफस्टाइल पोषक स्वयंपाकघर

(तुम्ही शिजवत असलेलं अन्न आरोग्यदायी होण्यासाठी स्वयंपाकघरातले कोणते पदार्थ बदलावेत हे इथे सांगितलं आहे.)

स्वयंपाकघर जर योग्य घटकांनी परिपूर्ण असेल तर तिथे शिजलेलं अन्न आरोग्यदायी असतं या माझ्या दृढ विश्वासातून 'लाइफस्टाइल पोषक स्वयंपाकघर' ही संकल्पना आकाराला आली आहे. स्वयंपाकात योग्य घटक वापरणं अतिशय महत्त्वाचं आहे. मुख्यतः, स्वयंपाकघरात योग्य घटक असतील तर अचानक भूक लागताच तुम्हाला त्यांचा स्वाद घेता येईल. इथे मी अगदी प्राथमिक महत्त्वाच्या अन्नघटकांची यादी देत आहे. लाइफस्टाइल डाएट प्लॅन सुरू करण्यापूर्वी तुमच्या स्वयंपाकघरात हे सर्व घटक असल्याची खात्री करून घ्या.

१. मीठ - सैंधव, सी-सॉल्ट, काळं मीठ, पिंक सॉल्ट
२. साखर - स्टिव्हिया (स्टिव्हियाची हिरवी पावडर वापरा, प्रक्रियायुक्त ड्रॉप्स वापरू नका), सेंद्रिय काकवी, रॉ मनुका मध (हनी), रॉ ऑरगॅनिक मध
३. पीठ - घरी दळलेलं पीठ; हे पीठ दळताना सर्व धान्यं आणि वेगवेगळ्या डाळी घालाव्यात. त्यासाठी ही एकदलीय धान्य किंवा तृणधान्यं वापरता येतील - किनोवा, राजगिरा, ज्वारी, बाजरी, नाचणी, राळं, खपली गहू (तंतुमय सेंद्रिय गहू)
४. तेल-तूप - देशी गायीचं तूप, कोल्ड-प्रेस्ड खोबरेल तेल, भुईमूग तेल, काळ्या तिळाचं तेल, ॲव्होकॅडो तेल (सर्व तेलं घाण्यावरची किंवा कोल्ड-प्रेस्ड)
५. डाळी आणि कडधान्यं - मूगडाळ, राजमा, चवळी, छोले, सोया, तूरडाळ, इत्यादी. पचन समस्या असल्यास डाळी किंवा कडधान्यं भिजवून घ्यावेत किंवा त्यांना मोड आणावेत.
६. तांदूळ - ब्राउन किंवा रेड राइस (तपकिरी किंवा लाल तांदूळ), शिजवण्यापूर्वी भिजवा
७. भारतीय मसाले - सर्व भारतीय वनौषधी (हर्ब्ज) आणि मसाले
८. दालचिनी पावडर - चहा/कॉफीसाठी वापरा. यामुळे चरबीचं ज्वलन उत्तमरीत्या होतं.
९. सुकामेवा (नट्स) - बदाम, अक्रोड, काजू, पिस्ते, हेझलनट, सुकं अंजीर आणि खजूर
१०. बिया - लाल भोपळा, सूर्यफूल, चिया, जवस, हेम्प, तुळस, कलिंगड
११. चॉकलेट - डार्क चॉकलेट (किमान ८०%)
१२. भाज्या - ऋतूअनुसार
१३. फळं - ऋतूअनुसार
१४. पेय - कॉफी (दूध आणि साखरेशिवाय), ग्रीन-टी, हर्बल-टी, घरचा आल्याचा चहा, माचा ग्रीन-टी, आणि इतर प्रकार

१५. रॉ, अनफिल्टर्ड ॲपल सायडर व्हिनेगर (एसीव्ही) प्रत्येक स्वयंपाकघरात असायलाच हवं

१६. हरितद्रव्य (क्लोरोफिल) आणि हिरव्या भाज्या - सर्व हिरव्या पालेभाज्या, गहूतृणांकुर, स्पिऱ्युलिना

१७. दूध - बदाम/नारळ/नट्स दूध

१८. आंबवलेले पदार्थ - दही, केफिर, कोम्बुचा, किमची, सॉरक्रॉट, लोणची

हे सर्व घटक स्वयंपाकघरात आवर्जून ठेवा आणि तुमच्या घरच्यांच्या आरोग्याचं विलक्षण रूपांतर अनुभवा.

१५

कार्बोहायड्रेट्स, प्रोटीन्स आणि फॅट्सची निवड चतुराईने कशी करावी

कॉम्प्लेक्स कार्बोहायड्रेट्स

ब्रेकफास्ट हे दिवसाचं पहिलं भोजन असून गुंतागुंतीचे (कॉम्प्लेक्स) आरोग्यदायी कार्बोहायड्रेट्स हा आरोग्यदायी ब्रेकफास्टचा महत्त्वाचा भाग आहे. शरीर दिवसभरात कॉम्प्लेक्स कार्बोहायड्रेट्स सावकाश जाळतं, तुमची रक्तशर्करा पातळी स्थिर राहील याची खात्री करतं. या श्रेणीत धान्य, ब्राउन राइस, भाज्या (मटार आणि शेंगा), तृणधान्य, नाचणी, ज्वारी, बाजरी, कुट्टु आणि राजगिरा हे पदार्थ येतात.

कॉम्प्लेक्स कार्बोहायड्रेट्स म्हणजे काय?

कॉम्प्लेक्स कार्बोहायड्रेट्स म्हणजे अशी कर्बोदकं ज्यांच्या नैसर्गिक रूपात साध्या कर्बोदकांच्या (३ किंवा अधिक) दीर्घ साखळ्या गुंफलेल्या असतात. आरोग्यदायी शर्करा, व्हिटॅमिन्स, मिनरल्स आणि रक्तप्रवाहातली शर्करा वाढण्यात अडथळा आणणारे तंतू यांचं ते उत्तम मिश्रण असतं.

साध्या कार्बोहायड्रेट्सपेक्षा कॉम्प्लेक्स कार्बोहायड्रेट्स घेणं का महत्त्वाचं आहे?

- दिवसभरात ऊर्जा टिकून राहायला मदत करतात. शरीराला ताबडतोब कर्बोदकांचा पुरवठा होतो. त्यांचं सेवन करायला नकार देण्याने दिवसभर ऊर्जेची कमतरता जाणवते. सकाळी नाश्त्यामध्ये कॉम्प्लेक्स कार्बोहायड्रेट्सचा समावेश करण्याने दिवसभर थकवा न येता तुमचं शरीर त्यांचं ज्वलन करू लागतं. त्यामुळे कॅफिन किंवा शर्करा न मिळाल्यास शरीराला जो झटका मिळतो तो मिळत नाही.
- रक्तपातळी स्थिर राहायला मदत होते. हा मुद्दा मधुमेहींसाठी विशेष महत्त्वाचा आहे. अशा लोकांसाठी कॉम्प्लेक्स कार्बोहायड्रेट्स हा उत्तम अन्नप्रकार ठरतो. बहुतांशी साध्या कार्बोहायड्रेट्सपेक्षा त्यांचा ग्लायसेमिक इंडेक्स बराच कमी असतो. त्यामुळे रक्तशर्करा पातळी स्थिर राहून अवेळी खाण्याची लहर कमी होते.
- पचनात मदत होते. त्यातले तंतू उत्तम पचनास साहाय्य करतात.
- चयापचय क्रियेचा वेग उच्च ठेवतात. दिवसभरात ऊर्जेचं स्थिर आणि सातत्याने उत्सर्जन व्हायला मदत होते. त्यामुळे, चयापचयाचा वेग उच्च राहतो. त्यातील उष्मांकामुळे ऊर्जा मिळते. त्यांचा अभाव असेल तर शरीर आणि चयापचय या दोन्हीला सर्वाधिक त्रास होतो.
- चांगली झोप लागायला मदत होते. रताळं, तांदूळ, लाल भोपळा इत्यादीसारख्या कार्बोहायड्रेटमध्ये मोठ्या प्रमाणात ट्रिप्टोफॅन आणि मेलॅटोनीन असतं. त्यामुळे मन आणि शरीर शांत होऊन झोप चांगली लागते.
- चेतासंस्थेत समतोल साधला जातो. साध्या आणि रिफाइंड साखरेमुळे आपण अस्वस्थ होतो, तर कॉम्प्लेक्स कार्बोहायड्रेट्समुळे शरीराला शांत वाटू लागतं आणि अस्वस्थता तसंच नैराश्य कमी होतं. म्हणूनच, एखादं केळं किंवा भाजलेलं रताळं खाल्ल्याने थकवा कमी होतो. चांगल्या कार्बोहायड्रेट्समुळे अनेक विकारांशी निगडित क्रिया शरीराकडून होऊन शक्य तितक्या प्रकारे समतोल साधला जातो.
- मेंदूचं कार्य सुधारतं मेंदूच्या आदर्श कार्यासाठी शरीराकडून कर्बोदकांचा वापर होतो. वेगवेगळ्या भाज्या, किनोवा, बीन्स, डाळी, सुकामेवा,

बिया आणि फळांत वेगवेगळे कार्बोहायड्रेट्स असून मानसिक एकाग्रता प्रस्थापित करत आरोग्यदायी चित्तवृत्ती बाळगणं शक्य होतं. कर्बोदकांच्या अभावाने गरगरू शकतं, मन एकाग्र करणं कठीण जातं, खिन्नता जाणवते, आपण कोणी वेगळेच असल्यागत वाटतं. एखादी गोष्ट आठवणं किंवा स्मरण या गोष्टी कठीण होऊ शकतात.

म्हणूनच, शरीराला कार्बोहायड्रेट्सची आवश्यकता असल्याने त्याला वंचित ठेवू नका.

तुमच्या जेवणात कार्बोहायड्रेट्सचा समावेश करण्याचे सोपे मार्ग असे-

- कॉम्प्लेक्स कार्बोहायड्रेट्स - ब्रेकफास्ट आणि सकाळचं जेवण
- सिंपल कार्बोहायड्रेट्स - (फळं) माध्यान्हपूर्वी, थोड्या बिया घालून ब्रेकफास्ट आणि दुपारचं जेवण यांमधला कालावधी म्हणजेच माध्यान्हपूर्वीचा खाऊ

  त्या वेळेस नेहमी ताज्या फळांवर लाल भोपळा/तुळस/चिया/सूर्यफूल इत्यादी बिया घालाव्यात. फळांवर बिया घालून खाल्ल्याने त्यांचा ग्लायसेमिक इंडेक्स कमी होऊन रक्तशर्करा वाढण्यावर नियंत्रण ठेवलं जातं. मधुमेह असणाऱ्या रुग्णांना हे विशेष फायद्याचं ठरतं.
- केवळ कॉम्प्लेक्स कार्बोहायड्रेट्स - रात्रीचं जेवण (भात आणि भाज्या)

प्रोटीन्स

प्रोटीनची सोपी व्याख्या म्हणजे, 'शरीराची रचना करणारे मूलभूत ठोकळे'. म्हणूनच, वाढ आणि शरीराची देखभाल यासाठी भरपूर प्रोटीन्सची गरज असते.

आहारासाठी उत्तम प्रोटीन्स -

- मांसाहार - अंडी, चिकन, मासे, मटण (१५ दिवसांतून एकदा)
- शाकाहार - सर्व सुकामेवा आणि बिया (पाण्यात भिजवून खाल्ल्यास सर्वाधिक परिणामकारक), सर्व कडधान्यं, डाळी, मशरूम, मकाणा

प्रोटीन्सचे आरोग्यासाठी लाभ

१. वजन स्थिर ठेवायला आणि कमी करायलासुद्धा मदत करतात.
२. रक्तशर्करा पातळी स्थिर ठेवतात.
३. शिकण्याची आणि मन एकाग्र ठेवण्याची क्षमता सुधारतात.
४. स्नायूंची वाढ आणि देखभालीला आधार देतात.
५. अकाली वृद्धत्व थोपवतात.
६. त्वचा नैसर्गिकरीत्या घट्ट करतात.
७. केस गळणं कमी करतात.
८. पेशी आणि ऊती निर्मितीला हातभार लावतात.
९. शरीरातल्या बहुतांशी विकरांचं कार्य सुधारतात.

प्रोटीन्स केव्हा घ्यावेत?

हा प्रश्न मला नेहमी विचारला जातो. उत्तर सोपं आणि सहज अमलात आणण्यासारखं आहे. अक्षरशः, प्रत्येक जेवणाबरोबर प्रोटीन्स घ्यायलाच हवेत. उदा., नाश्त्याबरोबर अंडी, जेवताना वरण, रात्री जेवताना मोड आलेली कडधान्यं/चिकन/फिश; मधल्या वेळेस सुकामेवा, बिया किंवा मकाणा खाता येईल. प्रत्येक जेवणात प्रोटीन्स असतील याची काळजी घ्या. भारतीय आहारात कार्बोहायड्रेट्स विशषत्वाने आढळतात, त्यामुळे आपण किती प्रोटीन्स घेत आहोत याकडे आवर्जून लक्ष दिलं नाही, तर आपल्याला प्रोटीन्सची कमतरता जाणवेल. तेव्हा जाणीवपूर्वक प्रत्येक आहारात प्रोटीन्सचा समावेश करा.

ब्रेकफास्ट, सकाळचं जेवण, रात्रीचं जेवण आणि मधल्या वेळेचं खाणं हा प्रत्येक आहार प्रोटीनयुक्त असावा.

फॅट चांगले असतात

गेल्या वीस-एक वर्षांपासून लोकांनी फॅट्स असणारे पदार्थ खाणंच बंद केलं आहे. नारळ, तूप, अंड्याचं पिवळं बलक, दाणे, सुकामेवा आणि बियांचा वापर पूर्ण थांबवला आहे. ह्या सर्व चरबीयुक्त पदार्थांमुळे कोलेस्टेरॉलची पातळी वाढून हृदयविकार, रक्तदाब आणि वजनवाढ या गोष्टींना सुरुवात

होईल अशी लोकांना भीती वाटते. त्यामुळे, बाजारात कमी चरबीयुक्त किंवा चरबी नसणारे पदार्थ येऊ लागले. त्यातूनच पीसीओएस (पॉलिसिस्टिक ओव्हरी सिन्ड्रोम) आणि थायरॉईडसंबंधी संप्रेरकं विकृतींमध्ये वाढ होऊ लागली. गेल्या दोन दशकांत हृदयविकार आणि उच्च रक्तदाबाच्या रुग्णांमध्ये सातत्याने वाढ होत आहे. त्यामुळेच, फॅट्स (चरबी) म्हणजे नेमकं काय, चांगले फॅट्स कोणते, त्यांची गरज का आहे या सर्वांची योग्य माहिती करून घेण्याची वेळ आली आहे.

सर्वप्रथम, कोलेस्टेरॉल आणि हृदयविकारसंदर्भातला संभ्रम दूर करू या. आपल्या शरीरात चांगलं कोलेस्टेरॉल (एचडीएल) आणि वाईट कोलेस्टेरॉल (एलडीएल) असे दोन प्रकार असतात. एचडीएलमुळे संप्रेरकांचा समतोल साधणं, वजन योग्य राखणं आणि कार्डिओव्हॅस्क्युलर रोगांपासून संरक्षण होणं ही कार्य घडतात. निरोगी शरीरासाठी एचडीएलची उच्च पातळी राखणं गरजेचं आहे. ॲव्होकॅडो, नारळ, शेंगदाणे, बदाम, तूप, कोकोनट बटर, अंड्याचं पिवळं बलक, सर्व प्रकारचा सुकामेवा आणि बियांमध्ये चांगलं कोलेस्टेरॉल, तसंच ओमेगा-३, ६, ९ फॅटी ॲसिडचा भरपूर साठा असतो. वाईट कोलेस्टेरॉलमुळे वजन वाढणं, उच्च रक्तदाब, संप्रेरकं असमतोल आणि अनेक कार्डिओव्हॅस्क्युलर आजारांना आमंत्रण दिलं जातं. प्रक्रियायुक्त अन्न, रिफाइंड साखर, हायड्रोनजेटेड तेल, तळलेले पदार्थ, ब्रेड (ग्लुटेन) आणि दुग्धजन्य पदार्थ या साऱ्यांमुळे वाईट कोलेस्टेरॉलमध्ये वाढ होते.

कोलेस्टेरॉल आणि हृदयविकारसंदर्भात ही माहिती प्राप्त केल्यावर चांगले फॅट्स आणि त्यांचे लाभ याबद्दल चर्चा करू या.

रोज सकाळी बटर/घी कॉफी प्यायला सुरुवात केल्यापासून माझ्या आयुष्यात आमूलाग्र बदल घडून आला आहे. आठ वर्षांपूर्वी ही कॉफी मी पिऊ लागले, आजही त्यात बदल नाही. त्याने माझी त्वचा नितळ झाली, मुरूम-पुटकुळ्या नियंत्रणात आल्या. संप्रेरकं असमतोल थांबला. केस अधिक दाट आणि चमकदार झाले. चेहरा आणि त्वचेवर झळाळी आली. चयापचय तसंच फॅट जाळण्याच्या प्रक्रियेला चालना मिळून वजन कमी होण्याची गती वाढली. बटर कॉफी कशी करायची हे मी पुढच्या प्रकरणात सविस्तर सांगितलं आहे. तुम्ही जर अजूनही बटर कॉफी चाखली नसेल तर वेळ गमावू नका. तुम्हाला कॉफी आवडत नसेल किंवा कॅफिनची ॲलर्जी असेल तर तुम्ही बटर-टी घेऊ शकता. (हिमाचल प्रदेशमध्ये तशी

परंपराच आहे), किंवा आरोग्यदायी फॅट्सने तुम्ही दिवसाची सुरुवात करू शकता. त्यासाठी मूठभर भिजवलेला सुकामेवा किंवा बिया किंवा ग्लासभर कोमट पाण्यात एक टेबलस्पून तूप/कोल्ड-प्रेस्ड खोबरेल तेल किंवा एक अ‍ॅव्होकॅडो घेऊ शकता. यामुळे तुमच्या शरीराला सत्वर लाभ मिळेल, सकाळच्या वेळात रक्तशर्करा पातळी स्थिर व्हायला मदत होईल. रक्तशर्करा वाढण्याची ती सर्वाधिक संभाव्य वेळ असते. म्हणूनच, मधुमेहासाठीसुद्धा हा आहार उत्तम ठरतो.

चांगल्या फॅट्सची सांगड आरोग्यदायी कार्बोहायड्रेट्सशी घातली असता अन्नाचा ग्लायसेमिक इंडेक्स खाली आल्याने रक्तशर्करा वाढत नाही. वरण-भात-तूप, ताज्या फळांवर मिश्र बिया, शहाळ्याची मलई/बदाम दूध, अ‍ॅव्होकॅडो/सुकामेवा इत्यादींचं स्मूदी ही उदाहरणं उत्तम आहेत. या छोट्या बदलांमुळे तुमचं अन्न चविष्ट आणि खऱ्या अर्थाने दमदार होतं. रक्तशर्करा पातळी नियंत्रणात राहते. म्हणूनच मधुमेह असला तरी उत्तम फॅट्स खाण्यापासून स्वतःला थोपवू नका.

चांगले फॅट्स खाण्याचे आरोग्यदायी लाभ -

१. शरीराचा बांधा अधिक चांगला व्हायला मदत होते.
२. वजन कमी व्हायला मदत होते.
३. संप्रेरकं संतुलनाला मदत होते.
४. पोषकमूल्यं शोषायला मदत होते.
५. अधिक आरोग्यदायी पचनकार्य होतं.
६. रक्तशर्करा पातळी स्थिरावते.
७. प्रजनन आरोग्य सुधारतं.
८. कोलेस्टेरॉलचं गुणोत्तर चांगलं होतं, हृदयविकाराची जोखीम कमी होते.
९. त्वचा आणि केसांचं आरोग्य सुधारतं.

फॅट्सचं सेवन कधी करावं?

सकाळचं पेय प्यायल्यावर रिकाम्यापोटी फॅट्सचं सेवन करावं. ती सर्वोत्तम वेळ आहे. चांगल्या फॅट्सची सांगड प्रोटीन आणि भाज्यांशी घालून अधिक

आरोग्यदायी पण हलकं भोजन करता येईल. ब्रेकफास्ट किंवा मधल्या वेळात खाण्यासाठी ॲव्होकॅडो, सुकामेवा आणि बियांचा पर्याय उत्तम आहे.

म्हणूनच, सकाळी लवकर रिकाम्यापोटी, नाश्त्याच्या वेळेस, मधल्या वेळेस आणि रात्री चांगले फॅट्स खाणं सर्वोत्तम आहे.

कार्बोहायड्रेट्स, प्रोटीन्स आणि फॅट्सचा विचार अनोख्या प्रकारे केल्यानंतर आता एक रोचक आणि प्रेरक केस स्टडी अभ्यासू या.

केस स्टडी ४	
क्लाएंटची माहिती	• वय २४ वर्षं • वजन ७२.८ किलो • उंची ४ फूट ११ इंच
शरीरातील फॅट आणि रक्ताचं पृथक्करण	• बीएमआय – ३४.१ • एकूण फॅट – ३४.५ • व्हिसरल फॅट – १९.५ • शरीर वय – ४८ वर्षं • व्हिटॅमिन डीची कमतरता • व्हिटॅमिन बी१२ची कमतरता
आवश्यकता	• वजन कमी करणं
सद्य आहार आणि व्यायाम	• अबरचबर खाणं (जंक फूड) • ताण आला की खाणं • व्यायामाचा अभाव • रात्री उशिरापर्यंत अभ्यास करणं

केस स्टडी ४	
आहारात सुचवलेला बदल	• आतडं स्वच्छ करणारे डिटॉक्स-टी, एसीव्ही, हळद, इत्यादी • अल्कधर्मी अन्न • दुग्धजन्य आणि ग्लुटेनयुक्त पदार्थांना पर्यायी पदार्थ • कोलॅजेनयुक्त सप्लिमेंट्स • व्हिटॅमिन बी१२च्या सप्लिमेंट्स
सुचवलेला दैनंदिन व्यायाम	• मूलभूत योगाभ्यास • झपाट्याने चालणं
इतर सूचना	• ध्यानधारणा • समुपदेशन • जर्नल लिहिणं
झालेली सुधारणा	• ३ महिन्यात कमी झालेलं वजन - ७२.८ किलो ते ६७ किलो • ताकद आणि ऊर्जा वाढली • पुढे दिल्याप्रमाणे इंचांमध्ये घट झाली -

अवयव	इंचात (पूर्वी)	इंचात (नंतर)
दंडाचा मध्य	१२	१०
मांडीचा मध्य	२३	२१
पोटाचा वरचा भाग	३०	२८
पोटाचा खालचा भाग	४२	३४.५
पोटाचा मधला भाग	३८	३२
छाती	३७	३२.५

१६
अन्नाची आस वाटणं खरं असतं - त्याचा सामना करायला शिका

आरोग्यदायी दैनंदिन आहार किंवा डाएट पाळायचं म्हटलं की, 'क्रेव्हिंग' हा शब्द समोर उभा राहतो. क्रेव्हिंग म्हणजे काय तर एखाद्या क्षणी, एखादा पदार्थ खाण्याची आतून आस वाटणं. ते कशामुळे निर्माण होतं हे पाहू या.

शरीरात एखाद्या पोषकमूल्याची उणीव निर्माण झाली की, विशिष्ट पदार्थ खावासा वाटू लागतो. उदा., तुमच्या दोन खाण्यांत खूप अंतर असेल, तीन तासांहून अधिक काळ तुम्ही स्वतःला उपाशी ठेवलं असेल, आहारातलं कार्बोहायड्रेट्सचं प्रमाण कमी किंवा शून्य केलं असेल तर तुमची रक्तशर्करा पातळी बऱ्यापैकी खाली येऊन तुम्हाला उच्च शर्करायुक्त पदार्थ खावेसे वाटू लागतात. मिठाई, पेस्ट्रीज, ब्रेड, बेकरी उत्पादनं किंवा इतर पदार्थांचा यात समावेश होऊ शकतो.

पुष्कळदा, लहान मुलांमध्ये आयर्नची कमतरता निर्माण झाली की, ते माती किंवा विटा खातात. कॅल्शिअम कमी पडलं की खडू किंवा पेन्सिली खातात. रोजच्या गरजेपेक्षा कमी प्रोटीन आहारातून मिळाल्यावर मांसाहाराचं क्रेव्हिंग जाणवणारे माझे अनेक क्लाएंट्स आहेत.

क्रेव्हिंगमधून बाहेर येण्याचा सोपा उपाय –

१. क्रेव्हिंग वाटू लागलं की नेमकं काय खावंसं वाटत आहे याचं बारकाईने निरीक्षण करा. दिवसाच्या ठरावीक वेळेस, ठरावीक पदार्थ खावासा वाटतो का तेही पाहा.
२. त्या जागी आरोग्यदायी पर्यायाची योजना करा. गोड खावंसं वाटलं तर आरोग्यदायी एनर्जी बार्स, अंजीर किंवा खजुरासारखे नैसर्गिक गोड पदार्थ किंवा पीनट/आल्मंड ट्रफल खाऊ शकता. मांसाहार खायची इच्छा झाल्यास घरी केलेलं ताजं चिकन किंवा फिश खा.
३. दोन खाण्यांमध्ये फार जास्त अंतर राहणार नाही याची काळजी घ्या. थोडासा खाऊ, हिरवा रस किंवा स्मूदी घ्या. (दर तीन–चार तासांनी).
४. शरीरातलं पाणी कमी झालं की भूक लागल्यासारखं वाटतं, एखादा विशिष्ट पदार्थ खावासा वाटतो. त्यामुळे पाणी पिण्याकडे लक्ष ठेवा.

क्रेव्हिंग कमी करणारे पदार्थ

दोन प्रकारच्या सुपर फुड्समुळे तुमचं क्रेव्हिंग चांगलंच आटोक्यात येईल –

१. सुकामेवा आणि बिया – सर्व प्रकारचा सुका मेवा आणि बियांमुळे रक्तशर्करा स्थिर होऊन क्रेव्हिंगमधून सुटका होते.
२. बटर कॉफी – तुमचा दिनक्रम अति व्यग्र असेल, सुकामेवा किंवा बिया खायला तुम्हाला वेळच नसेल तर, बटर कॉफीचा एक कप प्या (या संदर्भात बटर कॉफीसंबंधित प्रकरण वाचा). बटर कॉफी उपलब्ध नसल्यास ब्लॅक कॉफीमध्ये एक टेबलस्पून कोल्ड–प्रेस्ड खोबरेल तेल घालून प्या.

क्रेव्हिंगजना घाबरू नका, त्यांच्यापासून दूर पळू नका. तुम्ही त्यांचा सामना तुमच्या पद्धतीने करू शकता. असा दृष्टिकोन बाळगलात तर क्रेव्हिंगजवर मात करता येईल आणि मनःशांती लाभेल.

क्रेव्हिंग कमी करणारे अन्नपदार्थ –

१. डार्क चॉकलेट (८०%)
२. चिया सीड्स
३. सब्जा सीड्स
४. ऑलिव्ह ऑइल (जेवणात समाविष्ट करा)
५. तूप (जेवणात समाविष्ट करा)
६. ब्लॅक कॉफी
७. ग्रीन-टी
८. उच्च प्रोटीनयुक्त व्हेगन स्मूदीज

टीप - प्रोटीन्स आणि आरोग्यदायी फॅट्सनी परिपूर्ण आहार मनाला स्थिर ठेवत अपायकारक अन्नाप्रतिचं क्रेव्हिंग कमी करतो.

१७

लाइफस्टाइल सवयी आणि तुम्ही

तुम्हाला आरोग्यदायी जीवनशैली हवी आहे का? हा प्रश्नच चुकीचा आहे. आरोग्यदायी जीवनशैली कुणाला नको असते? शाश्वत आरोग्यदायी जीवनशैलीच्या दिशेने नेणारे साधे, छोटे बदल दैनंदिन जीवनात करून तुम्ही सुरुवात करू शकता. अतिरेक केलात तर, पुन्हा पहिल्या ठिकाणी पोहोचाल. हळूहळू सवयी बदलल्याने नवीन जीवनशैली निर्माण करायला मदत होते आणि दीर्घ काळासाठी ती टिकवता येते.

रोजची दिनचर्या तुमचं आयुष्य कसं बदलू शकेल?

आपण जर दिनचर्येवर लक्ष केंद्रित केलं तर आरोग्यदायी जीवनशैली राखता येते. दिनचर्येमुळे दिवसाची आखणी केली जाऊन सर्वोत्तम क्षमतेने कार्य करणं शक्य होतं. त्याउलट, दिवसाचं नियोजन नसेल तर एकेक काम संपवणं मेटाकुटीचं ठरतं. उत्तम दिनचर्या यशाकडे नेते, आपण अधिक

उत्साही आणि एकचित्त राहतो. निवड तुमच्या हातात आहे. तुमची दिनचर्या उत्साहवर्धक आणि वेळ वाचवणारी असावी की, विस्कळीतपणे कामं करत ऊर्जा शोषणारी; ते तुम्हीच ठरवायचं आहे. या दोन्हींतला फरक लक्षात घेणं महत्त्वाचं आहे. तसा तुम्ही घेतलात तरच, बदल घडवू शकता.

प्रेरित असूनही सुरुवात कुठे करावी हे लक्षात येत नाही का? या पाच छोट्या बदलांनी सुरुवात करा –

१. सकाळची ध्यानधारणा आणि प्राणायाम

ध्यानधारणा

गेल्या दहा वर्षांत मला ध्यानधारणेसारखी महत्त्वाची सवय लागली आहे. सकाळी ध्यानधारणा करण्याने मला अधिक शांती लाभते, एकाग्रता वाढते, गैरसोय झाली तरी चिंता कमी होते, जीवनातल्या प्रत्येक गोष्टीकडे लक्ष दिलं जाऊन दखल घेतली जाते. परिपूर्णतेपासून मी अद्याप बरीच दूर असले तरी त्या मार्गावर मी थोडी पुढे आली आहे.

ध्यानामुळे स्वतःचं मन जाणून घेणं मला शक्य झालं आहे. माझ्या मनात काय सुरू आहे याचा विचार त्यापूर्वी मी कधीही केला नव्हता. मनात जे काही यायचं ते मी आपोआप ऐकत असे. आजही मनात काही काही येत राहतं, परंतु त्याबद्दलची माझी सजगता वाढली आहे. मनाचा हुकूम मानायचा की नाही ही निवड आता माझ्या हातात असते. सकाळी उठल्यावर, ताबडतोब ध्यानधारणा करावी असं मी सुचवते ते याचसाठी. ते करणं सोपं नसलं तरी अल्पशी सुरुवात करत सरावाने तुम्ही त्यात अधिक सहजता प्राप्त करू शकता. पहिल्याच दिवशी ध्यानाला बसलात आणि सारं काही छान छान झालं असं होत नाही, म्हणूनच सराव हवा.

सुरुवात करण्यासाठी काही छोट्या सूचना –

- फक्त २ मिनिटं स्थिर बसून सुरुवात करा. आठवड्यातून एकदा हे करा. त्या २ मिनिटांची सवय झाली की ४ मिनिटांपर्यंत वेळ वाढवा. असा आठवडाभर छान गेल्यावर पुन्हा थोडासा वेळ वाढवा. अशा पद्धतीने दुसऱ्या महिन्यात तुम्ही १० मिनिटांपर्यंत ध्यान करू शकाल. फारच छान. सुरुवात अल्पशी हवी.

- सकाळी सर्वप्रथम ध्यानधारणा करा. 'करू थोड्या वेळाने!' असं आपण म्हणतो पण दिवसभराच्या रहाटगाडग्यात आपल्याला विस्मरण होतं. रोज सकाळी उठल्यावर ध्यानात बसायचं आहे याचं स्मरण होण्यासाठी चक्क घड्याळाचा गजर लावा. सहज दिसेल अशा ठिकाणी 'ध्यानावस्था' अशी चिठ्ठीसुद्धा लावून ठेवा.
- नेमकं कसं बसायचं वगैरे गोष्टींकडे सुरुवातीला दुर्लक्ष करा. खुर्चीत, कोचवर, अगदी पलंगावरही बसलात तरी हरकत नाही. सहज जमण्यासारखं असेल तर जमिनीवर मांडी घालून बसा. लक्षात घ्या, तसंही दोनच मिनिटं तर बसायचं आहे. तेव्हा सुरू करा. थोड्या अधिक कालावधीची सवय झाल्यावर नेमकं कसं बसावं याचा विचार करा. सुरुवातीला अशा विचाराची आवश्यकता नाही. आरामदायी स्थितीत, शांत ठिकाणी बसलात की पुरे.
- तुमचे विचार आणि शरीरस्थितीचा अंदाज घ्या. तुम्हाला कसं वाटत आहे? व्यग्र? थकवा? चिंता? ध्यानाच्या या सत्रात जे काही जाणवेल ते सारं ठीक आहे असं समजा.
- एकदा सुखकर आसनस्थिती घेतली की श्वास मोजू लागा. श्वासावर लक्ष केंद्रित करा. नाकपुडीतून शिरून आत फुप्फुसापर्यंत जाणाऱ्या श्वासाची जाणीव होऊ द्या. पहिला श्वास घेताना 'एक' आणि सोडताना 'दोन' म्हणा. दहापर्यंत आकडे मोजून पुन्हा एकपासून सुरुवात करा.
- मध्येच तुमचं मन भरकटू लागेल. त्यात काही वावगं नाही. मन भरकटू लागलं की चिंतित न होता सावकाश श्वासाकडे परत या. 'एक' असं म्हणून पुन्हा सुरुवात करा. थोडा त्रागा होईल पण थोडंसं लक्ष विचलित झालं तरी त्यात फार काही वावगं नाही.
- ध्यानावस्थेत विचार आणि भावना मनात उमटत असल्याचं दिसलं तरी त्याकडे शांतपणे पाहा. प्रेमळ वृत्ती जागवत त्यांच्याकडे मित्रत्वाने पाहा. त्यांना शत्रू समजू नका. तुम्ही म्हणजे तो विचार नसला तरी तो तुमचाच एक भाग आहे हे लक्षात ठेवा.
- आपलं काही चुकलं तर काय? असा विचार करू नका. हे करण्याचा कुठलाही तंतोतंत मार्ग नाही. तेव्हा, जे करत आहात त्यात आनंद माना.

- मनाला विचारहीन करण्याच्या नादात अडकू नका. ध्यानधारणा म्हणजे मनाला विचारहीन करणं, विचारांना थोपवणं असं लोकांना वाटतं. ते तसं नाही. कधीतरी तसं घडूही शकतं पण ध्यानावस्थेचं ते 'ध्येय' नाही. केवळ, लक्ष केंद्रित करण्याचा प्रयत्न करा, मन भरकटू लागलं की पुन्हा लक्ष केंद्रित करण्याचा सराव करा.
- स्वतःवर मन एकाग्र करा. लक्ष केंद्रित करणं हे इथे अपेक्षित नसून मनाचं कार्य कसं चालतं हे शिकणं अपेक्षित आहे. आत काय सुरू आहे? इथे गढूळ अवस्था असेलही, परंतु भरकटणाऱ्या, निराश होणाऱ्या, कठीण भावनांना सामोरं जाणं टाळणाऱ्या मनाचं निरीक्षण करून तुम्ही स्वतःला समजून घ्यायला सुरुवात करू शकता.
- शरीराचं परीक्षण करा. श्वासाचा मागोवा घेण्याची सवय झाल्यावर शरीराच्या एकेका भागाकडे लक्ष द्यायला सुरुवात करा. तळपायांची जाणीव करून घेण्याने सुरुवात करा. मग, पायाची बोटं, तळपायाचा वरचा भाग, घोटे... हळूहळू वर येत मस्तकावर लक्ष स्थिर करा.
- प्रकाश आणि ध्वनीवरही तुम्ही लक्ष एकाग्र करू शकता. सभोवतालच्या प्रकाशस्रोताकडे लक्ष द्या. नजर एका बिंदूवर खिळवा, तुमच्या खोलीत प्रवेशणाऱ्या प्रकाशाची नोंद घ्या. एखाद्या दिवशी केवळ ध्वनीवर लक्ष केंद्रित करा. एखाद्या दिवशी खोलीत सभोवताली असणाऱ्या ऊर्जेची नोंद घ्या (प्रकाश आणि ध्वनीसह).
- ध्यानावस्थेचा सराव तुम्ही कुठेही करू शकता. तुम्ही प्रवासात असाल, सकाळी समोर काम येऊन उभं राहिलं, तर ऑफिसमध्ये बसल्या जागी तुम्ही ध्यान करू शकता. बगिचात बसून करू शकता. प्रवासात किंवा चालताना करू शकता. बसून ध्यान करणं ही सर्वोत्तम सुरुवात आहे हे खरं असलं तरी आयुष्यभर तुम्ही एकाग्रतेचा सराव करत असता हेही खरं आहे.

ध्यानधारणा करणाऱ्या समूहांचा शोध घ्या. त्यांच्यात सहभागी व्हा किंवा ऑनलाइन ग्रूप शोधा, त्यांच्यात सहभागी व्हा, मनातल्या शंका विचारा, इतरांचा पाठिंबा मिळवा, इतरांना प्रोत्साहन द्या. ध्यान झालं की, स्वतःशीच छानसं हसून तुम्हाला प्राप्त झालेल्या या वेळाबद्दल आभार व्यक्त करा. तुम्ही बांधिलकीशी प्रामाणिक असल्याबद्दल, विश्वासार्हता जोपासल्याबद्दल,

स्वतःला जाणून घेत स्वतःशीच मैत्री करण्याबद्दल आनंद व्यक्त करा. तुमच्या आयुष्यातले विलक्षण २ मिनिटं आहेत ते. ध्यानधारणा ही सोपी किंवा शांतता प्रदान करणारी असेलच असं नाही, मात्र त्यासाठी आज सुरुवात करून उर्वरित आयुष्यात ती नेमाने करू शकता, तिचे अनेक आश्चर्यकारक लाभ आहेत.

प्राणायाम

प्राणायाम म्हणजे श्वासावर नियंत्रण. 'प्राण' म्हणजेच श्वास किंवा शरीरातली महत्त्वाची ऊर्जा. जीवन जगण्यासाठी आवश्यक असणाऱ्या प्राणिक ऊर्जेचं प्रतिनिधित्व त्यातून केलं जातं. 'आयाम' म्हणजे नियंत्रण.

प्राणायामाच्या साहाय्याने प्राणिक ऊर्जेच्या तालावर नियंत्रण ठेवत आरोग्यदायी शरीरमनाचा विकास करता येतो. प्राण, आपान, व्यान, उदान आणि समान हे पाच प्रकारचे प्राण असून शरीरातल्या विविध प्राणिक क्रिया त्यावर अवलंबून असतात. प्राणायामाच्या सरावाने या साऱ्यात समतोल साधला जाऊन त्याची परिणती शरीर-मन आरोग्यदायी होण्यात होते.

प्राणायामाचे प्रकार (योग्य पद्धतीची खात्री करण्यासाठी प्राणायाम वेबसाइटच्या आधारे) –

१. नैसर्गिक श्वसन

आरामदायक स्थितीत बसून खांदे सैल सोडा. श्वास उथळ आहे की, खोल याकडे लक्ष द्या. हवा आत घेताना आणि बाहेर सोडताना श्वासाचं तापमान जाणवून घ्या. काही ताण आहे का याकडे लक्ष द्या. केवळ श्वासाची जाणीव ठेवा. नाकपुड्यांत शिरणाऱ्या श्वासाची अधिक जाणीव करून घेण्याचा प्रयत्न करा. फुप्फुसांच्या दिशेने जाणाऱ्या श्वासाची जाणीव करून घ्या. श्वास आणि उच्छ्वासाचा मागोवा घ्या. केवळ श्वासावरच लक्ष केंद्रित करण्याचा प्रयत्न करा. जोवर या स्थितीत आरामदायक वाटत आहे तोवर असाच श्वास घ्या.

२ उदर (पोटातून) श्वसन

आरामदायक स्थितीत बसून पाठीशी आधाराला उशी घ्या किंवा उशांच्या आधारे शरीराचा ४५° कोन करून बसा.

नाभिस्थानी एक हात तर छातीवर दुसरा हात ठेवा. उदरपटलाच्या साहाय्याने खोलवर श्वास घ्या जेणेकरून उदरपटल खालच्या दिशेने ढकललं जाऊन पोट खालच्या दिशेने वर येईल. थोडा वेळ हा सराव करा. हे करताना छाती हलत असेल तर त्याचा अर्थ असा की, उदरपटलाचा वापर न करता उथळ श्वास घेतला जात आहे. त्याउलट, उदरपटलाचा वापर केला तर फुप्फुसांचा खालचा भाग वापरला जात असून त्यांची क्षमता वाढून हृदय, यकृत, जठर आणि आतड्यांवर अनुकूल परिणाम होत आहे. श्वसनाचा हा सर्वोत्तम नैसर्गिक आणि परिणामकारक मार्ग आहे. मात्र, आधुनिक जीवनशैलीपायी अनेक लोक अशा प्रकारे श्वसन करेनासे झाले आहेत.

३. कंठस्थ (घशातून) श्वसन

आपण श्वास कसा घेतो याची जाणीव करून घेत योग श्वसन शिकण्याची ही पहिली पायरी आहे. आपल्यापैकी बरेच जण या पद्धतीने श्वसन करतात. या प्रकारात उदर श्वसनाहून अधिक ऊर्जा खर्च होते.

या श्वसनाचा सराव करण्यासाठी आधी श्वासाची जाणीव करून घ्यावी आणि त्यानंतर केवळ छातीच्या पिंजऱ्याचं प्रसरण करण्यावर लक्ष एकवटावं. उदरपटलाचा सहभाग असू नये. श्वास घेताना छातीचं प्रसरण आणि श्वास सोडताना छातीचं आकुंचन करण्यावर लक्ष केंद्रित करावं.

४. स्कंध (फुप्फुसातून) श्वसन

सहसा, कंठस्थ श्वसनाच्या जोडीने हे श्वसन केलं जातं. यामुळे ताण कमी होऊन फुप्फुस मार्गातले अडथळे दूर होतात. उरोस्थी (फासळ्यांच्या मधलं लांब हाड) आणि मानेकडून वरच्या फासळ्या आणि कॉलर बोन वरच्या दिशेने ओढले जातात. त्यामुळे, फुप्फुसांत अधिक हवा प्रवेश करू शकते. योगाभ्यास करताना श्वसन जाणीव निर्माण करत तिची सांगड कंठस्थ आणि उदरस्थ श्वसनाशी घालून योगिक श्वसनाची वाटचाल चालता येते.

या श्वसनाचा सराव करण्यासाठी आधी श्वासाची जाणीव करून घ्या, मग काही मिनिटं कंठस्थ श्वसन करा. छाती भरून श्वास घेत थोडा अधिक श्वास घेण्याचा प्रयत्न करा, जेणेकरून फुप्फुसांचा वरचा भाग प्रसारित झाल्याची जाणीव तुम्हाला होईल. दोन्ही खांदे आणि कॉलर बोन किंचित उचलले जातील. आधी मान, मग छातीचा वरचा भाग आणि शेवटी फासळ्या या क्रमाने अवयव सैलावत उच्छ्वास सोडा.

५. परिपूर्ण योगी श्वसन

उदर, छाती आणि खांद्याचा भाग यांचा वापर यात केला जातो. इतर श्वसन तंत्रांपूर्वी हा अभ्यास करता येतो. यामुळे महत्तम श्वास आणि उच्छ्वास क्रिया करणं शक्य होतं. याची सांगड खोल श्वासाशी घालता येते (गुणोत्तराचा वापर करत).

उदर वर येऊ देत सावकाश श्वास घ्या. उदर प्रसरण पुरेसं झालं की, वरच्या आणि बाहेरच्या दिशेने छाती प्रसरित करा. बरगड्या पूर्णपणे उघडल्या की, थोडा अजून श्वास घ्या जेणेकरून कॉलर बोन थोडेसे वर उचलले जातील. आता सावकाश श्वास सोडू लागा. सर्वप्रथम कॉलर बोन खालच्या दिशेने येऊ द्या, मग छाती आणि शेवटी उदर सैल सोडा. कुठलाही ताण न घेता, झटके न देता अत्यंत सावकाश हा सराव सुरू ठेवा. नैसर्गिकरीत्या श्वास घेत राहा. थोड्या वेळाने केवळ कंठस्थ आणि उदरस्थ श्वसन करा. एकूण श्वासाच्या ७०% भाग हा उदरस्थ श्वसनाचा असायला हवा.

६. सखोल श्वसन

उदर आणि छाती यांची जाणीव ठेवत सामान्य श्वासाला सुरुवात करा. (टायमरचा वापर करत) अंकांनुसार सखोल आणि सावकाश श्वास घ्या. आवश्यक क्रमांकानुसार सावकाश श्वास सोडा. ही प्रक्रिया सुरू ठेवा. श्वासागणिक उदराची वर-खाली होणारी हालचाल जाणवून घ्या. पुन्हा सामान्य श्वसनाकडे वळा. इच्छा असल्यास पुन्हा हे चक्र करा. श्वसनाची गती कमी झाली की, हृदयगती कमी होऊन रक्तदाबही खाली येतो.

७. जलद श्वसन

जलद श्वसनाचे अनेक प्रकार पुढे दिले आहेत. त्यातून तुम्हाला योग्य वाटेल ते निवडा-

- दोन्ही नाकपुड्यांतून श्वास आत घ्या आणि सोडा
- उजवी नाकपुडी बंद करून डाव्या नाकपुडीतून श्वास घ्या आणि सोडा
- डावी नाकपुडी बंद करून उजव्या नाकपुडीतून श्वास घ्या आणि सोडा
- डाव्या नाकपुडीतून श्वास घ्या आणि उजव्या नाकपुडीतून सोडा
- उजव्या नाकपुडीतून श्वास घ्या आणि डाव्या नाकपुडीतून सोडा

- डाव्या नाकपुडीतून श्वास घ्या आणि उजव्या नाकपुडीतून सोडा, उजव्या नाकपुडीतून श्वास घ्या आणि डाव्या नाकपुडीतून सोडा.

तुम्ही जलद श्वास आणि उच्छ्वास क्रिया करू लागलात की, रक्तातली कार्बन डाय ऑक्साइडची पातळी कमी होत ऑक्सिजनची पातळी वाढते. शरीरांतर्गत सर्व महत्त्वाच्या अवयवांना हे ऑक्सिजन-समृद्ध रक्त मिळून त्यांचं कार्य सुधारतं. पेशीय पातळीवर वायूंची देवाणघेवाण होऊन रक्तातली दूषित द्रव्यं काढून टाकले जातात.

८. विलोम – अडथळायुक्त श्वसन

विलोम श्वसनात सावकाश श्वसनाने सुरुवात केली जाते. तुमच्या शरीरात जिना असून खालची पायरी कटीस्थ भागात तर वरची पायरी घशात आहे अशी कल्पना करा.

श्वास घ्यायला सुरुवात करा, पण खोल श्वसनाप्रमाणे संथ आणि एकसारखा श्वास घेण्याऐवजी पायऱ्या पायऱ्यांनी श्वास घ्या. तुम्ही जिना चढत आहात किंवा शरीरातल्या शिडीवरून प्राण एकेक पायरी पुढे जात आहे अशी कल्पना करा. मध्ये ३-५ पायऱ्या असाव्यात. वर पोहोचून फुप्फुसं पूर्ण भरेपर्यंत श्वास घेत राहा. आता, पायऱ्याविरहित स्थिती संथपणे, फुप्फुसं रिकामी होईपर्यंत श्वास सोडा. ही क्रिया पुन्हा करा.

९. अनुलोम-विलोम – नाकपुडीवाटे आलटून पालटून श्वसन

तर्जनी आणि मधलं बोट तळहाताच्या दिशेने वाकवून प्रणव मुद्रा करा. याच स्थितीत उजवा हात नाकाजवळ आणला असता अंगठ्याने उजवी नाकपुडी तर करंगळीच्या जवळच्या बोटाने डावी नाकपुडी बंद करता येते. अशा रीतीने गरजेनुसार हाताची हालचाल करता येते.

डाव्या नाकपुडीने सावकाश श्वास घ्या, ती बंद करा, उजव्या नाकपुडीने सावकाश श्वास सोडा. उजव्या नाकपुडीने श्वास घ्या, ती बंद करा, डाव्या नाकपुडीने सावकाश श्वास सोडा. हे एक चक्र झालं. तुमच्या गतीनुसार हे श्वसन सुरू ठेवा. अनुलोम-विलोम करण्याने सर्व शरीराला ऑक्सिजनचा अधिक पुरवठा होऊन पोषण व्हायला मदत होते.

१०. शीतलता देणारे प्राणायाम – शीतली, सित्कारी आणि काकी मुद्रा

शीतली – तोंड उघडून जीभ बाहेर काढा, श्वास घ्या, तोंड बंद करा, नाकावाटे श्वास सोडा. प्रत्येक श्वास संथ, खोल आणि आरामदायक असल्याची खात्री करा.

सित्कारी – दात एकमेकांवर हलकेच दाबा. ओठ विलग करा जेणेकरून दात दिसतील. जीभ सपाट ठेवा. दातातून सावकाश श्वास घ्या. तोंड बंद करत नाकावाटे हलकेच श्वास सोडा. श्वासोच्छ्वास संथ आणि आरामदायक असू द्या.

काकी मुद्रा – नाकाच्या शेंड्यावर लक्ष एकाग्र करत ओठांचा चंबू करा. जीभ सैल सोडा, ओठांवाटे श्वास घ्या. ओठ मिटा आणि नाकावाटे उच्छ्वास सोडा. प्रत्येक श्वास संथ आणि सुखकर असू द्या.

प्राणायामाच्या या प्रकारांनी शरीरातली नकोशी उष्णता बाहेर टाकायला मदत होते, ॲसिडिटी आणि वाढलेला रक्तदाब कमी होतो, स्नायू शिथिल व्हायला मदत होते.

११. उज्जयी श्वसन

घशावर लक्ष केंद्रित करत घशावाटे श्वास–उच्छ्वास करत असल्याची कल्पना करा. श्वास घेताना आणि सोडताना घशाचे स्नायू किंचित आकुंचित करा. सावकाश, सखोल आणि सुखकर श्वास घ्या. श्वासावर आणि आवाजावर लक्ष केंद्रित करा. लहान बाळ घोरल्यासारखा आवाज येईल. आवाज फार मोठा असता कामा नये. थोड्या वेळाने श्वसनगती मंदावेल. या श्वसन प्रकाराने उच्च रक्तदाब, हृदय समस्या आणि निद्रानाश कमी होऊन नैसर्गिकरीत्या सुखकर स्थिती प्राप्त व्हायला मदत होते.

१२. भ्रामरी – भुंग्यांचा आवाज

नाकावाटे सावकाश आणि सखोल श्वास घ्या. श्वास सोडताना ॐ मधल्या 'म' ध्वनीचा किंवा भुंग्याच्या गुंजनाचा उच्चार करा. कुठलाही ताण न घेता सावकाश उच्छ्वास सोडा. श्वास घेण्यापेक्षा सोडण्याचा कालावधी अर्थातच अधिक असेल. सहज जमत असल्यास हाताच्या बोटांनी कान बंद करा, जेणेकरून शरीरात तरंग जाणवू शकतील. कानात अंगठे घालून कोपरं

बाहेरच्या दिशेने समांतर ठेवत दोन्ही हात डोक्याकडे आणून बोटं डोक्यावर ठेवा. याव्यतिरिक्त, दोन्ही तर्जनींनी कान बंद करत दोन्ही कोपरं खालच्या दिशेला ठेवत दंड छातीसमोर आणूनदेखील हे श्वसन करता येईल.

भ्रामरी प्राणायामामुळे घसा आणि स्वरयंत्राचे स्नायू बळकट होऊन श्रवण सुधारतं. रक्तदाब कमी व्हायला मदत होते. शस्त्रक्रियेनंतर शरीर ऊती पटकन भरून येतात.

१३. भस्त्रिका प्राणायाम – भात्यांप्रमाणे फुप्फुसांची हालचाल

या प्रकारात जोरात सखोल श्वास घेऊन तो नाकावाटे सोडला जातो. कुठलाही ताण घेऊ नका. श्वास घेतला की, उदरपटल खालच्या आणि उदर बाहेरच्या दिशेने ढकललं जातं. श्वास सोडताना विरुद्ध क्रिया होते. ही हालचाल थोडी जोरात पण झटके न देता करायला हवी. टप्प्याटप्प्याने गती वाढवता येते. हे एक चक्र आहे.

या प्राणायामाचे अनेक लाभ आहेत. रक्त शुद्धीकरण, त्वचेचा पोत सुधारणं, छाती आणि श्वसनमार्ग मोकळा करणं, शरीर चयापचय गती वाढवणं, चरबी कमी होणं, शरीरातून अतिरिक्त श्लेष्म कमी करणं आणि दोषांचं संतुलन असे याचे उपयोग आहेत.

१४. सूर्यभेदन – उजव्या नाकपुडीने श्वसन

नावाप्रमाणेच या श्वसनात, 'सूर्य' आणि 'भेद–जागृती' अपेक्षित आहे. शरीरामध्ये सूर्याची ऊर्जा पिंगला नाडीतून दर्शवली जाते. सूर्यभेदनात पिंगला नाडीशुद्धी होते किंवा ती भेदली जाते. उजव्या नाकपुडीतून श्वास घेत डाव्या नाकपुडीतून तो सोडला जातो. या प्राणायामामुळे शरीरांतर्गत जीवनावश्यक ऊर्जा वाढते. अनुकंपी चेतासंस्थेला (सिम्पथॅटिक नर्व्हस सिस्टिम) आणि मेंदूच्या डाव्या भागाला चालना मिळते, वात हरण होतं आणि पित्तदोष संतुलित होतो. (चंद्रभेदन प्राणायामदेखील अशाच प्रकारे कार्य करते.)

२. कृतज्ञता जर्नल आणि प्रार्थना

समाधानकारक आयुष्य जगण्याचा हा एक महत्त्वाचा घटक आहे. लॅटिन शब्द 'ग्रॅशिया'पासून 'ग्रॅटिट्युड–कृतज्ञता' हा शब्द येतो. संदर्भानुसार त्याचा

अर्थ कृपा, आशीर्वाद किंवा कृतज्ञता असा होतो. तसं पाहिलं तर कृतज्ञता म्हणजे या साऱ्यांचा एकत्रित परिणाम. एखाद्या व्यक्तीला मूर्त अथवा अमूर्त स्वरूपात जे काही प्राप्त होतं त्याप्रति मनोमन धन्यवाद देत दखल घेणं म्हणजे कृतज्ञता. आयुष्यातल्या चांगुलपणाची दखल कृतज्ञतेने घेतली जाते. म्हणूनच, व्यक्ती म्हणून आपण जे असतो त्याहीपेक्षा मोठ्या प्रमाणात इतर व्यक्तींशी, निसर्गाशी किंवा उच्चतम शक्तीशी जोडून घ्यायला मदत होते.

मानसशास्त्राशी जोड असलेल्या सकारात्मक संशोधनाकडे पाहिलं, तर कृतज्ञतेची जोड सातत्याने आणि घनिष्ठपणे महनीय आनंदाशी घातली जाते. कृतज्ञतेमुळे लोकांच्या सकारात्मक भावनांना आधार मिळतो, चांगले अनुभव जाणवून घ्यायला मदत होते, प्रकृती सुधारते, प्रतिकूलतेशी सामना करता येतो आणि नातेसंबंध खंबीर होतात.

कृतज्ञता जाणवण्याचे आणि व्यक्त करण्याचे विविध प्रकार आहेत. बालपणीचे उत्तम घटक, भूतकाळातला आशीर्वाद अशा गोष्टींबद्दल आभारी राहणं, सुदैवाला गृहीत न धरणं, आशावादी आणि सकारात्मक वृत्ती बाळगणं या गोष्टी करता येतात. एखाद्याच्या कृतज्ञतेची सद्य पातळी किंवा जन्मजात वृत्ती काहीही असली तरी प्रत्येकाला तिच्यात प्रयत्नपूर्वक वाढ करता येते.

कृतज्ञतेसंदर्भात संशोधन

युनिव्हर्सिटी ऑफ कॅलिफोर्निया, डेव्हिस इथले डॉ. रॉबर्ट ए. एमॉन्स आणि युनिव्हर्सिटी ऑफ मियामी इथले डॉ. मायकेल इ. मॅक'कुलो या दोन मानसशास्त्रज्ञांनी कृतज्ञतेवर संशोधन केलं आहे. एका अभ्यासात त्यांनी विशिष्ट विषयावर लक्ष केंद्रित करत दर आठवड्याला काही वाक्यं लिहायला सहभागींना सांगितलं.

त्या आठवड्यात घडलेल्या कोणत्या गोष्टीबद्दल आपण कृतज्ञ आहोत हे एका समूहाने लिहिलं. कोणत्या गोष्टींमुळे आपण नाराज आहोत हे दुसऱ्या समूहाने लिहिलं. कोणत्या घटनांचा परिणाम झाला (नकारात्मक अथवा सकारात्मक) याबद्दल तिसऱ्या समूहाने लिहिलं. दहा आठवड्यानंतर लक्षात आलं की, कृतज्ञता व्यक्त करणाऱ्यांना अधिक आशावाद वाटला, आयुष्याबद्दल चांगली भावना वाटली. नकारावर लक्ष केंद्रित करणाऱ्यांच्या तुलनेत त्यांनी अधिक व्यायाम केला, त्यांना डॉक्टरांना कमी वेळा भेटावं लागलं.

याच क्षेत्रातले गाजलेले अभ्यासक डॉ. मार्टिन ई.पी. सेलिग्मन हे युनिव्हर्सिटी ऑफ पेन्सिल्व्हेनिया इथे मानसशास्त्रज्ञ असून वेगवेगळ्या सकारात्मक मानसशास्त्रीय हस्तक्षेपाचा (इंटरव्हेन्शन) काय प्रभाव पडतो या संदर्भात त्यांनी ४११ लोकांवर प्रयोग केले. पूर्वीच्या आठवणी लिहून त्यांच्याशी तुलना केली गेली. आठवड्याचा अभ्यास म्हणून त्यांच्या दयाळूपणाबद्दल त्यांचे योग्य पद्धतीने आभार न मानणाऱ्या व्यक्तीला त्यांनी स्वतः कृतज्ञता पत्र लिहिणं आणि ते तिच्या हातात देणं अपेक्षित होतं. या वेळेस, सहभागींचा 'आनंद गुणक्रम' अतोनात वाढला. इतर कुठल्याही हस्तक्षेपापेक्षा हा परिणाम व्यापक होता आणि तो महिनाभर टिकून राहिला.

जर्नल लेखन

सकारात्म चित्तवृत्तीने, टवटवीत राहत, जगाशी लढण्याची तयारी ठेवत दररोजचा दिवस सुरू केल्यास कसं वाटेल याचं चित्र समोर आणा. आयुष्यातल्या समस्या मनात घोळवण्याऐवजी मनाचा ताबा घेऊन चांगल्या बाबींवर लक्ष केंद्रित करा.

मन निरभ्र असणं महत्त्वाचं आहे. सकाळी उठल्याक्षणी आणि रात्री निजताना मन स्वच्छ असणं ही उत्कृष्ट सवय आहे. इतरांवर आणि स्वतःवर टीका करणं, समस्यांकडे लक्ष देणं या गोष्टी सहजगत्या घडतात. चांगल्यावर लक्ष केंद्रित करणं, कौतुक करणं यासाठी बहुतेकांना प्रयास करावे लागतात. कृतज्ञता जर्नल बाळगल्याने कौतुक करण्याची सवय विकसित करणं, आनंददायी दिवसांचा लाभ घेणं या साऱ्यांची सवय आपल्याला करून घ्यावीशी वाटते.

दररोज आपले विचार उतरवल्याने अनेक प्रकारे मदत होते. मानसिक अडथळ्यातून आपण बाहेर येतो. आपण कशाप्रति कृतज्ञ आणि आभारी आहोत हे लक्षात ठेवण्यासाठी उद्दिष्टनिश्चिती करता येते. आंतर्दृष्टी प्राप्त होते, स्वतःच्या जीवनाचा अर्थ उमगू लागतो. प्रत्येक दिवशी कोणती गोष्टी पूर्णत्वाला न्यावीशी वाटते, कोणत्या गोष्टीबद्दल तुम्ही कृतज्ञ आहात आणि कोणत्या गोष्टीपायी झगडत आहात हे लिहून सुरुवात करा. दिवसाच्या शेवटी जर्नल पुन्हा वाचा आणि त्यापैकी कोणकोणत्या गोष्टी साध्य झाल्या आहेत ते पाहा. तुमचं मन कुठे आहे त्याचा अंदाज घ्या, कुठली गोष्ट योग्य

प्रकारे झाली आहे हे लिहा. प्रत्येक बाब अधिक उत्पादनक्षम होण्यासाठी दुसऱ्या दिवशी तुम्हाला काय करावंसं वाटेल त्याचाही विचार करा. अशा प्रकारे दैनिक लिखाणाची सवय केल्यास अधिकाधिक गोष्टींचा समावेश करत लिखाण विस्तारित करता येऊ शकतं.

कृतज्ञता जर्नल कसं लिहावं?

दर दिवशी सरसकटपणे कशाबद्दल तरी कृतज्ञ राहण्यापेक्षा खालील श्रेणींचा वापर तुम्ही मार्गदर्शक तत्त्व म्हणून करू शकता –

१. नाती – तुम्हाला खरोखरच मदत करणारे सहसंबंध
२. तुम्हाला दिवसभरात असणारं एखादं काम
३. काल घडलेलं किंवा पाहिलेलं काहीतरी छानसं
४. तुमच्या निकट असलेलं काहीतरी (हातातलं पेन, बाहेरची छान हवा).

दर दिवशी केवळ एकाच श्रेणीवर लक्ष देऊ शकता. उगाच, प्रत्येक प्रकारची कृतज्ञता व्यक्त करण्याऐवजी काही मोजक्यांचा विचार करा. समजा, आज तुम्ही नातेसंबंधांवर लक्ष केंद्रित केलं तर? तुमच्या लक्षात येईल की, 'श्रेणी'वर लक्ष केंद्रित केल्यास कृतज्ञतेच्या कल्पना अधिक सत्त्वर आकार घेतात.

तुमच्या ग्रॅटिट्युड जर्नलसाठी काही कल्पना

या श्रेणीत एक स्तर पुढे जात मनाला कसं विचारशील करता येईल ते पाहू या. सुरुवातीला स्वतःवर टीका करणं, विरोध करणं मोडून काढायला इच्छाशक्तीचा वापर करावा लागेल. खोलवर जा. इथेच खजिना आहे.

नातेसंबंध –

१. कोणत्या नात्याप्रति मी कृतज्ञ आहे?
२. सहकाऱ्याचे कोणते गुण मला आवडतात?
३. माझ्या जोडीदाराचा कोणता एक गुण मला आवडतो?

४. माझ्या आईकडून मी कोणता सकारात्मक गुण उचलला आहे?
५. माझ्या वडिलांकडून मी कोणता सकारात्मक गुण उचलला आहे?
६. स्वतःतला कोणता सकारात्मक गुण मला आवडतो?
७. आदर्श व्यक्तीतल्या कोणत्या सकारात्मक गुणांचं मोल मला वाटतं?

आजच्या संधी

१. इतरांना 'न मिळालेली' आणि मला 'मिळालेली' अशी कोणती संधी आहे जिची दखल मी घेऊ शकते?
२. माझा आज 'उत्तम' करण्यासाठी अशी कोणती एक गोष्ट माझ्या नियंत्रणात आहे?
३. कालच्यापेक्षा आज मी कशामध्ये अधिक उत्तम आहे?
४. आजच्या हवेबाबत मला काय चांगलं वाटतं?
५. माझ्या आरोग्याबाबत कोणत्या बाबीचं कौतुक मला वाटतं?
६. माझ्यात असणाऱ्या व्यावसायिक कौशल्यांपैकी कशाची दखल घ्यावीशी मला वाटते?
७. माझ्या आर्थिक परिस्थितीबद्दल मी कशाची दखल घेऊ शकते/शकतो, कशाचा स्वीकार करू शकते/शकतो?
८. माझ्या आजच्या दिसण्याबद्दल मी कशाची दखल घेऊ शकते/शकतो?

भूतकाळातल्या संधी –

१. दिवसभरात कोणती एक चांगली गोष्ट घडली?
२. कोणत्या अडचणींवर मी मात केली आणि त्याबद्दल मला स्वतःचं कौतुक वाटतं?
३. माझ्या आधीच्या नोकरीमध्ये मला कशाची दखल घ्यावीशी वाटते?
४. माझ्या बालपणीचं मला काय आवडतं?
५. भूतकाळातला असा कोणता अनुभव आहे जो मला तेव्हा त्रासदायक वाटला पण आता त्याची दखल घ्यावीशी वाटते?
६. शाळेत शिकलेल्यापैकी कशाबद्दल मी कृतज्ञ आहे?
७. जे जीवन मी जगू शकते/शकतो त्या संदर्भात कोणत्या एका गोष्टीसाठी मी माझ्या पूर्वजांचे आभार मानू शकते/शकतो?

८. जे अन्न मी आज खाल्लं (किंवा खाल्लं नाही) त्याबद्दल मला कशा प्रकारे दखल घ्यावीशी वाटते?
९. कालचं कोणतं दृश्य मला आनंददायी वाटलं?

सरसकट –

१. मला आवडणाऱ्या वस्तूबाबत मला काय आवडतं?
२. ज्या घरात मी राहते/राहतो त्या बाबत मला काय आवडतं?
३. ज्या शहरात मी राहते/राहतो त्या बाबत मला काय आवडतं?
४. ज्या देशात मी राहते/राहतो त्या बाबत मला काय आवडतं?
५. ज्या रेस्टॉरन्टमध्ये मी नेहमी जाते/जातो त्या बाबत मला काय आवडतं?
६. माझा कुठला एक पोशाख मला आवडतो?
७. मी ऐकत असलेल्या संगीताबाबत मला काय आवडतं?
८. माझ्या शरीराबाबत कुठली एक गोष्ट मला आवडते?
९. कुठल्या प्रकारचं अन्न मला आवडतं, का?

अनेक अभ्यास आणि संशोधनांतून कृतज्ञतेचे सर्वंकष लाभ समोर आले आहेत –

१. कृतज्ञता दाखवल्याने नातेसंबंध जोपासण्यासाठी वाट मोकळी होते. मित्रमैत्रिणी आणि परिचित जोडण्यात कौतुक आणि दखल घेण्याचा भाग मोठा आहे. एखाद्या अपरिचिताने तुमच्यासाठी दार उघडून ठेवलं म्हणून त्याला धन्यवाद देणं, एखाद्या सहकाऱ्याने तुम्हाला प्रकल्पपूर्तीसाठी मदत केली म्हणून त्याचे आभार मानणं, लोकांनी दिलेल्या सहकार्याबद्दल त्यांची दखल घेणं यातून नवीन संधी समोर उभ्या राहू शकतात. हे छोटेसे अनुभव लिहिण्याने सकारात्मक ऊर्जानिर्मितीला मदत होते.
२. कृतज्ञता जाणीव ठेवणाऱ्यांना इतरांपेक्षा कमी वेदना जाणवतात, अधिक आरोग्यदायी वाटतं, असं *पर्सनॅलिटी ॲन्ड इन्डिव्हिज्युअल डिफरन्सेस*मध्ये २०१२मध्ये प्रकाशित झालेल्या अभ्यासात म्हटलं आहे. कृतज्ञ लोक स्वतःच्या प्रकृतीची अधिक काळजी घेतात यात नवल ते काय? ते अधिक व्यायाम करतात, तपासणीसाठी

डॉक्टरांना नियमितपणे भेटतात, यामुळे त्यांच्या दीर्घायूला हातभार लागतो.

३. कृतज्ञतेमुळे असूया ते तिरस्कार, नैराश्य ते पश्चात्ताप अशा अनेक दूषित भावनांचा निचरा होतो. रॉबर्ट ए. एमन्स, पीएचडी, हे आघाडीचे कृतज्ञता संशोधक असून कृतज्ञता आणि स्वास्थ्यसंदर्भात त्यांनी अनेक प्रयोग राबवले आहेत. त्यांचा अभ्यास आणि संशोधनातून लक्षात येतं की, कृतज्ञतेमुळे आनंद वाढून नैराश्य कमी होतं.

४. युनिव्हर्सिटी ऑफ केन्टुकी इथे २०१२ साली केलेल्या एका प्रयोगानुसार कृतज्ञ व्यक्ती अधिक सकारात्मक पद्धतीने वागतात, मदत करतात आणि इतर व्यक्ती त्यांच्याशी फार चांगल्या वागल्या नाहीत तरी त्या सामाजिक स्वीकार आणि मैत्री संदर्भात प्रसार करतात. अभ्यासात भाग घेतलेल्या ज्या सहभागींना उच्च कृतज्ञता श्रेणी प्राप्त झाली त्यांना नकारात्मक अभिप्राय मिळाल्यावरही वचपा काढण्याची वृत्ती त्यांच्यात फारशी दिसून आली नाही.

५. *अॅप्लाइड सायकॉलॉजी – हेल्थ अॅन्ड वेल-बीईंग* यात २०११ साली प्रकाशित झालेल्या संशोधनानुसार कृतज्ञता जर्नल लेखनामुळे चांगली झोप लागते. दररोज झोपण्यापूर्वी १५ मिनिटं जर कृतज्ञ भावनांचा उल्लेख करण्यासाठी वापरली तर चांगली, गाढ झोप लागू शकते.

६. *जर्नल ऑफ अॅप्लाइड स्पोर्ट सायकॉलॉजी* यात २०१४ साली प्रकाशित झालेल्या संशोधनानुसार कृतज्ञतेमुळे खेळाडूंचा आत्मविश्वास वाढला. सर्वोत्तम सादरीकरणासाठी तो अत्यावश्यक होता.

७. कृतज्ञतेमुळे मन-सामर्थ्याची बांधणी होते. संशोधनातून दिसून आलं आहे की, कृतज्ञतेने ताण कमी होतो, आघातातून बाहेर यायला मदत होते. *बिहेविअर रिसर्च अॅन्ड थेरपी*मध्ये २००६ साली प्रकाशित झालेल्या अभ्यासानुसार व्हिएतनाममध्ये युद्ध लढणाऱ्या ज्या सैनिकांत कृतज्ञतेची उच्च पातळी होती त्यांना आघातपश्चात ताणविकृती कमी प्रमाणात जाणवल्या. *जर्नल ऑफ पर्सनॅलिटी अॅन्ड सायकॉलॉजी*मध्ये २००३ साली प्रकाशित झालेल्या अभ्यासानुसार ११ सप्टेंबरला झालेल्या दहशतवादी हल्ल्यानंतर दर्शवल्या गेलेल्या रेझिलिअन्स (लवचिकता) मागे कृतज्ञता हा महत्त्वाचा मुद्दा होता.

कृतज्ञता प्रार्थना

ज्या लहानसहान गोष्टींसाठी कृतज्ञता वाटते त्यांचा समावेश करत तुम्ही तुमची वैयक्तिक कृतज्ञता प्रार्थना लिहू शकता. त्यामुळे तुम्हाला सकारात्मक मनःस्थिती जाणवू लागेल. तुम्ही तुमची स्वतःची प्रार्थना लिहू शकता. झोपण्यापूर्वी किंवा इतर वेळेस ताण जाणवल्यास तुम्ही ती म्हणू शकता. ही प्रार्थना लांबलचक असण्याची गरज नाही. लहानशी असली तरी चालेल.

केली माहोनी यांची ही साधीशी कृतज्ञता प्रार्थना पाहा –

''हे ईश्वरा, माझ्यावर केलेल्या कृपेबद्दल मी आभारी आहे. माझ्या कल्पनेहून अधिक तू मला देऊ केलं आहेस. सदैव माझी काळजी घेणाऱ्यांचा गराडा तुझ्यामुळेच माझ्या भोवती आहे. दर दिवशी प्रेमळ शब्दकृतींनी मला सुखावणारं कुटुंब आणि मित्रमैत्रिणी तू मला दिल्या आहेस. तुझ्यावर माझी नजर खिळलेली राहील आणि आत्मा चैतन्याने उसळू लागेल अशा पद्धतीने ते सर्व मला उचलून घेतात.

''हे ईश्वरा, मला सुरक्षित ठेवल्याबद्दलसुद्धा मी आभारी आहे. इतरांना झपाटणाऱ्या बाबींपासून तू मला सुरक्षित ठेवलं आहेस. अधिक चांगली निवड करायला तू मला मदत करतोस, कठीण परिस्थितीतून बाहेर येताना मला मदत करणारे सल्लागार उपलब्ध करतोस. अनेक प्रकारे माझ्याशी संवाद साधतोस, त्यामुळे तू आजूबाजूला आहेस हे मला नेहमी ठाऊक असतं.

''आणि हे ईश्वरा, माझ्या सभोवताली असणाऱ्यांना सुरक्षित ठेवत त्यांच्यावर प्रेमाची पखरण करण्याबद्दल मी अतिशय आभारी आहे. मला आशा आहे की, त्यांचं माझ्या जीवनातलं स्थान किती महत्त्वाचं आहे हे दाखवण्याची क्षमता आणि जाणीव तू माझ्यात निर्माण करशील. त्यांनी मला जी आपुलकी दिली आहे तीच त्यांना देण्याची क्षमता तू मला प्रदान करशील. हे ईश्वरा, माझ्या आयुष्यात तू देऊ केलेल्या प्रत्येक गोष्टीबद्दल मी अत्यंत कृतज्ञ आहे. मी किती नशीबवान आहे याचं तू स्मरण करून द्यावंस, प्रार्थनेच्या रूपात कृतज्ञता स्मरण करायला मला कधी विसरू देऊ नयेस आणि चांगल्या कृत्यांची परतफेड माझ्याकडून होत राहावी यासाठी मला स्मरण करून द्यावंस अशी मी प्रार्थना करते. हे ईश्वरा, मी आभारी आहे!''

३. दैनंदिन सकारात्मक पुष्टीकरण विधानं

दैनंदिन सकारात्मक पुष्टीकरण विधानांमुळे आपली मनोवृत्ती मोठ्या प्रमाणावर सुधारते. विविध उद्देशांकरता या विधानांचा वापर होतो. विशेषत्वाने, स्वतःबद्दल किंवा हे जग आणि त्यातलं आपलं स्थान याबद्दल काही विशिष्ट गोष्टींवर विश्वास ठेवण्यासाठी प्रोत्साहन मिळण्याकरता त्यांचा वापर होतो. संपत्ती, प्रेम, सौंदर्य आणि आनंद या गोष्टी निर्माण करणं (किंवा आकर्षित करण्यासाठी) यासाठी आवश्यक सत्यनिर्मितीसाठी त्यांचा वापर होतो. पहिल्यांदा १९२० साली स्व-पुष्टीकरण विधानांना लोकमान्यता लाभली. आजतागायत जगभरातले प्रशिक्षक आणि स्व-मदत गुरूंकडून त्यांचा वापर होत आहे. त्यांचा उपयोग होतो का?

वॉल्टर ई. जेकबसन, एमडी, यांच्या मते अशा प्रकारच्या पुष्टीकरण विधानांना मूल्य असतं, कारण आपल्या आयुष्याची वास्तविकता आणि इच्छांचं प्रकटीकरण यांत आपल्या अबोध मनाची महत्त्वाची भूमिका असते. ''अबोध पातळीवर आपण स्वतःबद्दल जो काही विश्वास बाळगतो त्याचा विलक्षण प्रभाव बाह्यात्कारी दृश्य परिणामांवर पडतो,'' असं त्यांचं म्हणणं आहे.

अत्यंत विनम्र होत आपल्याला स्वतःबद्दल छान वाटू लागतं, सकारात्मक वृत्ती जाणवते तेव्हा आपलं आयुष्य सहजगत्या धावू लागतं. 'लॉ ऑफ अॅट्रॅक्शन' मानणाऱ्यांनुसार आपल्यातल्या अंतर्गत लहरींमध्ये वाढ होते. लहरी सकारात्मक असल्या की, आर्थिक सुबत्ता, प्रेम आणि सुधारित आरोग्य अशा सकारात्मक बाबी आपल्याकडे आकर्षित होतात.

उलट, स्वतःबद्दल वाईट वाटणं, नकारात्मक वृत्ती जोपासणं यापायी आपण पराभूतासारखी वागणूक दर्शवतो ज्यापायी नकारात्मक निष्पत्ती होऊ शकते. आर्थिक दुर्घटना, नातेसंबंधात ताण-तणाव, दीर्घ किंवा तीव्र आजारपण ही त्याची उदाहरणं आहेत.

पुष्टीकरण विधानं म्हणजे काय?

एखाद्या व्यक्तीत बदल घडून येण्याच्या दृष्टीने रचना केलेली, समजण्यास सोपी अशी वाक्यं म्हणजे पुष्टीकरण विधानं. ती प्रेरणा देतात आणि स्मरणही करून देतात. आपल्या जीवनध्येयांवर दिवसभर एकाग्र राहायला मदत करतात.

परिणामकारक पुष्टीकरण विधानं लिहिताना लक्षात ठेवायचे काही मुद्दे –

१. पुष्टीकरण विधानं स्वतःला उद्देशून लिहिली जावीत.

'मी'ने तुमच्या विधानांची सुरुवात करा. त्यामुळे साध्या वाक्याला विधानाचं रूप लाभतं आणि स्वतःत बदल घडवून आणण्याच्या दृष्टीने सामर्थ्य लाभतं. ''मी चारचौघांत बोलताना सुरक्षित असून मला आत्मविश्वास जाणवतो.'' ''मला आरोग्यदायी अन्न खायला आवडतं.'' ''मला व्यायाम करायला आवडतं.'' ही काही उदाहरणं आहेत.

२. पुष्टीकरण विधानं सकारात्मक रूपात लिहिली जावीत.

तुमचं विधान नेहमी सकारात्मक पद्धतीनेच लिहा. ''मला आता सिगरेट ओढायला आवडत नाही,'' असं लिहिण्याऐवजी, ''मी आता सिगरेटपासून पूर्णपणे मुक्त आहे,'' किंवा ''मी आता निरोगी असून आरोग्यदायी निवड केल्यामुळे माझ्या शरीराला जाणवणाऱ्या भावना मला फार आवडतात,'' असं तुम्ही लिहू शकता.

३. पुष्टीकरण विधानांना भावनिक तत्त्व जोडलेलं असतं.

तुमच्या पुष्टीकरण विधानांना भावनांची जोड द्या. भावनिक शब्दांची जोडणी तुमच्या अनुभवांशी होत असल्याने त्यांचा वापर पुष्टीकरण विधानांत करणं गरजेचं आहे. ''माझ्या वयोवृद्ध पालकांबरोबर मी रमते/रमतो,'' असं लिहिण्याऐवजी ''माझ्या आईवडिलांबरोबर असताना मला प्रेम आणि कृतज्ञतेची जाणीव होते,'' असं तुम्ही म्हणू शकता.

४. पुष्टीकरण विधानं नेहमी वर्तमानकाळातच लिहिली जातात.

तुमची ही विधानं या क्षणी घडत असल्याप्रमाणे लिहा. म्हणजेच, ''आजपासून २ महिन्यांनी मी आनंदी असेन, मला आत्मविश्वास वाटेल,'' असं लिहिण्याऐवजी ''मी आनंदी असून मला आत्मविश्वास वाटत आहे.'' असं लिहा.

इथेच अनेक जण गांगरतात. ज्या गोष्टीवर त्यांचा अद्याप विश्वास बसलेला नाही ती लिहिणं किंवा म्हणणं त्यांना मूर्खपणाचं वाटतं आणि

बोधपातळीवर ते खरंसुद्धा आहे. परंतु लक्षात ठेवा, तुमच्या अबोध मनाची पुनर्जोडणी करणं हाच या पुष्टीकरण विधानांचा हेतू आहे.

'कसं' यात न अडकता ही विधानं लिहिणं हेच सर्वांत महत्त्वाचं आहे. तुम्ही एका विशिष्ट पद्धतीचे आहात असा विश्वास दृढ केलात की, ते प्रत्यक्षात उतरवण्याकरता तुमचं अबोध मन काहीतरी मार्ग शोधतंच.

तुमच्या पुष्टीकरण विधानांत नियमितपणे सुधारणा करण्याची सवय ठेवा. तुम्ही जर वैयक्तिक पुष्टीकरण विधानं लिहू इच्छित असाल तर *अफर्मेबल* नावाचं एक ॲप उपलब्ध आहे. त्याच्या साहाय्याने तुम्ही वैयक्तिक पुष्टीकरण विधानं लिहू शकता, रोज त्यांचा वापर करू शकता.

पुष्टीकरण विधानं कशी वापरायची?

एकदा तुमची पुष्टीकरण विधानं ठरली की, तुम्ही त्यांचा वापर करायला हवा. ती परिणामकारक ठरण्यासाठी दिवसातून किमान एकदातरी उच्चारायला हवीत.

काहींच्या मते सकाळी उठल्याक्षणी आणि रात्री झोपण्यापूर्वी तुम्ही त्यांचा विचार करावा. काहींच्या मते सहज नजरेस पडतील अशा ठिकाणी ती लिखित स्वरूपात असावीत. बाथरूममधला आरसा, गाडीचं स्टिअरिंग व्हील, कम्प्यूटरचा मॉनिटर, तुमचं पाकीट किंवा पर्स अशा ठिकाणी ती तुम्हाला सतत दिसू शकतील.

पुष्टीकरण विधानं वापरण्याची पद्धत वेगवेगळी असू शकते. काही जण यादीच्या स्वरूपात वाचतात, एखादं कार्ड निवडून वाचतात, अलीकडे स्मार्ट फोनच्या ॲपवरूनही वाचतात. त्यासाठी फोनचे अनेक ॲप्स उपलब्ध आहेत. आरोग्य, संपत्ती आणि नातेसंबंध यासाठी पुष्टीकरण विधानांचा साठाच तिथे उपलब्ध आहे.

४. इंटरमिटंट फास्टिंग - १६:८ नियम

मार्टिन बर्खन यांनी १६:८ किंवा लीनगेन्स हे उपवासाचं रूप लोकप्रिय केलं. यात, १६ तासांचा उपवास तर ८ तासांत खाणं अपेक्षित आहे. यादरम्यान हवं तितक्यांदा खाता येत असून तीन वेळा खाणं सर्वाधिक लोकप्रिय आहे.

मनाला प्रशिक्षित करण्यासाठी याची रचना झाली आहे. १६:८ पद्धतीत व्यायामानंतर काय करावं या संदर्भात विशेष सूचना आहेत. हा प्रकार खरोखरच इंटरमिटंट फास्टिंगचा सर्वांत अत्याधुनिक समजला जातो.

अशा प्रकारच्या उपवासात संप्रेरकं व्यवस्थापनाची उच्चतम पातळी गाठली जात असल्याने तो विशेष उठून दिसतो. वजन कमी करणं, रक्तशर्करा नियंत्रण, मेंदूच्या कार्यात सुधारणा आणि दीर्घायू यात तो साहाय्यकारी ठरतो. खाण्याच्या कालावधीत आरोग्यदायी आहार घ्या, पाणी, साखरेशिवाय चहा किंवा कॉफी अशी कॅलरीमुक्त पेये प्या.

५. जलस्मृती

शास्त्रज्ञांच्या मते पाण्यासंदर्भात एक नवीन दृष्टिकोन विकसित करण्यात येतो. जर्मन शास्त्रज्ञांनुसार पाणी प्रवाहित होत असताना ज्या मार्गाने जातं तिथली माहिती साठवतं. आपण कुठलं पाणी पितो यानुसार वेगवेगळ्या स्थानांशी आणि स्रोतांशी आपण जोडले जातो.

पाण्याच्या प्रवासाची तुलना मानवी देहाशी केली जाते. प्रत्येक देह वैशिष्ट्यपूर्ण असून प्रत्येकाचे डीएनए अनोखे असतात. मानवी देहात ७०% पाणी आहे. तसंच, असं म्हणता येईल की, मानवी अश्रूमध्ये त्या व्यक्तीची वैशिष्ट्यपूर्ण स्मृती धारण केली जाऊ शकते. शरीरातल्या पाण्यात वैयक्तिक अनुभवाशी निगडित सर्व माहिती साठवलेली असल्यामुळे प्रत्येकाच्या शरीरातल्या पाण्यातून आपण वैश्विक स्तरावर जोडलेले असण्याची शक्यता आहे.

पाण्यात आश्चर्यकारक हीलिंग शक्ती आहे. पाणी पिण्यापूर्वी त्याच्यात सत् आणि शुद्ध हेतू मिसळावा. त्यामुळे तुमच्या प्रकृतीवर आणि स्वास्थ्यावर प्रभावी परिणाम होईल. प्रत्येक वेळेस पाणी पीत असताना स्वतःला बरं करण्याचं सामर्थ्य आपल्यात असतं. प्रत्येक वेळेस खाताना आणि पिताना आपण त्यातून जीवनबल शोषून घेतो. आध्यात्मिकदृष्ट्या आपण किती सरेखित आहोत, आपलं आयुष्य किती समतोल आहे या बाबींवर त्या जीवनबलाचा परिणाम होतो.

जलस्मृतीचा वापर करत स्वतःला आणि स्वतःच्या कुटुंबाला पाण्याने परिपूर्ण ठेवण्यासाठी तुम्ही एक उपयुक्त कृती करू शकता – तांब्याभर

पाण्यात लिंबाचा रस पिळा, काकडीचे तुकडे आणि पुदिन्याची पाने घाला. कुटुंबातल्या सदस्यांना त्यातलं पाणी प्यायला सांगा. ते पाणी पीत असताना त्यांच्याबद्दल काहीतरी छानसं बोला.

या प्रकरणाच्या शेवटी मी असं म्हणेन की, सकारात्मक दृष्टिकोन, नियमित व्यायाम आणि स्वतःची काळजी घेणं यातूनच तुम्ही आयुष्यात समतोल साधू शकाल. तोच अत्यंत महत्त्वाचा आहे.

विभाग ३

पाककृती आणि संतुलित आहार

१८

जीवनशैली/लाइफस्टाइल बटर कॉफी

बटर कॉफी म्हटलं की, सुरुवात कुठून करावी हाच प्रश्न मला पडतो. मी सकाळ होण्याची वाट पाहते तीच मुळी बटर कॉफीसाठी. तेवढ्यासाठी, मी आदल्या रात्री स्वतःला झोपायला भाग पाडते जेणेकरून सकाळी उठून मला माझी बटर कॉफी पिता येईल. अनेक व्यक्तींना मी बटर कॉफीची ओळख करून दिली आहे आणि ती प्रत्येक व्यक्ती बटर कॉफीच्या अगदी प्रेमात पडली आहे. बटर कॉफी नेमकी कशी आणि का करायची हे मी तुम्हाला आज सांगणार आहे. शिवाय, ती तयार करण्याच्या नाना तऱ्हादेखील सांगणार आहे.

हे नावच जबरदस्त आहे! इतकंच नाही, तर आरोग्यासाठी हा प्रकार भलताच लाभदायक आहे.

जरा थांबा! एका वेळेस एकच. बटर कॉफी करायची कशी हे आधी पाहू या.

बेसिक बटर कॉफी

साहित्य

आॅरगॅनिक ब्लॅक कॉफी (अमेरिकॅनो)

गाईचं तूप

खोबरेल तेल

कृती

२०० मि.लि. कॉफी, १ टेबलस्पून तूप आणि १ टेबलस्पून खोबरेल तेल ब्लेन्डरमध्ये ५ सेकंद फिरवा.

कोलॅजेन बटर कॉफी

साहित्य

आॅरगॅनिक ब्लॅक कॉफी

गाईचं तूप

खोबरेल तेल

कोलॅजेन पावडर (टाइप १ आणि ३)

कृती

२०० मि.लि. ब्लॅक कॉफी, १ टेबलस्पून तूप, १ टेबलस्पून खोबरेल तेल आणि १ स्कूप कोलॅजेन पावडर ब्लेन्डरमध्ये ५-१० सेकंद फिरवा.

अॅडव्हान्स्ड बटर कॉफी

साहित्य

आॅरगॅनिक ब्लॅक कॉफी

गाईचं तूप (ए२)

खोबरेल तेल

कोलॅजेन पावडर

आॅरगॅनिक नारळ दूध किंवा बदाम दूध

कृती

सर्व साहित्य ब्लेन्डरमध्ये एकत्र फिरवा.

जळजळ थांबवणारी बटर कॉफी

ही कॉफी इंटरमिटंट फास्टिंगसाठी उत्तम आहे. डाएट करणाऱ्यांना ही कॉफी पिऊन उपवास सोडता येतो. उपवास सुरू असताना अतोनात भूक लागल्यावर ही कॉफी घेता येते.

साहित्य

ऑरगॅनिक ब्लॅक कॉफी
गाईचं तूप (ए२)
खोबरेल तेल
कोलॅजेन पावडर
ऑरगॅनिक हळद

कृती

२५० मि.लि. ब्लॅक कॉफी, १ टेबलस्पून तूप, १ टेबलस्पून खोबरेल तेल, १ स्कूप कोलॅजेन आणि १ टीस्पून हळद ब्लेन्डरमध्ये किंवा मिक्सरमध्ये फिरवा.

सकाळच्या पेयानंतर बटर कॉफीचा पर्याय सर्वोत्तम आहे. तुम्ही जर सहसा ब्रेकफास्ट चुकवत असाल, तसंच सकाळी खायला तुम्हाला आवडत नसेल, तर त्याऐवजी तुम्ही ही कॉफी पिऊ शकता.

या कॉफीचे जबरदस्त लाभ असे आहेत.

१. या कॉफीने तुमची इन्सुलिनची पातळी दिवसभरासाठी स्थिर राहते.
२. तुमच्या रक्तशर्करेच्या पातळीत होणारी वाढ थोपवली जाते.
३. ती तुमच्या शरीराला चरबी जाळण्याच्या स्थितीत आणते.
४. तुमच्या त्वचेसाठी आणि केसांसाठी ती उत्तम आहे.
५. तुमच्या आतड्याच्या आतल्या बाजूचं संरक्षण त्याने होतं.

६. पीसीओडी, थायरॉईड, मधुमेह किंवा इतर संप्रेरकांतील विकृतींकरता हा योग्य उपाय आहे.
७. मेदामध्ये विरघळणारी अ, ड, ई, क अशी जीवनसत्त्वं शोषून घ्यायला मदत होते. ॲडव्हान्स्ड बटर कॉफीबरोबर एक पीनट किंवा आल्मन्ड (बदाम) बटर ट्रफल (घरी केलेलं) व्यायामाच्या आधी खायला मला फार आवडतं.

काय तर मग! कशाची वाट पाहत आहात? तुमच्या उद्याची सुरुवात बटर कॉफीने करा. पुढचे तीस ते चाळीस दिवस ही दिनचर्या अनुसरा आणि त्याचा तुमच्या शरीरावर काय परिणाम होतो ते पाहाच.

१९

लाइफस्टाइल स्मूदीज

पोषकतत्त्वांचा (मुख्य म्हणजे प्रोटीन्स आणि अ‍ॅण्टिऑक्सिडन्ट्स) दिवसभराचा कोटा पूर्ण करण्याचा माझा सर्वांत आवडता आणि सर्वोत्कृष्ट मार्ग म्हणजे स्मूदीज. त्या करणं, जवळ बाळगणं, पिणं आणि त्यायोगे स्व-पोषण करणं फार सोपं आहे. पोट भरणाऱ्या आणि पोषण करणाऱ्या स्मूदीज मला फार आवडतात. त्यामुळे मी दिवसभर तृप्त आणि उत्साही राहते, तसंच माझ्या घशाला शोष पडत नाही. जेवणाऐवजी स्मूदी आवडण्याचं मुख्य कारण म्हणजे व्यावसायिक स्तरावर काम करत असल्याने दुपारचं जेवण अंगावर येण्याइतकं केलं तर मला चक्क गुंगी येऊ लागते. त्यापायी माझ्या कार्यक्षमतेवर परिणाम होतो. लक्ष केंद्रित करणं मला कठीण जातं. त्याऐवजी, स्मूदीचा एक (मोठा) ग्लास पोटात गेला की, माझ्या पचनसंस्थेवर फारसा ताणही पडत नाही, आणि दिवसभर सळसळता उत्साह जाणवून माझ्या हातून भरपूर काम होतं.

स्मूदी करताना मुख्य साहित्य कोणतं वापरावं हे आपण या प्रकरणात जाणून घेणार आहोत. त्यानंतर, स्मूदीसाठी कुठल्याही वेळेस तुम्ही तुम्हाला आवडणारं, तुमच्या स्वयंपाकघरात उपलब्ध असणारं साहित्य वापरू

शकता. माझ्या आवडीच्या काही स्मूदी कशा करायच्या हे मी तुम्हाला या प्रकरणाच्या शेवटी सांगणार आहेच.

स्मूदी करण्यासाठी मुख्य साहित्य कोणते?

खाली दिलेल्या गटांपैकी प्रत्येक गटातलं एक किंवा अधिक साहित्य तुमच्या स्मूदीत असायलाच हवं.

प्रोटीन

तुमच्या स्मूदीमध्ये प्रोटीन हा घटक असला तर तुम्हाला प्रदीर्घ काळ ऊर्जा मिळवून दिवसभरातली प्रोटीनची आवश्यक मात्रासुद्धा सहजच पोटात जाते. भारतीय आहारशैलीचा विचार करता हा मुद्दा महत्त्वाचा आहे. उत्तम दर्जाच्या सोयाबीनसारख्या (तुम्हाला त्याची ॲलर्जी नसेल तर) वनस्पतिजन्य प्रोटीनचा वापर तुम्ही करू शकता. हेम्प, वाटाणा किंवा लाल तांदूळ हे प्रोटीनचे असेच प्रकार आहेत. मोड आलेल्या मुगाचा वापरसुद्धा तुम्ही स्मूदीसाठी करू शकता (कडधान्यांना मोड आणले की, ते पचायला हलके होऊन आतड्यासाठी उपयुक्त ठरतात).

स्वीटनर (गोडी आणणारे पदार्थ)

साधारण दुपार झाली की, प्रत्येकालाच काहीतरी गोड खावंसं वाटतं. कामाच्या ठिकाणी फार ताण असेल, तर रक्तातली शर्करेची पातळी खाली जायला सुरुवात होते. अशा वेळेस गोडाची हटकून आठवण येते. ही तल्लफ भागवायची असेल, तर सर्वोत्तम पोषक घटक आणि नैसर्गिक शर्करा असणाऱ्या चविष्ट स्मूदींना तोड नाही. तुमच्या पसंतीचं ऋतुमानानुसारचं एखादं फळ (आंबा, ड्रॅगनफ्रूट, बेरीज, पपई, अननस, चिक्कू, केळी... ही यादी हवी तेवढी लांबू शकते) आणि खजूर (खजुरामध्ये मोठ्या प्रमाणात लोह, ताम्र, मँगनीज, पोटॅशिअम आणि व्हिटॅमिन बी६ असतं, त्यामुळे तुमच्या स्मूदीला गोड चव येण्यासाठी दोन खजूर पुरतात) वापरू शकता. तुम्ही स्टिव्हियाची पानंसुद्धा वापरू शकता (स्टिव्हियाचा ग्लायसेमिक इन्डेक्स शून्य आहे. स्वीटनरमधून तुम्हाला जर शून्य कॅलरी हव्या असतील तर हा पर्याय चांगला आहे).

भाज्या

भाज्या खायला आवडत नसतील तर त्या प्याव्यात असा सल्ला मी नेहमीच देते. स्मूदीजमध्ये भाज्या मिसळल्याने ते व्हिटॅमिन बी-कॉम्प्लेक्स, अ‍ॅण्टिऑक्सिडन्ट्स आणि क्लोरोफिलने परिपूर्ण होतात. त्वचेसाठी तो सर्वोत्तम आहार आहे. पालक, केल, सेलरी, कोथिंबीर, पुदिना, गहू तृणांकुर, गाजर इत्यादींचा वापरही तुम्ही करू शकता.

हर्ब्ज आणि मसाले

हा माझा स्मूदीचा आवडता भाग आहे. त्यामुळे स्मूदीचं पोषणमूल्य तर वाढतंच, शिवाय तुम्हाला दीर्घायुष्य लाभायला मदत होते. हर्ब्ज आणि मसाल्यांमुळे शरीरातलं ऑक्सिडेशन (ऑक्सिडेटिव्ह स्ट्रेस) कमी होतो. हळद, दालचिनी, वेलदोडा, जिन्सेंग, अश्वगंधा, शतावरी (सर्व चूर्ण स्वरूपात) वापरता येऊ शकते.

सुकामेवा आणि तेलबिया

सुकामेवा (नट्स) आणि तेलबिया यांतून स्मूदीमधले आणखी प्रोटीन्स, खनिजं आणि ओमेगा (ओमेगा-३,६,९) यांच्या प्रमाणात वाढ होते. तुमच्या स्मूदीत असलेच पाहिजेत असे काही घटक म्हणजे - बदाम, अक्रोड, काजू, पेकन, भोपळ्याच्या बिया, जवस, सूर्यफूलाच्या बिया, चिया सीड्स (पांढऱ्या आणि काळ्या).

मुख्य घटक दूध

तुमच्या स्मूदीमध्ये तुम्ही जर वनस्पतिजन्य दुधाचा वापर केला तर ते अधिक पोषक होऊन त्याचा ग्लायसेमिक इंडेक्स खाली येईल. बदाम, नारळ किंवा काजूचं दूध तुम्ही वापरू शकता. मधुमेह, पीसीओडी, आयबीएस/आयबीडी (इर्रिटेबल बॉवेल सिन्ड्रोम-आतड्याची जळजळ) असेल आणि लॅक्टोज सोसत नसेल (इन्टॉलरन्स), तर असं दूध हा उत्तम पर्याय ठरतो. तेव्हा, या डेअरीमुक्त पर्यायांचा समावेश तुमच्या स्मूदीमध्ये करा.

तुमच्या दैनंदिन जीवनशैलीचा एक भाग म्हणून तुम्ही स्मूदीचा कसा स्वीकार करू शकता?

स्मूदीचा अंतर्भाव तुमच्या दैनंदिन जीवनशैलीत व्हायला हवा. चहा/कॉफी आणि फराळापुरत्या त्या मर्यादित राहता कामा नये. कसं जमणार हे? दिवसाच्या कोणत्या वेळेस तुम्हाला कडकडून भूक लागते, कोणत्या वेळेस तुम्हाला खायची तल्लफ येते, कोणत्या वेळेस तुम्ही उगाचच वाटेल ते खाता हे लक्षात घ्या. नेमक्या त्याच वेळेस तुम्ही स्मूदी घ्यायला हव्यात. घन आहाराऐवजी तुम्ही स्मूदी पिऊ शकता (सकाळचा नाश्ता, सकाळचं किंवा रात्रीचं जेवण घेण्याऐवजी तुम्ही तुमची आवडती स्मूदी घेऊ शकता).

माझ्या काही आवडत्या स्मूदीज मी कशा करते ते आता सांगते. लक्षात ठेवा, एकदा मुख्य साहित्य लक्षात आलं की, तुम्हाला हव्या त्या प्रमाणात, हव्या त्या साहित्याचा वापर करत तुम्ही वेगवेगळ्या स्मूदीज करू शकता.

रोगप्रतिकारक शक्ती वाढवणाऱ्या मुख्य स्मूदी पाककृती

स्मूदी १

साहित्य

१ टेबलस्पून स्ट्रॉबेरीज
१ टेबलस्पून ब्लूबेरीज
१ टेबलस्पून रासबेरीज
१ टेबलस्पून चिया सीड्स
२ छोट्या आकाराची केळी (वेलची केळी)
१ टेबलस्पून सूर्यफूलाच्या बिया
१ टीस्पून दालचिनी पूड
१००मि.लि. बदाम किंवा नारळ दूध

कृती

सर्व साहित्य ब्लेन्डरमध्ये घालून छान घट्ट पेस्ट होईपर्यंत ब्लेन्ड करा. तुम्हाला कितपत दाट आवडतं त्यानुसार पाणी घालून पुन्हा पंधरा-वीस सेकंद ब्लेन्ड करा.

स्मूदी २

साहित्य

१/२ ॲव्होकॅडो
१ वाटीभर बेबी स्पिनॅच (लहान पालक)
१ छोट्या आकाराचं केळं
३५० मि.लि. बदाम दूध
१ टेबलस्पून भोपळ्याच्या बिया
१ टीस्पून हळद
१ स्कूप कुठलीही वनस्पतिजन्य प्रोटीन पावडर
१ टीस्पून दालचिनी पूड

कृती

सर्व साहित्य ब्लेन्डरमध्ये घालून तुमच्या आवडीअनुसार पाणी घालून ब्लेन्ड करा.

स्मूदी ३

साहित्य

८-९ एकत्रित सुकामेवा
१/२ सफरचंद
अननसाची १ चकती
१ टीस्पून अश्वगंधा चूर्ण
३५० मि.लि. नारळ दूध

१ टीस्पून दालचिनी पूड
१ स्कूप भरून कुठलीही वनस्पतिजन्य प्रोटीन पावडर

कृती

सर्व साहित्य ब्लेन्डरमध्ये घालून तुमच्या आवडीअनुसार पाणी घालून ब्लेन्ड करा.

स्मूदी ४

साहित्य

१/२ सफरचंद
१/२ अॅव्होकॅडो
मूठभर मोड आलेले मूग
आल्याचा १/२ इंच तुकडा
काकडी
शहाळ्याची मलई
१/२ टीस्पून हळद

कृती

सर्व साहित्य ब्लेन्डरमध्ये घालून तुमच्या आवडीअनुसार पाणी घालून ब्लेन्ड करा.

स्मूदी ५

साहित्य

१ वाडगाभर ब्लॅकबेरीज, ब्ल्यूबेरीज, क्रॅनबेरीज, मलबेरीज किंवा स्ट्रॉबेरीज
१ छोटं केळ
३५० मि.लि. बदाम दूध

१ टेबलस्पून भोपळ्याच्या बिया

१ टीस्पून दालचिनी पूड

१ स्कूप भरून कुठलीही वनस्पतिजन्य प्रोटीन पावडर

कृती

सर्व साहित्य ब्लेन्डरमध्ये घालून तुमच्या आवडीअनुसार पाणी घालून ब्लेन्ड करा.

स्मूदी ६

साहित्य

१ गाजर

१/२ सफरचंद

८-९ पुदिन्याची पानं

७ बदाम

१ टीस्पून चिया सीड्स

१ टीस्पून हळद

२५० मि.लि. नारळ दूध

कृती

सर्व साहित्य ब्लेन्डरमध्ये घालून तुमच्या आवडीअनुसार पाणी घालून ब्लेन्ड करा.

स्मूदी ७

साहित्य

१ आंबा

१ टेबलस्पून चिया सीड्स

१ कप बदाम दूध

१ टीस्पून दालचिनी पूड
१ टेबलस्पून लाल भोपळाच्या बिया
१ टेबलस्पून सूर्यफूलाच्या बिया
१/२ केळ

कृती

सर्व साहित्य ब्लेन्डरमध्ये घालून तुमच्या आवडीअनुसार पाणी घालून ब्लेन्ड करा.

स्मूदी ८

साहित्य

१ टेबलस्पून शिजवलेले ओट्स
१ टीस्पून दालचिनी पूड
२–३ खजूर
१ टेबलस्पून लाल भोपळ्याच्या बिया
१ टेबलस्पून सूर्यफूलाच्या बिया
१ कप बदाम दूध
१ टेबलस्पून चिया सीड्स

कृती

सर्व साहित्य ब्लेन्डरमध्ये घालून तुमच्या आवडीअनुसार पाणी घालून ब्लेन्ड करा.

२०

१०१ डाइट प्लॅन्स

हे प्रकरण आणि यात अंतर्भूत सर्व डाइट प्लॅन्स तुम्हाला सांगताना मला अतीव आनंद आणि उत्साह वाटत आहे. मी स्वतः हे १०१ डाइट प्लॅन्स तयार केले आहेत. त्यायोगे, आरोग्यदायी आहार घेण्याचे अनेक मार्ग अवलंबता येतात हे लक्षात घ्या. अगदी दररोज वेगळा आहार घेत शंभरहून अधिक वेगवेगळे पदार्थ तुम्ही खाऊ शकता. हे डाइट प्लॅन्स अंगीकारताना काही गोष्टी तुम्ही लक्षात घ्यायला हव्यात –

१. या डाइट प्लॅन्सचा शरीरावर काही वैद्यकीय परिणाम होतो असा माझा दावा नाही.
२. तुम्हाला जर मधुमेह, उच्च रक्तदाब, पीसीओडी, थायरॉईड, हृदयविकार किंवा इतर कुठला आजार असेल तर कुठलाही डाइट प्लॅन अमलात आणण्यापूर्वी तुमच्या डॉक्टरांशी बोलून घ्या.
३. प्रत्येक डाइट प्लॅनमध्ये मी फक्त अन्नपदार्थ आणि साहित्य यांवर लक्ष केंद्रित केलं असून कुणी किती खायचं हे मी सांगितलेलं नाही, कारण ते तुमचं तुम्ही ठरवू शकता असा माझा विश्वास आहे. शिवाय, त्यामुळे खाण्याचे नवे मार्ग शोधायला तुम्ही मोकळे होता.

४. ज्यूस (फळांचा/भाज्यांचा रस) आणि स्मूदीज करताना तुम्हाला एखादा साहित्यप्रकार जास्त आवडत असल्यास तुम्ही त्याचा अधिक वापर करू शकता, आवडत नसल्यास त्याचा वापर कमी करू शकता. तुम्हाला स्वतःला काय आवडतं आणि तुमच्या प्रकृतीला काय मानवतं हे शोधणं महत्त्वाचं आहे.
५. या पुस्तकात किंवा डाएट प्लॅनमध्ये सुचवलेल्या हेल्थ सप्लिमेन्ट घेण्यापूर्वी आपल्या डॉक्टरांशी अवश्य बोला.
६. काही पदार्थ किंवा भोजनप्रकार पुन्हा पुन्हा सुचवले असले, तरी प्रत्येक दिनचर्या ही आपल्या परीने वैशिष्ट्यपूर्ण आहे.

सकाळी नाश्त्यापूर्वी काही पेय पिताना किंवा संध्याकाळी थोडा च्याऊम्याऊ खाताना तुम्ही काही वेगळेपणा आणलात, तर त्याचा तुमच्या प्रकृतीवर उत्तम प्रभाव पडेल. रोजच्या खाण्यात नाना तऱ्हांचा अवलंब करता येतो हे दाखवणं हाच मुख्य उद्देश आहे. तेव्हा, पुढे होत आरोग्यदायी जीवनशैलीचा हा प्रवास मनापासून अनुभवा, त्याचा आनंद घ्या. मी अगदी खात्रीने सांगते की, तुम्हाला पुन्हा मागे वळून पाहावं लागणार नाही.

लाइफस्टाइल डाएट प्लॅन क्र. १

(डिटॉक्स डाएट प्लॅन)

ब्रेकफास्ट – १ कप लिंबू/आलं/तुळशीचा चहा + १ वाटी किनोवाचा उपमा किंवा लापशी

सकाळचं खाणं – १ वाटी डाळिंब आणि गाजर + १ टेबलस्पून भोपळ्याच्या आणि सूर्यफूलाच्या बिया + ५ बदाम + मुळ्याचा रस

सकाळचं जेवण – हिरवी स्मूदी (कुठल्याही तीन रंगांच्या भाज्या वापरून) + मिश्र सुकामेवा + १ टीस्पून खोबरेल तेल + दही + थोडं पाणी

दुपारचं खाणं – सेलरी किंवा केल (हिरवी पालेभाजी) ज्यूस, चवीला काळे मिरे आणि गुलाबी मीठ/सैंधव

रात्रीचं जेवण – थोडी मुगाची डाळ किंवा टोफू घालून उकडलेल्या भाज्यांचं सॅलेड (तुम्हाला आवडेल ती पाककृती).

लाइफस्टाइल डाएट प्लॅन क्र. २

(दैनंदिन आहार)

उठल्यावर – साध्या पाण्यात १ टीस्पून हळद + १/२ टीस्पून एसीव्ही

ब्रेकफास्ट – १ कप ब्लॅक कॉफी (१ टीस्पून तूप किंवा खोबरेल तेल + १ टीस्पून हळद + १ स्कूप कोलॅजेन पावडर)

किंवा

१ ग्लास सकाळची स्मूदी (१ केळ + १ टेबलस्पून रात्रभर भिजवलेले ओट्स + ५ भिजवलेले बदाम + १ टेबलस्पून मिश्र बिया + १ टीस्पून कच्ची कोको पावडर + शहाळ्याची मलई किंवा बदामाचं दूध)

किंवा

२ पूर्ण अंड्यांची भुर्जी

सकाळचं खाणं – ८ बदाम + ५ अक्रोड + १ कपभर ग्रीन टी (लिंबू पिळून)

सकाळचं जेवण – १ नाचणी/ज्वारीची भाकरी + १ वाटी वरण + १ वाटी कुठलीही शिजवलेली भाजी (ऋतूप्रमाणे) किंवा ग्रिल्ड मासा किंवा अंडा करी/भुर्जी + १ वाटी रायतं/कोशिंबीर

दुपारचं खाणं – १ वाटी भाजलेल्या मकाण्याचा चिवडा + १ कप हर्बल–टी

रात्रीचं जेवण संध्याकाळी ७.३० पूर्वी (झोपण्यापूर्वी ३ ते ४ तास) – १ वाटी मोड आलेल्या कडधान्यांची उसळ + वरण + १ वाटी दही.

लाइफस्टाइल डाएट प्लॅन क्र. ३

(शरीरबांधणीसाठी वेळापत्रकानुसार दैनंदिन आहार - दिनचर्येअनुसार वेळा थोड्या पुढे मागे करू शकता.)

सकाळी ७:३० - उठल्यावर ताज्या लिंबाचा रस घालून ग्लासभर साधं पाणी

सकाळी ७:४५ - १ केळं + १ वाटी मिश्र सुकामेवा (५ बदाम, ५ अक्रोड, ३ काजू, १ सुकं अंजीर)

सकाळी ८:०० - वर्कआउट/व्यायाम

व्यायामानंतर लगेच - कोमट पाण्यात १ स्कूप वनस्पतिजन्य प्रोटीन पावडर + १ टीस्पून खोबरेल तेल

सकाळी ९:४५ - १ कप (कॉफी मग) कोमट पाणी + १ टीस्पून कोल्ड-प्रेस्ड खोबरेल तेल

सकाळी १०:०० ब्रेकफास्ट - १ वाटी मूग डाळीचं धिरडं/दलिया + २-३ अंडी (ऑम्लेट किंवा उकडून) + १ बी कॉम्प्लेक्स कॅप्सूल

दुपारी १२:०० - दालचिनी पूड घातलेली ब्लॅक कॉफी + १ ताजं फळ (कोणतंही)

दुपारी १२:५० - १ कप कोमट पाणी + १ टीस्पून कोल्ड-प्रेस्ड खोबरेल तेल

दुपारी १:०० जेवण - १-२ भाकऱ्या + चिकनचा रस्सा/मसाला (तुमच्या आवडीप्रमाणे) + रायतं (घरी केलेलं) + मुळा आणि कांदा

दुपारी ०३:३० - दालचिनी पूड घातलेली ब्लॅक कॉफी/हर्बल-टी + १ व्हिटॅमिन सीची टॅब्लेट + १ स्पिऱ्युलिना टॅब्लेट

दुपारी ४:३० - ग्रीन स्मूदी (केळ + योगर्ट + पालक + मिश्र बिया + खजूर + सफरचंद + इतर कुठलीही भाजी)

दुपारी ०५:०० – व्यायाम

व्यायामानंतर लगेच – साध्या पाण्यात १ स्कूप वनस्पतिजन्य प्रोटीन पावडर

संध्याकाळी ६:४५ – १ वाटी दही + मिश्र सुकामेवा

रात्री ८:०० – १ कप कोमट पाणी + १ टीस्पून कोल्ड–प्रेस्ड खोबरेल तेल

रात्री ८:१० – १ वाटी ब्राउन राइस + १ वाटी फिश करी + कच्चा कांदा, टोमॅटो, मुळा (ब्राउन राइस नेहमी काही तास भिजवून ठेवावा)

रात्री १०:०० – थोडे भाजलेले दाणे, बदाम, पिस्ते

रात्री ११:०० – १ कप ग्रीन टी/हर्बल–टी (ताज्या लिंबाचा रस घालून)

झोपण्यापूर्वी – १ टीस्पून व्हीटग्रास पावडर + १ ग्लास पाणी (ताज्या लिंबाचा रस घालून)

सूचना – जेवण्यापूर्वी, जेवताना आणि जेवल्यानंतर कोमट पाणी किंवा ब्लॅक टी आवर्जून प्या.

लाइफस्टाइल डाएट प्लॅन क्र. ४

(वेळेअनुसार दैनंदिन आहार)

सकाळी ६:१५ – उठल्यावर १ टीस्पून व्हीटग्रास पावडर + १ ग्लास साधं पाणी (ताज्या लिंबाचा रस घालून)

सकाळी ६:३० – १ केळं

सकाळी ७:०० – वर्कआउट/व्यायाम

सकाळी ८:५० – कोमट पाण्यात १ टीस्पून कोल्डप्रेस्ड खोबरेल तेल

सकाळी ९:०० ब्रेकफास्ट – २–३ थालीपिठं/पराठा (१ टीस्पून तूप) + पुदिना चटणी + छोटी वाटी दही

किंवा

२–३ उकडलेली अंडी (पिवळ्या बलकासह)

सकाळी ११:०० – १ कप ब्लॅक टी/कॉफी + १ सफरचंद/किवी/डाळिंब

दुपारी १:४५ – कोमट पाण्यात १ टीस्पून कोल्ड–प्रेस्ड खोबरेल तेल

दुपारी २:०० जेवण – भाकरी + १ वाटी हिरवी पालेभाजी (कुठलीही) + १ वाटी वरण + कच्चे टोमॅटो, कांदा आणि मुळा

दुपारी ४:०० – दालचिनी पूड घातलेला १ कप ग्रीन टी + ५ बदाम + ५ अक्रोड + २/३ खजूर

संध्याकाळी ६:०० – १ कप हर्बल–टी + ५ काजू

संध्याकाळी ७:०० – १ केळं

संध्याकाळी ७:३० ते ८:३० – वर्कआउट/व्यायाम

रात्री ९:०० – कोमट पाण्यात १ टीस्पून कोल्ड–प्रेस्ड खोबरेल तेल

रात्रीच्या जेवणापूर्वी - १ प्रोबायॉटिक्स कॅप्सूल

रात्री ९:१० जेवण - १ वाटी ब्राउन राइस + १ वाटी कुठलाही नेहमीचा रस्सा + कच्चा मुळा

रात्री ११:०० - १ कप ग्रीन टी/हर्बल-टी

झोपण्यापूर्वी - १ टीस्पून व्हीटग्रास पावडर + १ ग्लास पाणी (ताज्या लिंबाचा रस घालून).

लाइफस्टाइल डाएट प्लॅन क्र. ५

(दैनंदिन आहार)

सकाळी ६:१५ – उठल्यावर १ टीस्पून व्हीटग्रास पावडर + १ ग्लास साधं पाणी (ताज्या लिंबाचा रस घालून)

सकाळी ६:३० – १ केळं

सकाळी ७:०० – व्यायाम

सकाळी ८:५० – कोमट पाण्यात १ टीस्पून खोबरेल तेल

सकाळी ९:०० ब्रेकफास्ट – १-२ डोसे आणि नारळाची चटणी

सकाळी ११:०० – १ कप ब्लॅक टी/कॉफी + १ सफरचंद/किवी/डाळिंब

दुपारी १:४५ – कोमट पाण्यात १ टीस्पून कोल्ड-प्रेस्ड खोबरेल तेल

दुपारी २:०० जेवण – १/२ वाट्या सांबार (भरपूर भाज्या घालून) + इडली (पोटभर) + नारळाची चटणी + कच्चा टोमॅटो, कांदा आणि मुळा

दुपारी ४:०० – दालचिनी पूड घातलेला १ कप ग्रीन टी + ५ बदाम + ५ अक्रोड + २/३ खजूर

संध्याकाळी ६:०० – १ कप हर्बल-टी + ५ काजू

संध्याकाळी ७:०० – १ केळं

संध्याकाळी ७:३० ते ८:३० – व्यायाम

रात्री ९:०० – कोमट पाण्यात १ टीस्पून कोल्ड-प्रेस्ड खोबरेल तेल

रात्रीच्या जेवणापूर्वी – १ प्रोबायॉटिक कॅप्सूल

रात्री ९:१० जेवण – १ वाटी ब्राउन राइस + १ वाटी साधं/फोडणीचं वरण + १ टीस्पून गायीचं तूप + कच्चा मुळा

रात्री ११:०० - १ कप ग्रीन टी/हर्बल-टी

झोपण्यापूर्वी - १ टीस्पून व्हीटग्रास पावडर + १ ग्लास पाणी (ताज्या लिंबाचा रस घालून).

लाइफस्टाइल डाएट प्लॅन क्र. ६

(दैनंदिन आहार)

सकाळी ६:१५ – उठल्यावर १ टीस्पून व्हीटग्रास पावडर + १ ग्लास साधं पाणी (ताज्या लिंबाचा रस घालून)

सकाळी ६:३० – १ केळं

सकाळी ७:०० – व्यायाम

सकाळी ८:५० – कोमट पाण्यात १ टीस्पून कोल्ड-प्रेस्ड खोबरेल तेल

सकाळी ०९:०० ब्रेकफास्ट – १-२ मेथी थालीपिठं/पराठा (१ टीस्पून गायीचं तूप)

किंवा

२-३ उकडलेली अंडी (पिवळ्या बलकासह) तुपावर हलकी परतून

माध्यान्हपूर्व – ऋतूअनुसार १ फळ (कुठलंही) + १ कप हर्बल-टी

दुपारी १:४५ – कोमट पाण्यात १ टीस्पून कोल्ड-प्रेस्ड खोबरेल तेल

दुपारी २:०० जेवण – १ भाकरी + १ वाटी हिरवी पालेभाजी (कुठलीही) + १ वाटी वरण (कुठलंही) + कच्चे टोमॅटो, कांदा आणि मुळा

संध्याकाळपूर्वी – दालचिनी पूड घातलेला १ कप ग्रीन टी/हर्बल-टी + ५ बदाम + ५ अक्रोड + २ खजूर

संध्याकाळी ७:०० – कोमट पाण्यात १ टीस्पून कोल्ड-प्रेस्ड खोबरेल तेल + १ प्रोबायॉटिक कॅप्सूल

संध्याकाळी ७:३० जेवण – १ वाटी फुलकोबीचं सूप + २५० ग्रॅम रोस्टेड फिश आणि उकडलेल्या भाज्या + कच्चा मुळा

रात्री ११:०० – १ कप ग्रीन टी/हर्बल-टी

झोपण्यापूर्वी – १ टीस्पून व्हीटग्रास पावडर + १ ग्लास पाणी (ताज्या लिंबाचा रस घालून).

लाइफस्टाइल डाएट प्लॅन क्र. ७

(वेळेनुसार भारतीय उपवासासाठी आहार)

सकाळी ६:१५ – उठल्यावर १ टीस्पून व्हीटग्रास पावडर + १ ग्लास साधं पाणी (ताज्या लिंबाचा रस घालून)

सकाळी ८:५० – कोमट पाण्यात १ टीस्पून कोल्ड-प्रेस्ड खोबरेल तेल

सकाळी ९:०० ब्रेकफास्ट – चिया सीड्स घालून १ वाटीभर ताजी फळं (ऋतूअनुसार)

सकाळी ११:०० – १ कप हर्बल-टी

दुपारी १:४५ – कोमट पाण्यात १ टीस्पून कोल्ड-प्रेस्ड खोबरेल तेल

दुपारी २:०० जेवण – १ वाटी शेंगदाणा आमटी + १ वाटी राजगिरा भाजी + १ वाटी भगर

दुपारी ४:०० – दालचिनी पूड घातलेला १ कप ग्रीन टी/हर्बल-टी + ५ बदाम + ५ अक्रोड + २/३ खजूर + १ राजगिरा लाडू

रात्रीच्या जेवणापूर्वी २० मिनिटं – कोमट पाण्यात १ टीस्पून कोल्ड-प्रेस्ड खोबरेल तेल

संध्याकाळी ७:३० जेवण – १ वाटी शेंगदाणा आमटी + १ वाटी राजगिरा भाजी + १ छोटी वाटी भगर + रताळं (उकडून, तुपावर परतून)

रात्री ११:०० – १ कप ग्रीन टी/हर्बल-टी

झोपण्यापूर्वी – १ टीस्पून व्हीटग्रास पावडर + १ ग्लास पाणी (ताज्या लिंबाचा रस घालून).

लाइफस्टाइल डाएट प्लॅन क्र. ८

(वेळापत्रकानुसार दैनंदिन आहार)

सकाळी ७:०० – १ ग्लास साधं पाणी + १ टीस्पून एसीव्ही

सकाळी ७:१५ – १ केळं

सकाळी ८:०० – चालणं/इतर व्यायाम

सकाळी ९:३० ब्रेकफास्ट – १ वाटी ओट्स/किनोवा/दलिया/पराठा (१ टीस्पून गायीचं तूप) + २ अंडी (पिवळ्या बलकासह) उकडून किंवा हाफ फ्राय + १ कप कॉफी/चहा स्टिव्हिया घालून (दूध किंवा साखर नाही)

दुपारी १२:०० – १ कप ग्रीन/हर्बल-टी + ऋतूअनुसार १ फळ (कुठलंही)

दुपारी १:४५ जेवण – १ नाचणीची भाकरी + १ वाटी भाजी (कुठलीही) + १ वाटी वरण + कच्च टोमॅटो, कांदा आणि मुळा

दुपारी ४:१५ – दालचिनी पूड घातलेला १ कप ग्रीन टी (लिंबाचा रस) + ५ बदाम + ५ अक्रोड + ५ काजू + ५ पिस्ते

व्यायामापूर्वी २० मिनिटं – १ केळं

झोपण्यापूर्वी चार तास जेवण – १ वाटी ब्राउन राइस + मशरूम/पनीर/टोफू/चिकन करी + उकडलेल्या मिश्र भाज्यांचं सॅलेड

झोपण्यापूर्वी – १ ग्लास पाणी + १ टीस्पून व्हीटग्रास पावडर + १ किंवा अर्ध लिंबू

रात्री १०:३०/११:०० – झोपा.

लाइफस्टाइल डाएट प्लॅन क्र. ९

(दैनंदिन आहार)

उठल्यावर – लिंबाचा रस + १ टीस्पून व्हीटग्रास पावडर + ग्लासभर साधं पाणी

व्यायाम

व्यायामानंतर लगेच – ब्लॅक कॉफी बरोबर१ टीस्पून कोल्ड-प्रेस्ड खोबरेल तेल घुसळून

ब्रेकफास्ट – २-३ नाचणी इडली + खोबरेल चटणी + १ टीस्पून गायीचं तूप + २-३ उकडलेली अंडी (पिवळ्या बलकासह) + १ बी कॉम्प्लेक्स कॅप्सूल

माध्यान्हपूर्व – १ कप ब्लॅक टी/कॉफी + १ सफरचंद/किवी/डाळिंब

जेवणापूर्वी २० मिनिटं – १ कप कोमट पाणी + १ टीस्पून कोल्ड-प्रेस्ड खोबरेल तेल

जेवण – १ ज्वारीची भाकरी + १ वाटी वांग्याचं भरीत + १ वाटी वरण + कच्चे टोमॅटो, कांदा आणि मुळा

संध्याकाळपूर्वी – दालचिनी पूड घातलेला १ कप ग्रीन टी/हर्बल-टी + ५ बदाम + ५ अक्रोड + २ खजूर

रात्रीच्या जेवणापूर्वी २० मिनिटं – १ कप कोमट पाणी + १ टीस्पून कोल्ड-प्रेस्ड खोबरेल तेल

रात्रीचं जेवण – १-२ वाट्या नारळ घालून केलेली चिकन करी किंवा नारळ घालून चिकन स्टॉक वापरून केलेलं सूप + भाजलेलं चिकन आणि उकडलेल्या भाज्यांचं सॅलेड + कच्चा मुळा

रात्रीच्या जेवणानंतर – १ कप ग्रीन टी/हर्बल-टी

झोपण्यापूर्वी – १ ग्लास पाणी (लिंबाचा रस घालून).

लाइफस्टाइल डाएट प्लॅन क्र. १०

(वेळापत्रकानुसार दैनंदिन आहार)

सकाळी ७:४५ – उठल्यावर १/२ किंवा १ टीस्पून एसीव्ही घालून १ ग्लास साधं पाणी

सकाळी ८:३० – १ कप कोमट पाणी + १ टीस्पून कोल्ड-प्रेस्ड खोबरेल तेल

सकाळी ८:४५ ब्रेकफास्ट – १ वाटी किनोवा/ओट्स आणि मिश्र बिया (चिया सीड्स + जव + लाल भोपळ्याच्या + सूर्यफूलाच्या बिया) + १ टीस्पून गायीचं तूप + २ अंडी पिवळ्या बलकासह (उकडून)

दुपारी ११:३० – १ कप ग्रीन टी + ऋतूअनुसार १ ताजं फळ

दुपारी १:०० – १ कप कोमट पाणी + १ टीस्पून कोल्ड-प्रेस्ड खोबरेल तेल

दुपारी १:१५ जेवण – १ नाचणीची भाकरी + १ वाटी भेंडीची भाजी + १ वाटी वरण + कच्चा मुळा आणि कांदा

दुपारी ५:०० – १ कप हर्बल/ग्रीन टी + कोणतंही एक फळ + १ वाटी मिश्र सुकामेवा (खजूर आणि अंजीर वगळून) + १ स्पिर्‍युलिना टॅब्लेट

रात्रीच्या जेवणापूर्वी १० मिनिटं – १ कप कोमट पाणी + १ टीस्पून कोल्ड-प्रेस्ड खोबरेल तेल

रात्री ७:३० जेवण – १ वाटी ब्राउन राइस + १ वाटी शाकाहारी थाई करी (शक्य तितक्या लवकर रात्रीचं जेवण घ्या)

झोपण्यापूर्वी – १ टीस्पून व्हीटग्रास पावडर + १ ग्लास साधं पाणी (ताज्या लिंबाचा रस घालून).

लाइफस्टाइल डाएट प्लॅन क्र. ११

(दैनंदिन आहार)

उठल्यावर - १/२ किंवा १ टीस्पून एसीव्ही घालून १ ग्लास साधं पाणी

ब्रेकफास्ट पूर्वी २० मिनिटं - १ कप कोमट पाणी + १ टीस्पून कोल्ड-प्रेस्ड खोबरेल तेल

ब्रेकफास्ट - १ वाटीभर डाळ भिजवून त्याची धिरडी/चिल्ला, मिश्र बिया (चिया सीड्स + जवस + लाल भोपळ्याच्या + सूर्यफूलाच्या बिया) + १ टीस्पून गायीचं तूप + २ अंडी पिवळ्या बलकासह (उकडून)

माध्यान्हपूर्व - सब्जाच्या बिया घालून संत्र्याचा रस

जेवणापूर्वी २० मिनिटं - १ कप कोमट पाणी + १ टीस्पून कोल्ड-प्रेस्ड खोबरेल तेल

जेवण - १ नाचणीची भाकरी + १ वाटी हिरवी पालेभाजी/लाल भोपळ्याचा रस्सा + १ वाटी वरण + कच्चा कांदा

संध्याकाळपूर्वी - १ कप हर्बल/ग्रीन टी + १ वाटी मिश्र सुकामेवा (खजूर आणि अंजीर वगळून)

रात्रीच्या जेवणापूर्वी १० मिनिटं - १ कप कोमट पाणी + १ टीस्पून कोल्ड-प्रेस्ड खोबरेल तेल

रात्रीचं जेवण - १ वाटी टोमॅटो सूप + १ वाटी मोड आलेल्या, उकडलेल्या, मिश्र कडधान्यांचं सॅलेड + रताळं (शक्य तितक्या लवकर रात्रीचं जेवण घ्या)

झोपण्यापूर्वी - १ टीस्पून व्हीटग्रास पावडर + १ ग्लास साधं पाणी (ताज्या लिंबाचा रस घालून).

लाइफस्टाइल डाएट प्लॅन क्र. १२

(दैनंदिन आहार)

उठल्यावर – उठल्यावर १ टीस्पून एसीव्ही घालून १ ग्लास साधं पाणी

व्यायामापूर्वी – १ केळं

व्यायाम – ४० मिनिटं चालणं/३० मिनिटं धावणं/जिममध्ये वेट ट्रेनिंग + बॉडी वेट एक्सरसाइजेस

ब्रेकफास्टपूर्वी १० मिनिटं – १ कप कोमट पाणी + १ टीस्पून कोल्ड-प्रेस्ड खोबरेल तेल

ब्रेकफास्ट – १ वाटी नाचणी लापशी मिश्र बियांसह + २ अंडी (उकडलेली/स्क्रॅम्बल्ड/ऑम्लेट) + १ कप ब्लॅक टी

माध्यान्हपूर्व – १ कप ग्रीन टी + १ फळ (कोणतंही) + १ बी कॉम्प्लेक्स कॅप्सूल + सेलिन १ टॅब्लेट

जेवणापूर्वी १० मिनिटं – १ कप कोमट पाणी + १ टीस्पून कोल्ड-प्रेस्ड खोबरेल तेल

जेवण – १ वाटी ब्राउन राइसची चिकन बिर्याणी किंवा पुलाव + घरी केलेलं रायतं (साखर न घालता, मीठ घालून) + कच्चा टोमॅटो, कांदा आणि मुळा

संध्याकाळपूर्वी – १ वाटी मिश्र सुकामेवा (५ बदाम + ५ अक्रोड + ५ काजू + ५ पिस्ते + १-२ खजूर किंवा सुकं अंजीर) + १ कप हर्बल-टी (अत्यंत महत्त्वाचा)

संध्याकाळचा व्यायाम – बॉडी वेट एक्सरसाइजेस किंवा ४० मिनिटं झपाझप चालणं

रात्रीच्या जेवणापूर्वी १० मिनिटं – १ कप कोमट पाणी + १ टीस्पून कोल्ड-प्रेस्ड खोबरेल तेल

रात्रीचं जेवण (६:३० ते ७:३० दरम्यान) – १ वाटी टोमॅटो सूप + तुमच्या आवडीच्या चवीचं १ वाटी मोड आलेल्या मिश्र कडधान्याचं सॅलेड + भाजलेलं रताळं

रात्रीच्या जेवणानंतर पेय (साधारण तासाभराने) – जास्वंद/ग्रीन टी + दालचिनी पूड आणि लिंबू

झोपण्यापूर्वी – १ टीस्पून एसीव्ही घालून १ कप साधं पाणी.

लाइफस्टाइल डाएट प्लॅन क्र. १३

(दैनंदिन आहार)

उठल्यावर – उठल्यावर १ टीस्पून एसीव्ही घालून १ ग्लास साधं पाणी

व्यायामापूर्वी – १ केळ

व्यायाम – ४० मिनिटं चालणं/३० मिनिटं धावणं/जिममध्ये वेट ट्रेनिंग + बॉडी वेट एक्सरसाइजेस

ब्रेकफास्टपूर्वी १० मिनिटं – १ कप कोमट पाणी + १ टीस्पून कोल्ड-प्रेस्ड खोबरेल तेल

ब्रेकफास्ट – १ वाटी दलिया मिश्र बियांसह + १ कप ब्लॅक टी

किंवा

२ अंडी (उकडलेली/स्क्रॅम्बल्ड/ऑम्लेट) + १ कप ब्लॅक टी

माध्यान्हपूर्व – १ कप टी (कुठलाही) + १ फळ (कोणतंही) + १ बी कॉम्प्लेक्स कॅप्सूल + सेलिन १ टॅब्लेट

जेवणापूर्वी १० मिनिटं – १ कप कोमट पाणी + १ टीस्पून कोल्ड-प्रेस्ड खोबरेल तेल

जेवण – १ नाचणीची पोळी/भाकरी + १ वाटी कुठलीही हिरवी पालेभाजी + १ वाटी कुठलंही वरण + कच्चा टोमॅटो, कांदा आणि मुळा

संध्याकाळपूर्वी – १ वाटी मिश्र सुकामेवा (५ बदाम + ५ अक्रोड + ५ काजू + ५ पिस्ते + १-२ खजूर किंवा सुकं अंजीर) + १ कप हर्बल-टी (अत्यंत महत्त्वाचा)

संध्याकाळचा व्यायाम – वेट ट्रेनिंग किंवा बॉडी वेट एक्सरसाइजेस किंवा ४० मिनिटं झपाझप चालणं

रात्रीच्या जेवणापूर्वी १० मिनिटं - १ कप कोमट पाणी + १ टीस्पून कोल्ड-प्रेस्ड खोबरेल तेल

रात्रीचं जेवण (०६:३० ते ०७:३० दरम्यान) - १ वाटी ब्राउन राइस + १ वाटी चिकन थाई करी + भाजलेलं रताळं

रात्रीच्या जेवणानंतर पेय (साधारण तासाभराने) - जास्वंद/ग्रीन टी + दालचिनी पूड आणि लिंबू

झोपण्यापूर्वी - १ टीस्पून एसीव्ही घालून १ कप साधं पाणी.

लाइफस्टाइल डाएट प्लॅन क्र. १४

(दैनंदिन आहार)

उठल्यावर – १ टीस्पून एसीव्ही घालून किंवा अर्ध लिंबू पिळून १ ग्लास साधं पाणी

व्यायामापूर्वी – १ केळ

व्यायाम – ४० मिनिटं चालणं/३० मिनिटं धावणं/जिममध्ये वेट ट्रेनिंग + बॉडी वेट एक्सरसाइजेस

ब्रेकफास्टपूर्वी १० मिनिटं – १ कप कोमट पाणी + १ टीस्पून कोल्ड-प्रेस्ड खोबरेल तेल

ब्रेकफास्ट – १ वाटी ओट्स मिश्र बियांसह + १ टीस्पून गायीचं तूप + २ उकडलेली अंडी (पिवळ्या बलकासह)

माध्यान्हपूर्व – १ कप ग्रीन टी दालचिनी पूड आणि लिंबू रस घालून + १ फळ (कोणतंही)

जेवणापूर्वी १० मिनिटं – १ कप कोमट पाणी + १ टीस्पून कोल्ड-प्रेस्ड खोबरेल तेल

जेवण – १ नाचणीची भाकरी + १ वाटी वांग्याचं भरीत + १ वाटी वरण + घरी केलेली लसूण चटणी + कच्चा टोमॅटो, कांदा आणि मुळा

संध्याकाळपूर्वी – १ वाटी मिश्र सुकामेवा (५ बदाम + ५ अक्रोड + ५ काजू + ५ पिस्ते + १-२ खजूर किंवा सुकं अंजीर) + १ कप हर्बल-टी (अत्यंत महत्त्वाचा)

संध्याकाळच्या व्यायामापूर्वी – १ केळ

संध्याकाळचा व्यायाम – शक्यतोवर बॉडी वेट एक्सरसाइजेस

व्यायाम नसेल तर ग्लासभर ताकात सैंधव किंवा गुलाबी मीठ घालून घ्या

रात्रीच्या जेवणापूर्वी १० मिनिटं – १ कप कोमट पाणी + १ टीस्पून कोल्ड-प्रेस्ड खोबरेल तेल

रात्रीचं जेवण – १ वाटी टोमॅटो सूप किंवा शोरबा + मूग डाळीची उसळ/स्टीम्ड फिश + घरचं लोणचं किंवा चटणी + कच्चा टोमॅटो, कांदा आणि मुळा

झोपण्यापूर्वी – १ कप ग्रीन टी + दालचिनी पूड आणि लिंबू.

लाइफस्टाइल डाएट प्लॅन क्र. १५

(दैनंदिन आहार)

उठल्यावर – १ टीस्पून एसीव्ही घालून किंवा अर्धे लिंबू पिळून १ ग्लास साधं पाणी

व्यायामापूर्वी – १ केळं

व्यायाम – ४० मिनिटं चालणं/३० मिनिटं धावणं/जिममध्ये वेट ट्रेनिंग + बॉडी वेट एक्सरसाइजेस

ब्रेकफास्टपूर्वी १० मिनिटं – १ कप कोमट पाणी + १ टीस्पून कोल्ड-प्रेस्ड खोबरेल तेल

ब्रेकफास्ट – १-२ पालक थालीपिठं/पराठा + पुदिना चटणी + १ टीस्पून गायीचं तूप + २ उकडलेली अंडी (पिवळ्या बलकासह) – अंडी नाही खाल्लीत तरी चालेल.

माध्यान्हपूर्व – १ कप ग्रीन टी दालचिनी पूड आणि लिंबू रस घालून + १ फळ (कोणतंही)

जेवणापूर्वी १० मिनिटं – १ कप कोमट पाणी + १ टीस्पून कोल्ड-प्रेस्ड खोबरेल तेल

जेवण – १ खपली गव्हाची पोळी + १ वाटी कुठलीही हिरवी भाजी + १ वाटी वरण + कच्चा टोमॅटो, कांदा आणि मुळा

संध्याकाळपूर्वी – १ वाटी मिश्र सुकामेवा (५ बदाम + ५ अक्रोड + ५ काजू + ५ पिस्ते + १-२ खजूर किंवा सुकं अंजीर) + १ कप हर्बल-टी (अत्यंत महत्त्वाचा)

संध्याकाळच्या व्यायामापूर्वी – १ केळं

संध्याकाळचा व्यायाम – वेट ट्रेनिंग किंवा बॉडी वेट एक्सरसाइजेस किंवा ४० मिनिटं झपाझप चालणं

व्यायाम नसेल तर ग्लासभर ताकात सैंधव किंवा गुलाबी मीठ घालून घ्या

रात्रीच्या जेवणापूर्वी १० मिनिटं - १ कप कोमट पाणी + १ टीस्पून कोल्ड-प्रेस्ड खोबरेल तेल

रात्रीचं जेवण - १ वाटी मशरूम सूप + उकडलेलं चिकन किंवा टोफू सॅलेड (तुम्हाला आवडणारं सिझनिंग घालून वाफवलेल्या भाज्या वापरा) + घरी केलेलं लोणचं किंवा चटणी + कच्चा टोमॅटो, कांदा आणि मुळा

झोपण्यापूर्वी - १ कप ग्रीन टी + दालचिनी पूड आणि लिंबू.

लाइफस्टाइल डाएट प्लॅन क्र. १६

(फॅट कमी करणारा दैनंदिन आहार)

उठल्यावर – १ टीस्पून एसीव्ही घालून १ ग्लास साधं पाणी

ब्रेकफास्टपूर्वी २० मिनिटं – १ कप कोमट पाणी + १ टीस्पून कोल्ड-प्रेस्ड खोबरेल तेल

ब्रेकफास्ट – २ पूर्ण अंडी + १ नाचणी किंवा मिश्र डाळींचं थालीपीठ

माध्यान्हपूर्व – १ ग्लास ग्रीन स्मूदी

जेवणापूर्वी २० मिनिटं – १ कप कोमट पाणी + १ टीस्पून ऑरगॅनिक कोल्ड-प्रेस्ड खोबरेल तेल

जेवण – १ वाटी चिकन करी + १ वाटी कुठलीही हिरवी पालेभाजी + वाफवलेली ब्रोकोली + कच्चा कांदा, टोमॅटो आणि मुळा

संध्याकाळपूर्वी – १ शहाळं पाणी + मलाई + १ वाटी मिश्र भाजलेल्या बिया

रात्रीच्या जेवणापूर्वी २० मिनिटं – १ कप कोमट पाणी + १ टीस्पून कोल्ड-प्रेस्ड खोबरेल तेल

रात्रीचं जेवण (झोपण्यापूर्वी तीन तास) – १५० ग्रॅम ग्रिल्ड फिश किंवा मोड आलेलं मिश्र कडधान्यं + १ वाटी परतलेली ब्रोकोली, रंगीत ढोबळी मिरची, गाजर, कांदा आणि लसूण

रात्रीच्या जेवणानंतर पेय – लिंबू पिळून १ कप हर्बल-टी

झोपणे

महत्त्वाची आरोग्य सूचना – प्रत्येक जेवणानंतर बडीशेप चावून खायची सवय लावा. यामुळे तुमची पचनप्रक्रिया लक्षणीयरीत्या सुधारेल आणि वजन कमी व्हायलासुद्धा मदत होईल.

लाइफस्टाइल डाएट प्लॅन क्र. १७

(वेळापत्रकानुसार दैनंदिन आहार)

सकाळी ७:३० – उठल्यावर १ टीस्पून कच्चे एसीव्ही + १ टीस्पून हळद + १ ग्लास साधं पाणी

सकाळी ०८:०० – पाण्यात भिजवलेले ८ बदाम आणि ८ अक्रोड

व्यायामापूर्वी – १ केळ + १ कप ब्लॅक कॉफी

सकाळी ९:०० – वर्कआउट (कार्डिओ)

सकाळी १०:३० – ३ पूर्ण अंडी + २ अंड्यांची भुर्जी (पिवळ्या बलकासह) + थालीपिठं (नाचणी + ब्राउन राइस + पत्ताकोबी) + १ टीस्पून तूप

दुपारी १२:०० – १ ग्लास हिरवा ज्यूस (सेलरी + अॅस्पॅरॅगस + केल + मिरपूड + सैंधव + लिंबू)

दुपारी १:४० – १ कप ग्रीन टीमध्ये १ टीस्पून ऑरगॅनिक कोल्ड-प्रेस्ड खोबरेल तेल

दुपारी २:०० जेवण – १ वाटी गाजर आणि लाल भोपळ्याचं सूप + २५० ग्रॅम स्टीम्ड फिश आणि मिश्र भाज्या + कच्चा टोमॅटो, कांदा आणि मुळा

दुपारी ४:०० – मिश्र बिया (मिरपूड घालून भाजलेल्या जवस + सूर्यफूल + लाल भोपळा + चिया + हेम्प + कलिंगड बिया)

संध्याकाळी ६:०० – ग्लासभर पाण्यात १ टीस्पून व्हीटग्रास + ३ टीस्पून चिया सीड्स (सब्जा सीड्स) + १ स्पिर्‍यूलिना टॅब्लेट

संध्याकाळी ७:३० – १ टीस्पून खोबरेल तेल घालून १ कप ब्लॅक कॉफी + ५ काजू + ५ पिस्ते + ५ अक्रोड + ५ हेझल नट (सगळं पाण्यात भिजवून)

संध्याकाळी ८:०० – वेट ट्रेनिंग

रात्री ९:०० जेवण - १ वाटी मशरूम सूप (शक्यतोवर मशरूमचा शिताके हा प्रकार) + १ वाटी मोड आलेल्या मिश्र कडधान्यांची उसळ + १ वाटी शिजवलेली ब्रोकोली, रंगीत ढोबळ्या मिरच्या, टमाटे

रात्री १०:३० - दालचिनी पूड आणि लिंबू पिळून १ कप ग्रीन टी/हर्बल-टी

रात्री १२:३० - झोपा

महत्त्वाची आरोग्य सूचना - प्रत्येक जेवणानंतर बडीशेप चावून खायची सवय लावा. यामुळे तुमची पचनप्रक्रिया लक्षणीयरीत्या सुधारेल आणि वजन कमी व्हायलासुद्धा मदत होईल.

लाइफस्टाइल डाएट प्लॅन क्र. १८

(डिटॉक्स डाएट प्लॅन)

ब्रेकफास्ट – लिंबू/आलं/तुळशीचा १ कप चहा + १ वाटी किनोवाचा उपमा

सकाळचं खाणं – रस (डाळिंब + गाजर + लाल भोपळ्याच्या बिया + मुळा + चिया सीड्स)

सकाळचं जेवण – हिरवी स्मूदी (पालक + काकडी + केळं + बदाम + मिश्र बिया + १ टीस्पून खोबरेल तेल + घरचा चक्का + थोडं पाणी)

दुपारचं खाणं – वाटीभर मिश्र सुकामेवा (बदाम + अक्रोड + जर्दाळू + काजू + पिस्ते) + १ ग्लास ज्यूस (काकडी + सेलरी + केल + चिया सीड्स)

रात्रीचं जेवण ७:०० ते ७:३० – थोडी मुगाची डाळ किंवा टोफू किंवा मशरूम घालून उकडलेल्या भाज्यांचं सॅलेड

रात्रीच्या जेवणानंतरचं पेय – आलं, लिंबू, दालचिनी घातलेला चहा

झोपण्यापूर्वी – १ टीस्पून एसीव्ही घालून ग्लासभर साधं पाणी.

लाइफस्टाइल डाएट प्लॅन क्र. १९

(दैनंदिन आहार)

उठल्यावर – १ टीस्पून रॉ अनफिल्टर्ड एसीव्ही घालून १ ग्लास साधं पाणी

ब्रेकफास्टपूर्वी १० मिनिटं – १ कप कोमट पाणी + १ टीस्पून कोल्ड-प्रेस्ड खोबरेल तेल

ब्रेकफास्ट – २ अंड्यांचं ऑम्लेट + नाचणीची भाकरी + १ टीस्पून तूप

माध्यान्हपूर्व – १ कप ग्रीन टी दालचिनी पूड आणि लिंबू रस घालून + १ फळ (कोणतंही)

जेवणापूर्वी १० मिनिटं – १ कप कोमट पाणी + १ टीस्पून कोल्ड-प्रेस्ड खोबरेल तेल

जेवण – १ वाटी ब्राउन राइस + १ वाटी फिश करी (नारळात केलेली) + कच्चे टोमॅटो, कांदा आणि मुळा

संध्याकाळपूर्वी – १ वाटी मिश्र सुकामेवा (५ बदाम + ५ अक्रोड + ५ काजू + ५ पिस्ते + १-२ खजूर किंवा सुकं अंजीर) + १ कप हर्बल-टी (अत्यंत महत्त्वाचा)

संध्याकाळच्या व्यायामापूर्वी – १ केळं

संध्याकाळचा व्यायाम – वेट ट्रेनिंग किंवा बॉडी वेट एक्सरसाइजेस

रात्रीच्या जेवणापूर्वी १० मिनिटं – १ कप कोमट पाणी + १ टीस्पून कोल्ड-प्रेस्ड खोबरेल तेल

रात्रीचं जेवण ७:०० ते ७:३० – १ वाटी मोड आलेल्या मुगाचं सॅलेड + १ वाटी भेंडीची भाजी + घरी केलेलं लोणचं किंवा चटणी + कच्चा टोमॅटो, कांदा आणि मुळा

झोपण्यापूर्वी – १ कप ग्रीन टी + दालचिनी पूड आणि लिंबू.

लाइफस्टाइल डाएट प्लॅन क्र. २०

(डिटॉक्स डाएट प्लॅन)

उठल्यावर – १ टीस्पून एसीव्ही घालून १ ग्लास साधं पाणी

ब्रेकफास्ट – लिंबू/आलं/तुळशीचा १ कप चहा + १ वाटी ओट्स (दूध नको) + ५ अक्रोड

सकाळचं खाणं – स्मूदी (पालक + केळ + मिश्र बिया + अक्रोड + घरचा चक्का + थोडं पाणी)

सकाळचं जेवण – मशरूम आणि पनीर किंवा टोफू घालून भाज्यांचं सॅलेड + २ ग्लास घरचं ताक

दुपारचं खाणं – सेलरी/केल/काकडी यांचा रस + मिरपूड + जवस + सैंधव/गुलाबी मीठ

रात्रीचं जेवण ७:०० ते ७:३० – उकडलेल्या भाज्यांचं सूप + मोड आलेलं कडधान्य (कुठलंही – तेला/तुपावर परतून किंवा नेहमीप्रमाणे शिजवलेलं), घरचं लोणचं

रात्रीच्या जेवणानंतरचं पेय – आलं, लिंबू, दालचिनी घातलेला चहा

झोपण्यापूर्वी – १ टीस्पून एसीव्ही घालून ग्लासभर (३००-५०० मि.लि.) साधं पाणी.

लाइफस्टाइल डाएट प्लॅन क्र. २१

(दैनंदिन आहार)

ब्रेकफास्ट – लिंबू/आलं/तुळस/हर्बल-टी १ कप + १ वाटी दलिया

माध्यान्हपूर्व – हिरव्या पालेभाज्यांचा रस + जवस आणि लाल भोपळ्याच्या बिया + मिरपूड + सैंधव (आवश्यकतेअनुसार)

जेवण – १ वाटी ब्राउन राइस + १ वाटी वरण (तूर किंवा मूग) + १ टीस्पून तूप (शक्यतोवर घरचं)

संध्याकाळपूर्वी – रस (गाजर + मुळा + चिया सीड्स + जवस + १-२ खजूर)

रात्रीचं जेवण ७:०० ते ७:३० – मोड आलेल्या कडधान्याचं सूप + परतलेली ब्रोकोली आणि रंगीत ढोबळ्या मिरच्या + घरी केलेली चटणी

रात्रीच्या जेवणानंतरचं पेय – आलं, लिंबू, दालचिनी घातलेला चहा

झोपण्यापूर्वी – १ टीस्पून एसीव्ही घालून ग्लासभर साधं पाणी.

सूचना

१. दिवसाला तीन लिटर पाणी प्या.

२. रुटीन बदलू नका. जेवण टाळू नका किंवा दिलेल्या पदार्थांची सरमिसळ करू नका.

३. तुम्हाला कमी खायचं असलं तरी चालेल पण एखादा पदार्थ किंवा एखादं जेवण पूर्णपणे टाळू नका.

४. आरोग्यदायी खाण्याचा आस्वाद घ्या, शांत आणि आनंदी राहा.

५. प्रत्येक जेवणानंतर वीस मिनिटं चाला, जेणेकरून तुमच्या शरीराची हालचाल योग्य पातळीवर होईल.

६. रात्री झोपण्यापूर्वी किमान चार ते पाच तास आधी जेवण ***व्हायलाच*** हवं.

७. दर दिवशी ध्यानधारणा करा, कृतज्ञता जर्नलमध्ये नोंद करा.

८. कॅलरीजचा हिशोब करू नका, उपासमार करू नका. तुमची भूक आणि मनःस्थितीअनुसार आहार घ्या.

लाइफस्टाइल डाएट प्लॅन क्र. २२

(दैनंदिन आहार)

उठल्यावर – १ टीस्पून एसीव्ही घालून १ ग्लास साधं पाणी

ब्रेकफास्टपूर्वी – १ कप कोमट पाणी + १ टीस्पून कोल्ड-प्रेस्ड खोबरेल तेल

ब्रेकफास्ट – १ वाटी किनोवा, मिश्र बियांसह + १ अंड बलकासह (उकडून किंवा ऑम्लेट) + १ टीस्पून गायीचं तूप

माध्यान्हपूर्व – १ कप ग्रीन टी + १ फळ (कोणतंही)

जेवणापूर्वी १० मिनिटं – १ कप कोमट पाणी + १ टीस्पून कोल्ड-प्रेस्ड खोबरेल तेल

जेवण – १-२ नाचणी भाकरी + १ वाटी वरण

३:३० – १ कप ग्रीन/हर्बल-टी + २-३ खजूर + ५ बदाम + ५ अक्रोड + ५ काजू

५:४५ – मकाणा चिवडा/ऑम्लेट

रात्रीच्या जेवणापूर्वी १५ मिनिटं – १ कप कोमट पाणी + १ टीस्पून कोल्ड-प्रेस्ड खोबरेल तेल

रात्रीचं जेवण ७:३० पूर्वी – १ वाटी ब्राउन राइस + मशरूम करी (टोमॅटो घालून) + कच्चा टोमॅटो, कांदा आणि मुळा

झोपण्यापूर्वी – १ ग्लास साधं पाणी + १ टीस्पून व्हीटग्रास पावडर आणि लिंबू.

लाइफस्टाइल डाएट प्लॅन क्र. २३

(दैनंदिन आहार)

उठल्यावर – १ टीस्पून एसीव्ही घालून १ ग्लास साधं पाणी

व्यायामापूर्वी – १ केळ

व्यायाम – ४० मिनिटं चालणं/३० मिनिटं धावणं/जिममध्ये वेट ट्रेनिंग + बॉडी वेट एक्सरसाइजेस

ब्रेकफास्टपूर्वी १० मिनिटं – १ कप कोमट पाणी + १ टीस्पून कोल्ड-प्रेस्ड खोबरेल तेल

ब्रेकफास्ट – तुपावर भाजलेल्या होलग्रेन सॉरडो ब्रेडच्या २ स्लाइस + चीज + २ अंडी पिवळ्या बलकासह (ऑम्लेट/उकडून/स्क्रॅम्बल्ड)

माध्यान्हपूर्व – १ कप बडीशेपचा पाचक चहा + १ फळ (कोणतंही)

जेवणापूर्वी १० मिनिटं – १ कप कोमट पाणी + १ टीस्पून कोल्ड-प्रेस्ड खोबरेल तेल

जेवण – १ वाटी ब्राउन राइस + १ वाटी चिकन करी (कुठलीही) + कच्चे टोमॅटो, कांदा आणि मुळा

संध्याकाळपूर्वी – १ वाटी मिश्र सुकामेवा (५ बदाम + ५ अक्रोड + ५ काजू + ५ पिस्ते + १-२ खजूर किंवा सुकं अंजीर) + १ कप हर्बल-टी (अत्यंत महत्त्वाचा)

संध्याकाळचा व्यायाम – वेट ट्रेनिंग किंवा बॉडी वेट एक्सरसाइजेस किंवा ४० मिनिटं झपाझप चालणं

रात्रीच्या जेवणापूर्वी १० मिनिटं – १ कप कोमट पाणी + १ टीस्पून कोल्ड-प्रेस्ड खोबरेल तेल

रात्रीचं जेवण ६:३० ते ७:३० – १ वाटी मशरूम किंवा फुलकोबीचं सूप + ग्रिल्ड फिश सॅलेड (तुम्हाला आवडणारं सिझनिंग/ड्रेसिंग घालून वाफवलेल्या भाज्या वापरा) + कच्चा टोमॅटो, कांदा आणि मुळा

जेवणानंतरचं पेय (साधारण तासाभराने) – जास्वंद/ग्रीन टी + दालचिनी पूड आणि लिंबू

झोपण्यापूर्वी – १ टीस्पून एसीव्ही घालून १ ग्लास साधं पाणी

लाइफस्टाइल डाएट प्लॅन क्र. २४

(दैनंदिन आहार)

उठल्यावर – १ टीस्पून एसीव्ही घालून १ ग्लास साधं पाणी

व्यायामापूर्वी – १ केळ

व्यायाम – ४० मिनिटं चालणं/३० मिनिटं धावणं/जिममध्ये वेट ट्रेनिंग + बॉडी वेट एक्सरसाइजेस

ब्रेकफास्टपूर्वी १० मिनिटं – १ कप कोमट पाणी + १ टीस्पून कोल्ड-प्रेस्ड खोबरेल तेल

ब्रेकफास्ट – १ वाटी किनोवा उपमा मिश्र बियांसह + २ अंडी (ऑम्लेट/उकडून/स्क्रॅम्बल्ड) + १ कप ब्लॅक टी

माध्यान्हपूर्व – १ कप चहा (कोणताही) + १ फळ (कोणतंही)

जेवणापूर्वी १० मिनिटं – १ कप कोमट पाणी + १ टीस्पून कोल्ड-प्रेस्ड खोबरेल तेल

जेवण – १ नाचणी भाकरी + १ वाटी कुठलीही हिरवी पालेभाजी + १ वाटी वरण + कच्चा टोमॅटो, कांदा आणि मुळा

संध्याकाळपूर्वी – १ वाटी मिश्र सुकामेवा (५ बदाम + ५ अक्रोड + ५ काजू + ५ पिस्ते + १-२ खजूर किंवा सुकं अंजीर) + १ कप हर्बल-टी (अत्यंत महत्त्वाचा)

संध्याकाळचा व्यायाम – वेट ट्रेनिंग किंवा बॉडी वेट एक्सरसाइजेस किंवा ४० मिनिटं झपाझप चालणं

रात्रीच्या जेवणापूर्वी १० मिनिटं – १ कप कोमट पाणी + १ टीस्पून कोल्ड-प्रेस्ड खोबरेल तेल

रात्रीचं जेवण ६:३० ते ७:३०– १ वाटी टोमॅटो सूप + अंड्याच्या पांढऱ्या बलकाचं सॅलेड (तुम्हाला आवडणारं ड्रेसिंग घालून वाफवलेल्या भाज्या वापरा) + कच्चा टोमॅटो, कांदा आणि मुळा

जेवणानंतरचं पेय (साधारण तासाभराने) – जास्वंद/ग्रीन टी + दालचिनी पूड आणि लिंबू

झोपण्यापूर्वी – १ टीस्पून एसीव्ही घालून १ ग्लास साधं पाणी

लाइफस्टाइल डाएट प्लॅन क्र. २५

(दैनंदिन आहार)

उठल्यावर – १ टीस्पून एसीव्ही + १/२ चमचा हळद घालून १ ग्लास साधं पाणी

व्यायामापूर्वी – १ केळ

व्यायाम – ४० मिनिटं चालणं/३० मिनिटं धावणं/जिममध्ये वेट ट्रेनिंग + बॉडी वेट एक्सरसाइजेस

ब्रेकफास्टपूर्वी १० मिनिटं – १ कप कोमट पाणी + १ टीस्पून कोल्ड-प्रेस्ड खोबरेल तेल

ब्रेकफास्ट – १ वाटी ओट्स, केळं आणि डार्क चॉकलेट + २ अंडी पिवळ्या बलकासह (उकडून) + १ कप ब्लॅक टी

माध्यान्हपूर्व – १ कप ग्रीन टी (कोणताही) + १ फळ (कोणतंही)

जेवणापूर्वी १० मिनिटं – १ कप कोमट पाणी + १ टीस्पून कोल्ड-प्रेस्ड खोबरेल तेल

जेवण – १ वाटी ब्राउन राइस + १ वाटी राजमा किंवा चवळी (सरसरीत उसळ) + कच्चा टोमॅटो, कांदा आणि मुळा

संध्याकाळपूर्वी – १ वाटी मिश्र सुकामेवा (५ बदाम + ५ अक्रोड + ५ काजू + ५ पिस्ते + १-२ खजूर किंवा सुकं अंजीर) + १ कप हर्बल-टी (अत्यंत महत्त्वाचा)

संध्याकाळचा व्यायाम – वेट ट्रेनिंग किंवा बॉडी वेट एक्सरसाइजेस किंवा ४० मिनिटं झपाझप चालणं

रात्रीच्या जेवणापूर्वी १० मिनिटं – १ कप कोमट पाणी + १ टीस्पून कोल्ड-प्रेस्ड खोबरेल तेल

रात्रीचं जेवण ६:३० ते ७:३० – १ वाटी मशरूम सूप + १ वाटी ग्रिल्ड किंवा परतलेल्या टोफुचं भरपूर भाज्या घालून सॅलेड –

जेवणानंतरचं पेय (साधारण तासाभराने) – जास्वंद/ग्रीन टी + दालचिनी पूड आणि लिंबू

झोपण्यापूर्वी – १ टीस्पून एसीव्ही घालून १ ग्लास साधं पाणी.

लाइफस्टाइल डाएट प्लॅन क्र. २६

(दैनंदिन आहार)

उठल्यावर – १ टीस्पून एसीव्ही घालून १ ग्लास साधं पाणी

व्यायामापूर्वी – १ सफरचंद किंवा संत्र

व्यायाम – ४० मिनिटं चालणं/३० मिनिटं धावणं/जिममध्ये वेट ट्रेनिंग + बॉडी वेट एक्सरसाइजेस

ब्रेकफास्टपूर्वी १० मिनिटं – १ कप कोमट पाणी + १ टीस्पून कोल्ड-प्रेस्ड खोबरेल तेल

ब्रेकफास्ट – २ अंडी पिवळ्या बलकासह (ऑम्लेट/उकडून/स्क्रॅम्बल्ड) + १ कप ब्लॅक टी

माध्यान्हपूर्व – १ कप चहा (कोणताही) + १ फळ (कोणतंही)

जेवणापूर्वी १० मिनिटं – १ कप कोमट पाणी + १ टीस्पून कोल्ड-प्रेस्ड खोबरेल तेल

जेवण – १ नाचणी भाकरी + १ वाटी कुठलीही हिरवी पालेभाजी + १ वाटी उसळ किंवा वरण + कच्चा टोमॅटो, कांदा आणि मुळा + घरी केलेली चटणी किंवा लोणचं (हवं असल्यास)

संध्याकाळपूर्वी – १ वाटी मिश्र सुकामेवा (५ बदाम + ५ अक्रोड + ५ काजू + ५ पिस्ते + १-२ खजूर किंवा सुकं अंजीर) + १ कप हर्बल-टी (अत्यंत महत्त्वाचा)

संध्याकाळचा व्यायाम – वेट ट्रेनिंग किंवा बॉडी वेट एक्सरसाइजेस किंवा ४० मिनिटं झपाझप चालणं

रात्रीच्या जेवणापूर्वी १० मिनिटं – १ कप कोमट पाणी + १ टीस्पून कोल्ड-प्रेस्ड खोबरेल तेल

रात्रीचं जेवण ६:३० ते ७:३०- १ वाटी चिकन सॅलेड (ताहिनी ड्रेसिंग घालून वाफवलेल्या भाज्या वापरा) + भाजलेलं रताळं

जेवणानंतरचं पेय (साधारण तासाभराने) - जास्वंद/ग्रीन टी + दालचिनी पूड आणि लिंबू

झोपण्यापूर्वी - १ टीस्पून एसीव्ही घालून १ ग्लास साधं पाणी.

लाइफस्टाइल डाएट प्लॅन क्र. २७

(दैनंदिन आहार)

उठल्यावर – १ टीस्पून एसीव्ही घालून १ ग्लास साधं पाणी

व्यायामापूर्वी – १ केळ

व्यायाम – ४० मिनिटं चालणं/३० मिनिटं धावणं/जिममध्ये वेट ट्रेनिंग + बॉडी वेट एक्सरसाइजेस

ब्रेकफास्टपूर्वी १० मिनिटं – १ कप कोमट पाणी + १ टीस्पून कोल्ड-प्रेस्ड खोबरेल तेल

ब्रेकफास्ट – तुपावर भाजलेल्या होलव्हिट सॉर डो ब्रेडच्या १-२ स्लाईस + चीज + २ अंडी (ऑम्लेट/उकडून/स्क्रॅम्बल्ड) + १ कप ब्लॅक टी

माध्यान्हपूर्व – १ कप चहा (कोणताही) + १ फळ (कोणतंही)

जेवणापूर्वी १० मिनिटं – १ कप कोमट पाणी + १ टीस्पून कोल्ड-प्रेस्ड खोबरेल तेल

जेवण – १ नाचणीची भाकरी + १ वाटी कुठलीही हिरवी पालेभाजी + १ वाटी वरण + कच्चा टोमॅटो, कांदा आणि मुळा

संध्याकाळपूर्वी – १ वाटी मिश्र सुकामेवा (५ बदाम + ५ अक्रोड + ५ काजू + ५ पिस्ते + १-२ खजूर किंवा सुकं अंजीर) + १ कप हर्बल-टी (अत्यंत महत्त्वाचा)

संध्याकाळचा व्यायाम – वेट ट्रेनिंग किंवा बॉडी वेट एक्सरसाइजेस किंवा ४० मिनिटं झपाझप चालणं

रात्रीच्या जेवणापूर्वी १० मिनिटं – १ कप कोमट पाणी + १ टीस्पून कोल्ड-प्रेस्ड खोबरेल तेल

रात्रीचं जेवण ६:३० ते ७:३० – १ वाटी मशरूम किंवा फुलकोबीचं सूप + मोड आलेल्या मुगाचं सॅलेड (तुम्हाला आवडणारं ड्रेसिंग घालून वाफवलेल्या भाज्या वापरा) + कच्चा टोमॅटो, कांदा आणि मुळा

जेवणानंतरचं पेय (साधारण तासाभराने) – जास्वंद/ग्रीन टी + दालचिनी पूड आणि लिंबू

झोपण्यापूर्वी – १ टीस्पून एसीव्ही घालून १ ग्लास साधं पाणी.

लाइफस्टाइल डाएट प्लॅन क्र. २८

(दैनंदिन आहार)

उठल्यावर – १ टीस्पून एसीव्ही घालून १ ग्लास साधं पाणी

व्यायामापूर्वी – १ केळं

व्यायाम – ४० मिनिटं चालणं/३० मिनिटं धावणं/जिममध्ये वेट ट्रेनिंग + बॉडी वेट एक्सरसाइजेस

ब्रेकफास्टपूर्वी १० मिनिटं – १ कप कोमट पाणी + १ टीस्पून कोल्ड-प्रेस्ड खोबरेल तेल

ब्रेकफास्ट – १-२ डोसे नारळ चटणीसोबत + २ अंडी (ऑम्लेट/उकडून/स्क्रॅम्बल्ड) + १ कप ब्लॅक टी

माध्यान्हपूर्व – १ कप चहा (कोणताही) + १ फळ (कोणतंही)

जेवणापूर्वी १० मिनिटं – १ कप कोमट पाणी + १ टीस्पून कोल्ड-प्रेस्ड खोबरेल तेल

जेवण – ३-४ इडल्या + नारळ चटणी + १-२ वाट्या सांबार (मिश्र डाळी आणि भरपूर भाज्या घालून) + कच्चा टोमॅटो, कांदा आणि मुळा

संध्याकाळपूर्वी – १ वाटी मिश्र सुकामेवा (५ बदाम + ५ अक्रोड + ५ काजू + ५ पिस्ते + १-२ खजूर किंवा सुकं अंजीर) + १ कप हर्बल-टी (अत्यंत महत्त्वाचा)

संध्याकाळचा व्यायाम – वेट ट्रेनिंग किंवा बॉडी वेट एक्सरसाइजेस किंवा ४० मिनिटं झपाझप चालणं

रात्रीच्या जेवणापूर्वी १० मिनिटं – १ कप कोमट पाणी + १ टीस्पून कोल्ड-प्रेस्ड खोबरेल तेल

रात्रीचं जेवण ६:३० ते ७:३० – १ वाटी ग्रिल्ड चिकन सॅलेड आणि परतलेल्या किंवा वाफवलेल्या हिरव्या भाज्या (तुम्हाला आवडणारं ड्रेसिंग घालून) + भाजलेलं रताळं

जेवणानंतरचं पेय (साधारण तासाभराने) – जास्वंद/ग्रीन टी + दालचिनी पूड आणि लिंबू

झोपण्यापूर्वी – १ टीस्पून एसीव्ही घालून १ ग्लास साधं पाणी.

लाइफस्टाइल डाएट प्लॅन क्र. २९

(दैनंदिन आहार)

उठल्यावर – १ टीस्पून एसीव्ही घालून १ ग्लास साधं पाणी

व्यायामापूर्वी – १ केळं

व्यायाम – ४० मिनिटं चालणं/३० मिनिटं धावणं/जिममध्ये वेट ट्रेनिंग + बॉडी वेट एक्सरसाइजेस

ब्रेकफास्टपूर्वी १० मिनिटं – १ कप कोमट पाणी + १ टीस्पून कोल्ड-प्रेस्ड खोबरेल तेल

ब्रेकफास्ट – १ वाटी नाचणी लापशी + मिश्र बिया + २ अंडी (ऑम्लेट/उकडून/स्क्रॅम्बल्ड) + १ कप ब्लॅक टी

माध्यान्हपूर्व – १ कप ग्रीन टी + १ फळ (कोणतंही)

जेवणापूर्वी १० मिनिटं – १ कप कोमट पाणी + १ टीस्पून कोल्ड-प्रेस्ड खोबरेल तेल

जेवण – १ वाटी ब्राउन राइसची चिकन बिर्याणी किंवा पुलाव + घरी केलेलं रायतं (गोड नसावं, मीठ घालावं) + कच्चा टोमॅटो, कांदा आणि मुळा

संध्याकाळपूर्वी – १ वाटी मिश्र सुकामेवा (५ बदाम + ५ अक्रोड + ५ काजू + ५ पिस्ते + १-२ खजूर किंवा सुकं अंजीर) + १ कप हर्बल-टी (अत्यंत महत्त्वाचा)

संध्याकाळचा व्यायाम – वेट ट्रेनिंग किंवा बॉडी वेट एक्सरसाइजेस किंवा ४० मिनिटं झपाझप चालणं

रात्रीच्या जेवणापूर्वी १० मिनिटं – १ कप कोमट पाणी + १ टीस्पून कोल्ड-प्रेस्ड खोबरेल तेल

रात्रीचं जेवण ६:३० ते ७:३० – १ वाटी टोमॅटो सूप + १ वाटी मोड आलेल्या मिश्र कडधान्यांचं सॅलेड (तुमच्या आवडीचं ड्रेसिंग घालून) + भाजलेलं रताळं

जेवणानंतरचं पेय (साधारण तासाभराने) – जास्वंद/ग्रीन टी + दालचिनी पूड आणि लिंबू

झोपण्यापूर्वी – १ टीस्पून एसीव्ही घालून १ ग्लास साधं पाणी.

सूचना

१. दिवसाला तीन लिटर पाणी प्या.

२. रुटीन बदलू नका. जेवण टाळू नका किंवा दिलेल्या पदार्थांची सरमिसळ करू नका.

३. तुम्हाला कमी खायचं असलं तरी चालेल पण एखादा पदार्थ किंवा एखादं जेवण पूर्णपणे टाळू नका.

४. आरोग्यदायी खाण्याचा आस्वाद घ्या, शांत आणि आनंदी राहा.

५. प्रत्येक जेवणानंतर वीस मिनिटं चाला जेणेकरून तुमच्या शरीराची हालचाल योग्य पातळीवर होईल.

६. रात्री झोपण्यापूर्वी किमान चार ते पाच तास आधी जेवण ***व्हायलाच*** हवं.

७. दर दिवशी ध्यानधारणा करा, कृतज्ञता जर्नलमध्ये नोंद करा.

८. कॅलरीजचा हिशोब करू नका, उपासमार करू नका. तुमची भूक आणि मनःस्थितीअनुसार आहार घ्या.

लाइफस्टाइल डाएट प्लॅन क्र. ३०

(फॅट कमी करणारा दैनंदिन आहार)

उठल्यावर – १ टीस्पून हळद आणि १ टेबलस्पून रॉ अनफिल्टर्ड एसीव्ही घालून १ ग्लास साधं पाणी किंवा ताज्या गहू–तृणांकुरांचा रस

सकाळच्या व्यायामापूर्वी – १ कप बटर कॉफी

व्यायामानंतर ध्यानधारणा करावी

ब्रेकफास्ट – स्मूदी + १ डोसा किंवा २ इडल्या – नारळ चटणी सोबत

माध्यान्हपूर्व – लिंबू पिळून १ कप हर्बल–टी + १ वाटी भाजलेले मकाणे

जेवण – १ वाटी मिश्र भाज्या (सांबारप्रमाणे वरणात शिजवून) किंवा १ वाटी मिश्र भाज्या + १ वाटी वरण + कच्चा कांदा, टोमॅटो आणि मुळा

संध्याकाळपूर्वी – लिंबू पिळून १ कप हर्बल–टी + १ वाटी भिजवलेल्या मिश्र बिया

संध्याकाळी किंवा जेवल्यानंतर फिरायला जा आणि ध्यानधारणा करा.

रात्रीचं जेवण – १ वाटी सूप (तुमच्या आवडीचं) + १ वाटी उकडलेलं मोड आलेलं कडधान्य + कच्चं सॅलेड

रात्रीच्या जेवणानंतर पेय – १ टीस्पून रॉ अनफिल्टर्ड एसीव्ही घालून १ ग्लास साधं पाणी

महत्त्वाची आरोग्य सूचना – प्रत्येक जेवणानंतर बडीशेप चावून खायची सवय लावा. यामुळे तुमची पचनप्रक्रिया लक्षणीयरीत्या सुधारेल आणि वजन कमी व्हायलासुद्धा मदत होईल.

लाइफस्टाइल डाएट प्लॅन क्र. ३१

(दैनंदिन आहार)

उठल्यावर – १ टीस्पून हळद आणि १ टेबलस्पून रॉ अनफिल्टर्ड एसीव्ही घालून १ ग्लास साधं पाणी किंवा ताज्या गहू तृणांकुरांचा रस

मॉर्निंग वॉक किंवा सूर्यनमस्कारापूर्वी – पाण्यात भिजवलेले ५ बदाम आणि ३ अक्रोड (अर्धे)

१ तास चालणं किंवा सूर्यनमस्कार आणि त्यानंतर १५ मिनिटं ध्यानधारणा

ब्रेकफास्ट – १ वाटी उडीद डाळ आणि १ वाटी ब्राउन राइस (रात्रभर आंबवून) डोसा + १ कप चहा (लिंबू, तुळसं, लेमनग्रास घालून)

माध्यान्हपूर्व – पपईची एक फोड आणि १ ग्लास लिंबू पाणी (साध्या पाण्यात अर्ध लिंबू पिळून, साखर न घालता)

जेवण – भरपूर भाज्या घालून कुठल्याही भरड धान्याचा (मिलेट्स) उपमा + १ ग्लास ताक

संध्याकाळपूर्वी – १ वाटी मिश्र बिया (जवस, चिया सीड्स, भोपळ्याच्या बिया आणि सूर्यफूलाच्या बिया) + १ कप हर्बल-टी

संध्याकाळी तासभर चालणं

रात्रीचं जेवण – १ वाटी फुलकोबीचं सूप + १ वाटी गाजर, मोड आलेले मूग आणि बीन (शिजवून), सॅलेड

झोपण्यापूर्वी – १/२ टीस्पून एसीव्ही घालून १ ग्लास साधं पाणी

महत्त्वाची आरोग्य सूचना – प्रत्येक जेवणानंतर बडीशेप चावून खायची सवय लावा. यामुळे तुमची पचनप्रक्रिया लक्षणीयरीत्या सुधारेल आणि वजन कमी व्हायलासुद्धा मदत होईल.

लाइफस्टाइल डाएट प्लॅन क्र. ३२

(दैनंदिन आहार)

उठल्यावर – १ टीस्पून रॉ अनफिल्टर्ड एसीव्ही आणि १ टीस्पून ऑरगॅनिक हळद घालून १ ग्लास पाणी

मॉर्निंग वॉक किंवा सूर्यनमस्कारापूर्वी – पाण्यात भिजवलेले ५ बदाम

१ तास चालणं किंवा सूर्यनमस्कार आणि त्यानंतर १५ मिनिटं ध्यानधारणा

ब्रेकफास्टपूर्वी १०–१५ मिनिटं – १ कप ब्लॅक कॉफी + १/२ टेबलस्पून खोबरेल तेल

ब्रेकफास्ट – मूगाचं थालीपीठ किंवा १ डोसा किंवा २ इडल्या + घरी केलेली नारळाची चटणी

माध्यान्हपूर्व – १ कप ग्रीन/हर्बल–टी + १ पूर्ण फळ (ऋतूअनुसार)

जेवण – १ वाटी लाल तांदूळाचा भात/१ भाकरी + १ वाटी मिश्र भाज्यांचा रस्सा + कच्चा टोमॅटो, काकडी, गाजर आणि कांदा

संध्याकाळपूर्वी – १ ग्लास संत्राचा रस + सब्जा बी

संध्याकाळी तासभर चालणं

रात्रीचं जेवण – १ वाटी शिजवलेल्या किंवा परतलेल्या भाज्या + १ वाटी मोड आलेल्या कडधान्यांच कच्चं सॅलेड

झोपा

महत्त्वाची आरोग्य सूचना – प्रत्येक जेवणानंतर बडीशेप चावून खायची सवय लावा. यामुळे तुमची पचनप्रक्रिया लक्षणीयरीत्या सुधारेल आणि वजन कमी व्हायलासुद्धा मदत होईल.

लाइफस्टाइल डाएट प्लॅन क्र. ३३

(दैनंदिन आहार)

उठल्यावर - १ टीस्पून एसीव्ही घालून १ ग्लास साधं पाणी

व्यायामापूर्वी - पाण्यात भिजवलेले ६-७ बदाम

१ तास चालणं

१५-२० मिनिटं ध्यानधारणा

ब्रेकफास्टपूर्वी - १ टीस्पून कोल्ड-प्रेस्ड खोबरेल तेल घालून ग्लासभर कोमट पाणी

ब्रेकफास्ट - १-२ डोसे/उत्तपा + नारळाची चटणी + १ टीस्पून गायीचं तूप + १ अंड उकडून (पिवळ्या बलकासह)

माध्यान्हपूर्व - १ कप हर्बल-टी + १ फळ (कोणतंही)

जेवण - १ वाटी ब्राउन राइस (पाण्यात किमान चार तास भिजवून) + १ वाटी शिजवलेल्या भाज्या + १ वाटी वरण (पिवळं किंवा काळं) + कच्चा मुळा, टोमॅटो आणि कांदा

जेवणानंतर - १ ग्लास घरचं ताक-सैंधव घालून

संध्याकाळपूर्वी - १ वाटी मिश्र सुकामेवा (५ बदाम + ५ अक्रोड + ५ काजू + ५ पिस्ते)

संध्याकाळी तासभर चालणं

रात्रीचं जेवण - १ वाटी किनोवाचा भाज्या घालून पुलाव (तुमच्या आवडीचा कुठलाही भारतीय मसाला घालून) + घरी केलेलं लोणचं/चटणी + कच्चा मुळा, टोमॅटो आणि कांदा

झोपण्यापूर्वी - दालचिनी पूड आणि लिंबू पिळून १ कप ग्रीन टी.

लाइफस्टाइल डाएट प्लॅन क्र. ३४

(स्मूदी डिटॉक्स–भारतीय उपवासासाठी)

उठल्यावर – १ टीस्पून एसीव्ही घालून १ ग्लास साधं पाणी

ब्रेकफास्ट – १ ग्लास सकाळची स्मूदी (वेगवेगळ्या बेरीज + केळं + बदाम दूध + लाल भोपळ्याच्या बिया + १ टीस्पून दालचिनी पूड)

माध्यान्हपूर्व – १ कप आल्मण्ड टी + १ वाटी मिश्र बिया आणि सुकामेवा

जेवण – स्मूदी (मिश्र सुकामेवा + सफरचंद + पपई + १/२ टीस्पून स्पिन्युलिना (ऐच्छिक) + जास्तीचे ७–८ बदाम + १ कप घरचं दही + १ टीस्पून दालचिनी पूड)

संध्याकाळपूर्वी – डिटॉक्स ज्यूस (डाळिंब + चिया सीड्स + जवस + लाल भोपळा आणि सूर्यफूलाच्या बिया + काळं किंवा हिमालयन मीठ + लिंबू)

किंवा

भाजलेले मकाणे आणि १ कप आल्मण्ड टी

रात्रीचं जेवण (झोपण्यापूर्वी ३–४ तास) – स्मूदी (पपई + स्ट्रॉबेरीज + पिस्ते + ७–८ बदाम + लाल भोपळ्याचा बिया + शहाळ्याची ताजी मलई + १ टेबलस्पून दही)

झोपण्यापूर्वी – १ टीस्पून एसीव्ही घालून ग्लासभर साधं पाणी

फराळाचे पर्याय –

१. सैंधव किंवा काळं मीठ घालून भाजलेले मकाणे
१. १ टीस्पून तुपावर परतलेलं रताळं (आधी उकडून घ्या), आणि हळद
२. सर्व सुकामेवा आणि तेलबिया.

लाइफस्टाइल डाएट प्लॅन क्र. ३५

(भारतीय उपवासासाठी आहार)

ब्रेकफास्ट – भिजवलेले १० बदाम आणि १ कप बटर कॉफी

जेवण – भाजलेले मकाणे आणि १ वाटी ताजी चिरलेली फळं – ऋतूअनुसार

संध्याकाळपूर्वी – १ ग्लास संत्र्याचा रस + १ टेबलस्पून सब्जा बी

रात्रीचं जेवण – उकडलेल्या रताळ्याच्या १ वाटी फोडी तुपावर परतून + १ टीस्पून हळद + सैंधव मीठ + ४ अक्रोड.

लाइफस्टाइल डाएट प्लॅन क्र. ३६

(दैनंदिन आहार)

उठल्यावर – १ टीस्पून एसीव्ही घालून १ ग्लास साधं पाणी

ब्रेकफास्ट – लिंबू/आलं/तुळशीचा चहा + १-२ मूगडाळीची धिरडी किंवा डोसा + ५ बदाम + ५ अक्रोड

माध्यान्हपूर्व – १ ग्लास संत्र्याचा रस + १ टेबलस्पून भिजवलेल्या सब्जा बी

जेवण – १ नाचणी डोसा/भाकरी + १ वाटी कुठलीही हिरवी पालेभाजी + १ वाटी वरण + मुळ्याची कोशिंबीर (रायतं)

संध्याकाळपूर्वी – १ कप ब्लॅक कॉफी + १ टीस्पून खोबरेल तेल, १ छोटी वाटी मिश्र बिया

रात्रीचं जेवण – १ वाटी ॲस्पॅरॅगस/टोमॅटो/ब्रोकोली/पालक सूप + १ वाटी शिजवलेलं मोड आलेलं कडधान्य/ग्रिल्ड फिश आणि भरपूर भाज्या

झोपण्यापूर्वी – १ टीस्पून एसीव्ही घालून १ ग्लास साधं पाणी.

लाइफस्टाइल डाएट प्लॅन क्र. ३७

(दैनंदिन आहार)

उठल्यावर – १ टीस्पून एसीव्ही आणि १ टीस्पून हळद घालून १ ग्लास पाणी

मॉर्निंग वॉक किंवा व्यायामापूर्वी – पाण्यात भिजवलेले ५ बदाम आणि ५ अक्रोड

चालणं किंवा तासभर व्यायाम

ब्रेकफास्ट – २ पूर्ण अंड्यांची भुर्जी किंवा ऑम्लेट तुपामध्ये किंवा १–२ डोसे (५०% तांदूळ + ५०% उडीद डाळ) + नारळ चटणी + लिंबू आणि चिमूटभर दालचिनी पूड घालून ग्रीन टी

माध्यान्हपूर्व – १ ग्लास सेलरी ज्यूस – लिंबू आणि मिरपूड घालून

जेवण – १ नाचणी भाकरी/डोसा + १ वाटी कुठलीही हिरवी पालेभाजी + १ वाटी चिकन किंवा फिश करी + कच्चा कांदा, टोमॅटो, मुळा, काकडी

संध्याकाळपूर्वी – १ वाटी मिश्र बिया + १ कप ब्लॅक कॉफी + खोबरेल तेल

रात्रीचं जेवण (झोपण्यापूर्वी ४ तास) – १ वाटी परतलेल्या भाज्या + १ वाटी शिजवलेलं मोड आलेलं कडधान्य किंवा वरण किंवा मशरूम

जेवण झाल्यावर चालणं – ४० मिनिटं

झोपण्यापूर्वी – १ टीस्पून एसीव्ही घालून १ ग्लास साधं पाणी.

लाइफस्टाइल डाएट प्लॅन क्र. ३८

(इंटरमिटंट फास्टिंग-दीर्घकालीन उपवास)

सकाळी ११:०० - १ टीस्पून एसीव्ही आणि १ ग्लास पाणी

ब्रेकफास्ट - १ ग्लास सकाळची स्मूदी (हिरवं सफरचंद + केळं + बदाम दूध + लाल भोपळ्याच्या बिया + १ टीस्पून दालचिनी पूड)

जेवण - १ वाटी शिजवलेलं मोड आलेलं कडधान्यं + १ वाटी शिजवलेली भाजी

संध्याकाळपूर्वी - १ कप बटर कॉफी आणि १ वाटी मिश्र बिया

रात्रीचं जेवण (संध्याकाळी ६.३०) - गाजर + काकडी + केळ + नारळाची मलई + पाणी घालून केलेली स्मूदी

झोपण्यापूर्वी - १ टीस्पून एसीव्ही घालून १ ग्लास साधं पाणी.

लाइफस्टाइल डाएट प्लॅन क्र. ३९

(डिटॉक्स डाएट – दीर्घकालीन उपवास)

सकाळी ११:०० – १ टीस्पून रॉ अनफिल्टर्ड एसीव्ही + १ ग्लास साधं पाणी

ब्रेकफास्ट – लिंबू/आलं/तुळशीचा चहा + १–२ मुगाची धिरडी + ५ बदाम + ५ अक्रोड

माध्यान्हपूर्व – १ ग्लास संत्र्याचा रस + भिजवलेलं सब्जा बी १ टेबलस्पून

जेवण – मशरूम घालून भाज्यांचं सॅलेड + घरचं ताक (२ ग्लास)

संध्याकाळपूर्वी – घरचं दही + १ वाटी मिश्र बिया + ५ पिस्ते

रात्रीचं जेवण – १–२ वाट्या शिजवलेलं मोड आलेलं कडधान्यं – भरपूर भाज्या घालून

झोपण्यापूर्वी – १ टीस्पून रॉ अनफिल्टर्ड एसीव्ही + १ ग्लास साधं पाणी.

लाइफस्टाइल डाएट प्लॅन क्र. ४०

(दैनंदिन आहार)

उठल्यावर – १ टीस्पून एसीव्ही आणि १ टीस्पून हळद घालून १ ग्लास पाणी

ब्रेकफास्ट – लिंबू/आलं/तुळशीचा चहा + १-२ मुगाची धिरडी + घरची चटणी + ५ बदाम + ५ अक्रोड

माध्यान्हपूर्व – १ ग्लास संत्र्याचा रस + १ टेबलस्पून सब्जा बी

जेवण – १-२ तुकडे ग्रिल्ड फिश + घरी केलेली सोलकढी (१ ग्लास) + कच्चे सॅलेड

संध्याकाळपूर्वी – १ कप ब्लॅक कॉफी + १ टीस्पून खोबरेल तेल + १ वाटी मिश्र बिया

रात्रीचं जेवण – १ वाटी ग्रिल्ड किंवा परतलेलं मशरूम, रताळं

किंवा

भाज्या घातलेलं वाटीभर सांबार

किंवा

वाटीभर चणा भेळ

झोपण्यापूर्वी – १ टीस्पून एसीव्ही घालून १ ग्लास साधं पाणी

लाइफस्टाइल डाएट प्लॅन क्र. ४१

(दैनंदिन आहार)

उठल्यावर – १ टीस्पून एसीव्ही + १ ग्लास साधं पाणी

ब्रेकफास्ट – लिंबू/आलं/तुळशीचा चहा + १-२ मुगाची धिरडी + ५ बदाम + ५ अक्रोड

माध्यान्हपूर्व – १ ग्लास संत्र्याचा रस + १ टेबलस्पून सब्जा बी

जेवण – मशरूम घालून भाज्यांचं सॅलेड + घरचं ताक (१ ग्लास)

संध्याकाळपूर्वी – १ कप ब्लॅक कॉफी + १ टीस्पून खोबरेल तेल + १ वाटी मिश्र बिया

रात्रीचं जेवण – १ वाटी घरी केलेलं टोमॅटो/मशरूम सूप + १ वाटी शिजवलेलं मोड आलेलं कडधान्यं

किंवा

ग्रिल्ड फिश आणि भाज्या

झोपण्यापूर्वी – १ टीस्पून एसीव्ही घालून १ ग्लास पाणी.

लाइफस्टाइल डाएट प्लॅन क्र. ४२

(दैनंदिन डाएट आहार)

उठल्यावर – १ टीस्पून एसीव्ही + १ ग्लास साधं पाणी

ब्रेकफास्ट – लिंबू/आलं/तुळशीचा चहा + २ पूर्ण अंडी/१-२ मुगाची धिरडी + घरची चटणी + ५ बदाम + ५ अक्रोड

माध्यान्हपूर्व – १ ग्लास गाजर + काकडीचा रस + १ टेबलस्पून सब्जा बी

जेवण – १ किनोवा उपमा किंवा भात + १ वाटी ग्रिल्ड फिश किंवा चिकन किंवा मटण + १ वाटी कुठलीही हिरवी पालेभाजी + कच्च सॅलेड

संध्याकाळपूर्वी – १ कप ब्लॅक कॉफी + १ टीस्पून खोबरेल तेल, १ वाटी मिश्र बिया + डार्क चॉकलेटचा छोटा तुकडा

रात्रीचं जेवण – १ वाटी घरी केलेलं लाल भोपळा/मशरूम सूप + १ वाटी शिजवलेलं मोड आलेलं कडधान्यं/भरपूर भाज्या घालून वरण किंवा रताळं

झोपण्यापूर्वी – १ टीस्पून एसीव्ही घालून १ ग्लास पाणी.

लाइफस्टाइल डाएट प्लॅन क्र. ४३

(दिवाळी किंवा इतर सणांसाठी आहार)

उठल्यावर – १ टीस्पून एसीव्ही + १ टीस्पून हळद घालून १ ग्लास बार्ली वॉटर + भिजवलेले ५ बदाम + ५ अक्रोड

ब्रेकफास्ट – २ अंड्यांचं तुपावर ऑम्लेट + १ वाटी कुठलंही ताजं फळ

माध्यान्हपूर्व – १ ग्लास सेलरी रस – लिंबू आणि मिरपूड घालून किंवा दिवाळीचा फराळ किंवा मिठाई

जेवण – १ वाटी ॲस्पॅरॅगस/टोमॅटो आणि ब्रोकोली/पालक सूप + १ वाटी ग्रिल्ड टोफू/पनीर/ फिश + कच्ची काकडी, गाजर, मुळा आणि कांदा

संध्याकाळपूर्वी – १ वाटी मिश्र बिया (लाल भोपळा, सूर्यफूल आणि कलिंगडाच्या बिया, जवस, चिया सीड्स), १ कप ब्लॅक कॉफी + खोबरेल तेल

रात्रीचं जेवण – १ वाटी शिजवलेलं मोड आलेलं कडधान्यं (मूग/मटकी/चवळी/काळा वाटाणा) यांचं मशरूम घालून सॅलेड आणि परतलेल्या भरपूर भाज्या

झोपण्यापूर्वी – १ टीस्पून एसीव्ही घालून १ ग्लास पाणी.

लाइफस्टाइल डाएट प्लॅन क्र. ४४

(सुपर डिटॉक्स आणि क्लिन्झिंग-इंटरमिटंट फास्टिंग + स्मूदी क्लिन्झ)

उठल्यावर – १ टीस्पून हळद + १/२ टीस्पून एसीव्ही + साधं पाणी

ब्रेकफास्ट – दुपारी १२:०० – १ ग्लास सकाळची स्मूदी (१ वाटी पालक + केळं + बदाम दूध + १ टेबलस्पून लाल भोपळ्याच्या आणि सूर्यफूलाच्या बिया + १ टीस्पून दालचिनी पूड)

माध्यान्हानंतर दुपारी १:३० – १ कप ग्रीन टी – लिंबू पिळून

दुपारी जेवण ३:०० – सुकामेवा घालून स्मूदी + सफरचंद + अर्ध गाजर + अननस + १ टेबलस्पून घरचं दही + १ टीस्पून दालचिनी पूड

संध्याकाळपूर्वी ५:०० – डाळिंब रस (डाळिंब + चिया सीड्स + पाण्यात भिजवलेल्या सब्जा सीड्स + जवस + लाल भोपळा आणि सूर्यफूल बिया + काळं मीठ किंवा हिमालयन मीठ + लिंबू रस)

संध्याकाळी ७:०० जेवण (झोपण्यापूर्वी ३ ते ४ तास) – स्मूदी + बेरीज किंवा हिरवं सफरचंद + पिस्ते + ९ बदाम + १ टेबलस्पून दही + पाणी.

लाइफस्टाइल डाएट प्लॅन क्र. ४५

(दैनंदिन आहार)

उठल्यावर – १ टीस्पून रॉ अनफिल्टर्ड एसीव्ही आणि १/२ टीस्पून ऑरगॅनिक हळद घालून १ ग्लास ताज्या गहू तृणांकुरांचा रस

व्यायामापूर्वी – ५ बदाम + ५ अक्रोड + ३ जर्दाळू + १ सुकं अंजीर (सगळं भिजवलेलं)

सकाळचा व्यायाम आणि योगासनं

ब्रेकफास्ट – स्मूदी (गाजर + काकडी + हिरवं सफरचंद + पालक + अर्ध ॲव्होकॅडो + चिया आणि सब्जा सीड्स)

किंवा

२ अंड्यांची १ टेबलस्पून तुपावर भुर्जी

माध्यान्हपूर्व – १ छोटी वाटी भाजलेले मकाणे + १ कप ग्रीन टी – लिंबू पिळून आणि चिमूटभर दालचिनी पूड (घरी कुटलेली)

जेवण – १ मूगडाळीचं धिरडं (थालीपीठ) + शिजवलेल्या भाज्या (ऋतूअनुसार) + १ वाटी वरण

संध्याकाळपूर्वी – १ कप ब्लॅक कॉफी + १ टेबलस्पून खोबरेल तेल, १ वाटी भाजलेल्या मिश्र बिया (सूर्यफूल, लाल भोपळा, जवस, चिया)

रात्रीचं जेवण – टोमॅटो/फुलकोबी/लाल भोपळा सूप + सॅलेड (राजमा, चेरी टमाटे, रंगीत ढोबळ्या मिरच्या, ब्रोकोली – सगळं नीट शिजवून), लिंबू पिळून

झोपण्यापूर्वी – १/२ टीस्पून रॉ अनफिल्टर्ड एसीव्ही घालून १ ग्लास पाणी.

लाइफस्टाइल डाएट प्लॅन क्र. ४६

(दैनंदिन आहार)

उठल्यावर – १ ग्लास बार्ली वॉटर + अर्धे लिंबू + १ टीस्पून हळद + सकाळची स्मूदी

सकाळी ६० मिनिटं चालणं

ब्रेकफास्ट – १–२ नाचणीचे डोसे किंवा उत्तपा – पुदिना चटणीबरोबर किंवा एका संपूर्ण अंड्याचं ऑम्लेट (आठवड्यातून तीनदा)

माध्यान्हपूर्व – १ ग्लास सेलरी रस – लिंबू आणि मिरपूड घालून

जेवण – खपली गव्हाचा १ फुलका किंवा ज्वारीची छोटी भाकरी + १ वाटी वरण + १ वाटी कुठलीही हिरवी पालेभाजी + कच्चा कांदा, टोमॅटो, काकडी आणि मुळा

संध्याकाळपूर्वी – १ कप ब्लॅक कॉफी + १ टेबलस्पून खोबरेल तेल, १ वाटी मिश्र बिया

रात्रीचं जेवण – १ वाटी अॅस्पॅरॅगस/पालक आणि ब्रोकोली/टोमॅटो/लाल भोपळा सूप + भरपूर भाज्या घालून भरड धान्याचा वाटीभर उपमा

झोपण्यापूर्वी – लिंबू पिळून १ ग्लास बार्ली पाणी.

लाइफस्टाइल डाएट प्लॅन क्र. ४७

(भारतीय उपवासांसाठी आहार)

उठल्यावर – १ ग्लास साधं पाणी + १ टीस्पून एसीव्ही + १/२ टीस्पून ऑरगॅनिक हळद

ब्रेकफास्ट – स्मूदी (१ सफरचंद + १ केळ + ७–८ बदाम + ३ पूर्ण अक्रोड + १ वाटी शहाळ्याची ताजी मलई + पाणी हवं तसं)

माध्यान्हपूर्व – चिमूटभर जिरंपूड आणि सैंधव घालून १ ग्लास ताक

जेवण – १–२ शिंगाडा थालीपिठं + १ वाटी दाण्याची आमटी + भाजलेलं रताळं

संध्याकाळपूर्वी – १ कप ब्लॅक कॉफी + १ टेबलस्पून कोल्ड–प्रेस्ड खोबरेल तेल, भाजलेले मकाणे

रात्रीचं जेवण ७:३० पूर्वी – १ छोटी भाकरी + १ वाटी कुठलीही हिरवी पालेभाजी + १ वाटी वरण + कच्चा कांदा, टोमॅटो आणि मुळा

जेवल्यावर चालणं – ६० मिनिटं

झोपण्यापूर्वी – १ ग्लास साधं पाणी + १ टीस्पून रॉ अनफिल्टर्ड एसीव्ही.

लाइफस्टाइल डाएट प्लॅन क्र. ४८

(दैनंदिन आहार)

उठल्यावर – १ ग्लास साधं पाणी + १/२ लिंबू + १/२ टीस्पून दालचिनी पूड + १/२ टीस्पून हळद

सकाळी फिरायला जाण्यापूर्वी – हिरवा रस (बेबी स्पिनॅच + सेलरी + विड्याचं पान + सफरचंद + गहू तृणांकुर + आवळा रस + पाणी)

सकाळचं फिरणं, योगासनं, ध्यानधारणा

ब्रेकफास्ट – मूग (डाळ किंवा अख्खे मूग) धिरडं/डोसा/इडली + हिरवी चटणी + बिना साखरेचा कपभर चहा

माध्यान्हपूर्व – (४ बदाम + २ अक्रोड + १ सुकं अंजीर)/नारळपाणी/१ कप ग्रीन टी

जेवण – १ भाकरी (ज्वारी/बाजरी/नाचणी) + १ वाटी कुठल्याही मोड आलेल्या कडधान्याची उसळ + १ वाटी वरण

संध्याकाळपूर्वी – १ कप मकाणा चिवडा/१ फळ/१ वाटी भेळ (मटकी/मकाणा/मुरमुरे)**रात्रीचं जेवण** – १ नाचणीची पोळी – फ्रॅन्की करून/२ इडल्या आणि हिरवी चटणी/ १-२ थालीपिठं किंवा डोसा किंवा ठेपला हिरव्या चटणीबरोबर.

लाइफस्टाइल डाएट प्लॅन क्र. ४९

(स्मूदी डिटॉक्स)

उठल्यावर – १ टीस्पून एसीव्ही + १ टीस्पून हळद घालून १ ग्लास साधं पाणी

ब्रेकफास्ट – १ ग्लास सकाळची स्मूदी (मूठभर बेरीज + १/२ किंवा १ केळं + बदाम दूध १/२ कप + १ वाटी बेबी स्पिनॅच + १ टेबलस्पून लाल भोपळ्याच्या बिया + १ टीस्पून दालचिनी पूड)

माध्यान्हपूर्व – १ कप ग्रीन टी – लिंबू पिळून, १ वाटी मिश्र बिया आणि सुकामेवा

किंवा

१ ग्लास मुळ्याचा रस

जेवण – स्मूदी (१ टेबलस्पून मिश्र सुकामेवा + १ सफरचंद + १/२ केळ + १/२ टीस्पून स्पिऱ्युलिना (किंवा १ स्पिऱ्युलिना टॅब्लेट घ्या) + १ टेबलस्पून सूर्यफूलाच्या बिया + १ कप घरचं दही + १ टीस्पून दालचिनी पूड)

संध्याकाळपूर्वी – डिटॉक्स ज्यूस (१/२ वाटी डाळिंब + १ टीस्पून चिया सीड्स + १ टीस्पून सूर्यफूलाच्या बिया + १ टीस्पून जवस + १ टीस्पून लाल भोपळ्याच्या बिया + काळं किंवा हिमालयन मीठ + लिंबू)

रात्रीचं जेवण (झोपण्यापूर्वी ३–४ तास) – स्मूदी (१/२ वाटी पालक + १–२ सेलरीच्या काड्या + ५–६ पिस्ते + ७–८ बदाम + १ टीस्पून लाल भोपळ्याचा बिया + १ टेबलस्पून दही + गरजेनुसार पाणी)

झोपण्यापूर्वी – १ टीस्पून एसीव्ही घालून ग्लासभर साधं पाणी

फराळाचे पर्याय –

१. सैंधव किंवा काळं मीठ घालून भाजलेले मकाणे

२. १ टीस्पून तुपावर हळद घालून उकडून परतलेलं रताळं

३. सर्व सुकामेवा आणि तेलबिया.

लाइफस्टाइल डाएट प्लॅन क्र. ५०

(दैनंदिन आहार)

उठल्यावर – १ टीस्पून हळद + १/२ टीस्पून एसीव्ही घालून साधं पाणी

ब्रेकफास्ट – १ ग्लास सकाळची स्मूदी (बेरीज + ॲव्होकॅडो + केळ + कोको पावडर + बदाम दूध + लाल भोपळ्याच्या बिया + १ टीस्पून दालचिनी पूड)

किंवा

१ अंड आणि केळ्याचा पॅन केक

माध्यान्हपूर्व – १ वाटी मिश्र बिया + १ कप ग्रीन टी लिंबू पिळून

जेवण – १ भाकरी (ज्वारी किंवा नाचणी) किंवा १ वाटी ब्राउन राइस + १ वाटी चिकन किंवा फिश करी + कच्चा कांदा, टोमॅटो, काकडी आणि मुळा

संध्याकाळपूर्वी – १ कप ब्लॅक कॉफी + १ टीस्पून खोबरेल तेल + ८ भाजलेले बदाम

रात्रीचं जेवण (झोपण्यापूर्वी ३–४ तास)– रात्रीसाठी स्मूदी (मिश्र सुकामेवा + सफरचंद + ॲव्होकॅडो + अननस + १ वाटी पालक आणि सॅलेडची पानं + १ टेबलस्पून घरचं दही + १ टीस्पून दालचिनी पूड).

लाइफस्टाइल डाएट प्लॅन क्र. ५१

(पार्शल स्मूदी डिटॉक्स)

उठल्यावर – १ टीस्पून हळद + १/२ टीस्पून एसीव्ही घालून साधं पाणी

ब्रेकफास्ट – १ ग्लास सकाळची स्मूदी (बेरीज् + १/२ ॲव्होकॅडो + पालक + गाजर + केळ + बदाम दूध + लाल भोपळ्याच्या बिया + १ टीस्पून दालचिनी पूड)

माध्यान्हपूर्व – १ ग्लास ताक

जेवण – १ वाटी चिकन किंवा फिश सॅलेड – चवी अनुसार केफिर आणि लाईम

संध्याकाळपूर्वी – १ वाटी घरी केलेली मटकी भेळ (चिंचेचं पाणी घालून) + १ कप ग्रीन टी लिंबू घालून

रात्रीचं जेवण (झोपण्यापूर्वी ३–४ तास)– रात्रीसाठी स्मूदी (१/२ हिरवं सफरचंद किंवा किवी + पिस्ते + ८–९ बदाम + ॲव्होकॅडो + १ टेबलस्पून दही + गरजेअनुसार पाणी)

किंवा

१–२ वाट्या घरी केलेलं सूप (भाज्यांचं सूप).

लाइफस्टाइल डाएट प्लॅन क्र. ५२

(दैनंदिन आहार)

उठल्यावर – १ टीस्पून हळद + १/२ टीस्पून एसीव्ही घालून साधं पाणी

ब्रेकफास्ट – १ ग्लास सकाळची स्मूदी (१/२ सफरचंद + केळं + पालक + ८ बदाम + १ टेबलस्पून दही + लाल भोपळ्याच्या बिया + १ टीस्पून दालचिनी पूड)

किंवा

२ अंड्यांची तुपावर भुर्जी

माध्यान्हपूर्व – १ वाटी मिश्र बिया + १ कप ग्रीन टी लिंबू पिळून

जेवण – १ भाकरी (ज्वारी किंवा नाचणी) किंवा १ वाटी ब्राउन राइस + १ वाटी चिकन किंवा फिश करी + कच्चा कांदा, काकडी, गाजर, मुळा

संध्याकाळपूर्वी – (१ कप ब्लॅक कॉफी + १ टीस्पून खोबरेल तेल), ८ भाजलेले बदाम

रात्रीचं जेवण (झोपण्यापूर्वी ३–४ तास)– रात्रीसाठी स्मूदी (मिश्र सुकामेवा + १ सफरचंद + १/२ वाटी मोड आलेलं मूग + १ वाटी पालक आणि सॅलेडची पानं + १ टेबलस्पून घरचं दही + १ टीस्पून दालचिनी पूड).

लाइफस्टाइल डाएट प्लॅन क्र. ५३

(जोम, ऊर्जा आणि वजन वाढीसाठी)

उठल्यावर - १ टीस्पून हळद घालून १ ग्लास ताजं लिंबू पाणी

व्यायामापूर्वी – १ केळ + १ वाटी मिश्र सुकामेवा

सकाळचा व्यायाम

व्यायामानंतर लगेच – कुठलीही वनस्पतिजन्य प्रोटीन पावडर १ स्कूप + १ टीस्पून खोबरेल तेल + कोमट पाणी

ब्रेकफास्ट - १-२ वाट्या दलिया + २-३ अंडी (उकडून किंवा ऑम्लेट) + १ बी कॉम्प्लेक्स कॅप्सूल

माध्यान्हपूर्व - १ कप ग्रीन टी लिंबू पिळून + १ फळ (ऋतूअनुसार)

जेवण - १-२ वाट्या भिजवलेल्या ब्राउन किंवा लाल तांदळाचा भात + १-२ वाट्या चिकन करी (नारळ घालून) + कच्चा कांदा, मुळा, टोमॅटो

संध्याकाळपूर्वी - ग्रीन स्मूदी (केळ + योगर्ट + १ वाटी पालक + मिश्र बिया + खजूर + सफरचंद + कुठलीही इतर भाजी)

संध्याकाळी ०६:४५ - १ वाटी दही आणि मिश्र सुकामेवा

रात्री ०८:३० - १-२ नाचणीची भाकरी + काळ्या किंवा पिवळ्या डाळीचं वरण + ३ अंडी (उकडून, बलकासह) + भाजलेलं रताळं + कच्चा टोमॅटो, कांदा आणि मुळा.

लाइफस्टाइल डाएट प्लॅन क्र. ५४

(दैनंदिन आहार)

उठल्यावर – १/२ टीस्पून एसीव्ही + १ टीस्पून हळद घालून १ ग्लास पाणी

सकाळी फिरणे किंवा व्यायाम – ६० मिनिटं

ब्रेकफास्ट – २ अंड्यांची भुर्जी किंवा ऑम्लेट किंवा लिंबू पिळलेला १ कप ग्रीन टी

माध्यान्हपूर्व – १ ग्लास सेलरी ज्यूस – लिंबू आणि मिरपूड घालून

जेवण – १ छोटी ज्वारीची भाकरी + १ वाटी वरण + १ वाटी कुठलीही हिरवी पालेभाजी + कच्चा कांदा, टोमॅटो, काकडी, मुळा

संध्याकाळपूर्वी – १ वाटी मिश्र बिया + १ कप ब्लॅक कॉफी + १ टीस्पून खोबरेल तेल

रात्रीचं जेवण – १ वाटी ॲस्पॅरॅगस/पालक आणि ब्रोकोली/टोमॅटो/लाल भोपळा सूप + १ ग्रिल्ड मशरूम + भरपूर भाज्या + भाजलेलं रताळं

झोपण्यापूर्वी – १ ग्लास पाणी (लिंबू पिळून).

लाइफस्टाइल डाएट प्लॅन क्र. ५५

(वजन वाढीसाठी)

उठल्यावर – १ टीस्पून हळद + १/२ लिंबू पिळून १ ग्लास पाणी

उठल्यावर २० मिनिटांनी – रात्रभर भिजवलेले ५ बदाम + ५ अक्रोड + ३ सुके अंजीर + २ खजूर

ब्रेकफास्ट – १-२ थालिपीठं (पराठा) + पुदिना चटणी

किंवा

इडली/डोसा/उत्तप्पा + सांबार आणि नारळ चटणी

माध्यान्हपूर्व – १ ताजं फळ (ऋतूअनुसार) किंवा सुकामेव्याचा किंवा डिंकाचा लाडू

जेवण – खपली गव्हाच्या २ पोळ्या किंवा नाचणी अथवा बाजरीची भाकरी + १ वाटी हिरवी पालेभाजी + १ वाटी वरण भात + १ टीस्पून तूप + कोशिंबीर (रायतं) किंवा सॅलेड

संध्याकाळपूर्वी – १ ग्लास ताजा डाळिंबाचा रस + १ वाटी भाजलेल्या बिया (लाल भोपळा, जवस, सूर्यफूल आणि चिया सीड्स)

रात्री – १ वाटी मूगडाळीची खिचडी + १ टीस्पून तूप + १ वाटी ऋतूअनुसार कुठलीही भाजी

किंवा

२ फुलके (खपली गहू) + १ वाटी कुठलीही हिरवी पालेभाजी + १ वाटी वरण भात + १ टीस्पून तूप + कोशिंबीर (रायतं) किंवा सॅलेड.

लाइफस्टाइल डाएट प्लॅन क्र. ५६

(मुलांसाठी दैनंदिन आहार)

ब्रेकफास्ट (शाळेत जायच्या आधी) - १-२ सुकामेव्याचे लाडू (बदाम, अक्रोड, काजू, पिस्ते, सुके अंजीर, खजूर, गूळ, नारळ, तूप) + १ ग्लास दूध (शाळेपूर्वी मुलांना उच्च प्रोटीनची आवश्यकता असल्याने दुधात १ स्कूप 'किड्स प्रोटीन' घालावं.)

किंवा

तुपावर केलेलं ऑम्लेट अथवा फ्रेंच टोस्ट

जेवण - नाचणीच्या पोळीत मिश्र भाज्यांची फ्रॅन्की

किंवा

मोड आलेल्या कडधान्यांबरोबर पांढरा भात आणि भाज्या

किंवा

घरी केलेल्या सॉरडोच्या ब्रेडचे सॅन्डविच + १ फळ (ऋतूअनुसार)

शाळेतून आल्यावर १ फळ (ऋतुनुसार) + १ डिंकाचा लाडू

संध्याकाळपूर्वी - १-२ भाज्यांचा पराठा किंवा थालीपिठासोबत चटणी

किंवा

इडली/डोसा/उत्तपा - नारळ चटणीबरोबर

किंवा

वेगवेगळ्या भाज्या भरून पोळीचा रोल

रात्रीचं जेवण - १-२ पोळ्या (खपली गहू) किंवा ज्वारी/बाजरी भाकरी + १ वाटी कुठलीही हिरवी पालेभाजी + १ वाटी वरण भात + १ टीस्पून तूप + कोशिंबीर किंवा सॅलेड.

लाइफस्टाइल डाएट प्लॅन क्र. ५७

(इंटरमिटंट फास्टिंग)

सकाळी व्यायामापूर्वी किंवा नंतर - १ कप ब्लॅक कॉफी + १ टेबलस्पून तूप किंवा खोबरेल तेल

दुपारी २:०० - १ ग्लास बार्ली वॉटर + १ टीस्पून रॉ अनफिल्टर्ड एसीव्ही + १/२ टीस्पून हळद

दुपारी २:१५ (जेवण) - १ वाटी शिजवलेलं, मोड आलेलं कडधान्य - टोमॅटो, कांदा, काकडी, चिमूटभर सैंधव, मिरपूड आणि लिंबू घालून

किंवा

२ मूगडाळीची धिरडी + नारळ चटणी

दुपारी ४:०० (संध्याकाळपूर्वी) - १ वाटी मिश्र बिया + ५ बदाम + ५ अक्रोड + १ सुकं अंजीर

संध्याकाळी ६:०० जेवण- १ वाटी किनोवा भात + १ वाटी शिजवलेल्या भाज्या (ऋतूअनुसार) + १ वाटी वरण + कच्चा कांदा, टोमॅटो, मुळा, काकडी

रात्री झोपण्यापूर्वी - १ ग्लास बार्ली वॉटर.

लाइफस्टाइल डाएट प्लॅन क्र. ५८

(स्मूदी डिटॉक्स)

उठल्यावर – १/२ टीस्पून एसीव्ही + १ टीस्पून हळद घालून १ ग्लास साधं पाणी

ब्रेकफास्टपूर्वी २० मिनिटं – १ कप ब्लॅक कॉफी + १ टीस्पून तूप किंवा खोबरेल तेल

ब्रेकफास्ट – १ ग्लास सकाळची स्मूदी (स्ट्रॉबेरीज + पालक + ॲव्होकॅडो + केळं + बदाम दूध + लाल भोपळ्याच्या बिया + १ टीस्पून दालचिनी पूड)

माध्यान्हपूर्व – ८ बदाम + ५ अक्रोड, १ कप ग्रीन टी – लिंबू पिळून

जेवण – स्मूदी (मिश्र सुकामेवा + सफरचंद + ॲव्होकॅडो + किवी + १ वाटी पालक आणि सॅलेडची पान + १ टेबलस्पून घरचं दही + १ टीस्पून दालचिनी पूड)

संध्याकाळपूर्वी – १ वाटी भाजलेल्या मकाण्याचा चिवडा, १ कप हर्बल–टी

रात्रीचं जेवण – स्मूदी (१/२ हिरवं सफरचंद + पिस्ते + ॲव्होकॅडो + १ टेबलस्पून दही + गरजेअनुसार पाणी).

लाइफस्टाइल डाएट प्लॅन क्र. ५९

(दैनंदिन आहार)

उठल्यावर - १ टीस्पून हळद + १/२ टीस्पून एसीव्ही घालून साधं पाणी

सकाळी साठ मिनिटं फिरायला जाणे किंवा व्यायाम

ब्रेकफास्ट - १-२ नाचणीचे डोसे किंवा उत्तपे आणि पुदिना चटणी

किंवा

२ अंड्यांचं ऑम्लेट

माध्यान्हपूर्व - १ वाटी ताजं चिरलेलं ॲव्हॉकॅडो किंवा ताजी शहाळ्याची मलई आणि १ टेबलस्पून भिजलेलं सब्जा बी

जेवण - १ भाकरी (ज्वारी किंवा नाचणी) + १ वाटी वरण + १ वाटी कुठलीही पालेभाजी + कच्चा कांदा, टोमॅटो, काकडी, मुळा

संध्याकाळपूर्वी - १ वाटी मिश्र बिया, १ कप ब्लॅक कॉफी + १ टीस्पून खोबरेल तेल

रात्रीचं जेवण - १ वाटी ॲस्पॅरॅगस/पालक आणि ब्रोकोली/फुलकोबी/टोमॅटो/लाल भोपळा सूप + १ वाटी ग्रिल्ड चिकन/फिश आणि भरपूर भाज्या

झोपण्यापूर्वी - १ ग्लास पाणी लिंबू पिळून.

लाइफस्टाइल डाएट प्लॅन क्र. ६०

(इंटरमिटंट फास्टिंग)

सकाळी १०:०० – १ टीस्पून हळद + १/२ टीस्पून एसीव्ही घालून साधं किंवा बार्ली वॉटर

सकाळी १०:१५ (ब्रेकफास्ट) – १ मूगडाळीचं धिरडं आणि पुदिना चटणी

किंवा

२ अंड्यांचं ऑम्लेट किंवा भुर्जी

माध्यान्हपूर्व – १ ग्लास गाजर आणि काकडी रस + १/२ लिंबू आणि सब्जा बिया

दुपारी २:३० (जेवण) – १ भाकरी (ज्वारी/नाचणी) + १ वाटी हिरवी पालेभाजी + १ वाटी वरण + कच्चं सॅलेड किंवा कोशिंबीर

संध्याकाळपूर्वी – १ वाटी मिश्र बिया + ६ बदाम, १ कप ग्रीन टी (लिंबू पिळून)

संध्याकाळी ६:०० जेवण– १ वाटी घरी केलेलं फुलकोबी/मशरूम/टोमॅटो/लाल भोपळा/रताळं सूप + शिजवलेलं मोड आलेलं कडधान्य (मूग/मटकी/चवळी/मसूर) + १ वाटी कोशिंबीर (तुमच्या आवडीअनुसार).

लाइफस्टाइल डाएट प्लॅन क्र. ६१

(इंटरमिटंट फास्टिंग)

उठल्यावर - १ टीस्पून हळद + १/२ टीस्पून एसीव्ही घालून साधं पाणी

सकाळी १०:०० (ब्रेकफास्ट) - १ कप बटर कॉफी (ब्लॅक कॉफी + १ टीस्पून तूप किंवा १ टीस्पून खोबरेल तेल एकत्र ब्लेन्ड करून) + ५ बदाम + ५ अक्रोड (रात्रभर भिजलेले)

दुपारी १:३० (जेवण) - १ वाटी ग्रिल्ड चिकन किंवा फिश (तुमच्या आवडीचं मॅरीनेशन) + बेबी स्पिनॅच + चिरलेलं बीटरूट + गाजर + काकडी + तुमच्या आवडीचं चीज + १ टेबलस्पून बाल्सेमिक व्हिनिगर + मूठभर बेरीज

संध्याकाळपूर्वी - १ कप ग्रीन हर्बल-टी (भरपूर आलं घालून + १ टीस्पून हळद + अर्ध लिंबू)

संध्याकाळी ५:३० (झोपण्यापूर्वी ३ ते ४ तास) - नाचणी किंवा ज्वारी रॅप - चिकन खिमा/हम्मस/अंडी घालून - रताळं, टोमॅटो, मिश्र भाज्या - सैंधव आणि मिरपूड.

लाइफस्टाइल डाएट प्लॅन क्र. ६२

(दैनंदिन आहार)

उठल्यावर – १ टीस्पून हळद + १/२ टीस्पून एसीव्ही साध्या पाण्यात १ ग्लास

व्यायामापूर्वी – १ कप बटर कॉफी (ताजी ब्लॅक कॉफी + १ टीस्पून गायीचं तूप + १ स्कूप/१ सॅशे कोलॅजेन)

ब्रेकफास्ट – १ ग्लास सकाळची स्मूदी (बेरीज + ॲव्होकॅडो + केळं + कोको पावडर + बदाम दूध + लाल भोपळ्याच्या बिया + १ टीस्पून दालचिनी पूड)

माध्यान्हपूर्व – १ वाटी मिश्र बिया, १ कप ग्रीन टी – लिंबू पिळून

जेवण – १ वाटी मोड आलेल्या मुगाचं सॅलेड + शिजवलेली ब्रोकोली + झुकिनी आणि अर्ध ॲव्होकॅडो

किंवा

१ नाचणी भाकरी + १ वाटी भाजी आणि वरण

संध्याकाळपूर्वी – १ कप ग्रीन टी (चिमूटभर दालचिनी पूड आणि लिंबू), ८ भाजलेले बदाम

रात्रीचं जेवण (झोपण्यापूर्वी ३ ते ४ तास) – रात्रीची स्मूदी (मिश्र सुकामेवा + सफरचंद + ॲव्होकॅडो + अननस + १ वाटी पालक आणि सॅलेडची पानं + १ टेबलस्पून घरचं दही + १ टीस्पून दालचिनी पूड).

लाइफस्टाइल डाएट प्लॅन क्र. ६३

(इंटरमिटंट फास्टिंग)

उठल्यावर - १ टीस्पून हळद + १/२ टीस्पून एसीव्ही घालून साधं पाणी

सकाळी १०:०० (ब्रेकफास्ट) - १ कप बटर कॉफी (ब्लॅक कॉफी + १ टीस्पून तूप + १ स्कूप/१ सॅशे कोलॅजेन एकत्र ब्लेन्ड करून), ५ बदाम + ५ अक्रोड (रात्रभर भिजवलेले)

दुपारी १:३० (जेवण) - १ ज्वारी किंवा नाचणी भाकरी/१ वाटी ब्राउन राइस + १ वाटी चिकन किंवा फिश करी + १ वाटी कोशिंबीर (गाजर, काकडी, दही)

संध्याकाळपूर्वी - १ कप ग्रीन हर्बल-टी (भरपूर आलं घालून + १ टीस्पून हळद + अर्धे लिंबू)

संध्याकाळी ५:३० (झोपण्यापूर्वी ३ ते ४ तास) - रात्रीची स्मूदी (१ वाटी गाजर + १/२ केळं + १/२ ॲव्होकॅडो + १/२ सफरचंद + १ वाटी बेबी स्पिनॅच + १ टेबलस्पून मिश्र बिया + ७-८ बदाम).

लाइफस्टाइल डाएट प्लॅन क्र. ६४

(दैनंदिन आहार)

उठल्यावर - १ कप पाणी (साधं) + १ टीस्पून रॉ अनफिल्टर्ड एसीव्ही+ १ टीस्पून हळद

व्यायामापूर्वी - १ कप बटर कॉफी (ताजी ब्लॅक कॉफी + १ टीस्पून कोल्ड-प्रेस्ड खोबरेल तेल + १ स्कूप कोलॅजेन पावडर, सर्व एकत्र २० सेकंद ब्लेन्ड करून)

ब्रेकफास्ट – लिंबू/आलं/तुळस चहा + १-२ घरी केलेली थालीपिठं (भाज्या घालून) आणि चटणी

किंवा

२ अंड्यांची भुर्जी

किंवा

१ वाटी नाचणी लापशी-चिया सीड्स घालून

माध्यान्हपूर्व - १ ग्लास सुपर ग्रीन स्मूदी (पालक + कढीपत्ता + विड्याचं पान + १/२ अॅव्होकॅडो + १ टेबलस्पून लाल भोपळ्याच्या बिया + सब्जा बिया)

जेवण - १ भाकरी किंवा १ वाटी ब्राउन राइस + १ वाटी वरण/चिकन/ फिश + कच्चा टोमॅटो, कांदा, मुळा, आणि गाजर

संध्याकाळपूर्वी - १ कप ग्रीन टी, ७ बदाम + ५ अक्रोड + मिश्र बिया

रात्रीचं जेवण ०७:३०- १ वाटी लाल भोपळा/ब्रोकोली/रताळं सूप + १ वाटी मोडं आलेले मूग/मटकी/चवळी/मटार - भाज्यांबरोबर परतून

झोपण्यापूर्वी – १ ग्लास पाणी + १ टीस्पून रॉ अनफिल्टर्ड एसीव्ही.

लाइफस्टाइल डाएट प्लॅन क्र. ६५

(डिटॉक्स डाएट)

उठल्यावर – १ कप साधं पाणी + गहू तृणांकुर रस + लिंबू, १ व्हिबॅक्ट डीएस कॅप्सूल

ब्रेकफास्ट – लिंबू/आलं/तुळशीचा चहा, १ वाटी शिजवलेले मोड आलेले मूग + टोमॅटो, कांदा आणि लिंबू रस

माध्यान्हपूर्व – १ ग्लास सेलरी रस + लिंबू + चिमूटभर मिरं पूड

जेवण – वाफवलेल्या भाज्या (फुलकोबी, ब्रोकोली, पालक, रंगीत ढोबळी/भोपळी मिरची) + सॉटेड मशरूम + घरी केलेलं ताक (१–२ ग्लास)

संध्याकाळपूर्वी – १ वाटीभर फळ ऋतूअनुसार + ७ बदाम + ४ अर्धे अक्रोड + १ कप ग्रीन टी (लिंबू पिळून)

रात्रीचं जेवण – लाल भोपळा/रताळं/गाजर आणि झुकिनी सूप + १ वाटी मोड आलेल्या कडधान्याची उसळ (कुठलीही), लोणचं (घरचं)

झोपण्यापूर्वी – १ ग्लास पाणी + १ टीस्पून रॉ अनफिल्टर्ड एसीव्ही.

लाइफस्टाइल डाएट प्लॅन क्र. ६६

(दैनंदिन आहार)

उठल्यावर पेय – १ ग्लास कोमट पाणी लिंबू पिळून + हिरवा रस (गहू तृणांकुर + विड्याचं पान + पालक + तुळस + पुदिना + सेलरी किंवा कोथिंबीर या सर्वांची पानं) + अर्धा टीस्पून हळद + चिमूटभर मिरं पूड आणि दालचिनी पूड + १/२ लिंबू

सकाळी चालणं किंवा योगासनं

ब्रेकफास्ट – मूग डाळीचं धिरडं + पुदिना चटणी किंवा घरी केलेली इडली/डोसा/उत्तपा आणि नारळाची चटणी

किंवा

रात्रभर भिजवलेले ओट्स + दही + सुकामेवा + सब्जा बिया + केळं

किंवा

१ वाटी नाचणीची लापशी

किंवा

१ वाटी दलिया

माध्यान्हपूर्व – १ ग्लास ज्यूस (गाजर + काकडी + १/२ मुळा + १/२ संत्र) + १ टीस्पून सब्जा बिया

जेवण – नाचणीची भाकरी + १ वाटी शिजवलेली भाजी (ऋतुअनुसार कुठलीही) + १ वाटी वरण (काळं किंवा पिवळं) + रायतं

संध्याकाळपूर्वी – १ वाटी भाजलेले मकाणे किंवा १ लाडू घरी केलेला (खायचा डिंक, सुकामेवा, बिया, खोबरं आणि तूप), १ कप ग्रीन टी लिंबू पिळून

रात्रीचं जेवण – लाल भोपळा/रताळं/गाजर आणि झुकिनी सूप + १ वाटी मोड आलेल्या कडधान्यांची उसळ (कुठलीही), लोणचं (घरचं)

किंवा

१–२ वाट्या सूप (परतलेल्या भाज्या आणि मशरूम)

किंवा

१ वाटी सूप + घरी केलेली थाई करी + ब्राउन राइस

झोपण्यापूर्वी – १ ग्लास साधं पाणी + १/२ टीस्पून रॉ अनफिल्टर्ड एसीव्ही + १ इकोनॉर्म सॅश.

लाइफस्टाइल डाएट प्लॅन क्र. ६७

(दैनंदिन आहार)

उठल्यावर – १ ग्लास साधं पाणी + १ टीस्पून रॉ अनफिल्टर्ड एसीव्ही + १ टीस्पून हळद **व्यायामापूर्वी** – १ कप ब्लॅक कॉफी + १ टीस्पून खोबरेल तेल (रॉ अनफिल्टर्ड), ५ बदाम + ५ अक्रोड

ब्रेकफास्ट – लिंबू/आलं/तुळस चहा + २ अंड्यांची भुर्जी तुपावर किंवा १ थालीपीठ/पराठा (कुठल्याही भाजीचा) + पुदिना चटणी

माध्यान्हपूर्व – १ ग्लास सुपर ग्रीन स्मूदी (पालक + कढीपत्ता + विड्याचं पान + १/२ अॅव्होकॅडो + १ टेबलस्पून लाल भोपळ्याच्या बिया + सब्जा बिया)

जेवण – १ वाटी मोडं आलेले मूग/मटकी/चवळी/मटार – भाज्यांबरोबर परतून + घरचं रायतं किंवा कोशिंबीर

संध्याकाळपूर्वी – १ कप ग्रीन टी लिंबू पिळून, १ वाटी मिश्र बिया (लाल भोपळा, जवस, चिया आणि सूर्यफूल)

रात्रीचं जेवण ७:३० – १ वाटी लाल भोपळा/मटार/ब्रोकोली/रताळं सूप + १ वाटी ग्रिल्ड चिकन/फिश/मशरूम + परतलेल्या भाज्या

झोपण्यापूर्वी – १ ग्लास पाणी + १ टीस्पून रॉ अनफिल्टर्ड एसीव्ही.

लाइफस्टाइल डाएट प्लॅन क्र. ६८

(दैनंदिन आहार)

उठल्यावर - १ ग्लास साधं पाणी + १ टीस्पून गहूतृणांकुर पावडर + १/२ टीस्पून एसीव्ही + चिमुटभर हळद

ब्रेकफास्टपूर्वी - १ कप ब्लॅक कॉफी/कोमट पाणी + १ टीस्पून खोबरेल तेल

ब्रेकफास्ट - २ अंड्यांची भुर्जी

किंवा

१-२ थालीपीठ (कुठलीही भाजी घालून) + १ वाटी पुदिना चटणी

माध्यान्हपूर्व - १ ग्लास रस (गाजर + काकडी + संत्र + सब्जा बिया + चिमूटभर मिरपूड)

जेवण - वाफवलेल्या भाज्या (फुलकोबी, ब्रोकोली, पालक, रंगीत ढोबळी मिरची) + सॉटेड मशरूम + घरी केलेलं ताक (१-२ ग्लास)

संध्याकाळपूर्वी - १ वाटी पपई/स्ट्रॉबेरीज + ७ बदाम + ४ अर्धे अक्रोड + १ कप ग्रीन टी लिंबू पिळून

रात्रीचं जेवण - लाल भोपळा/रताळं/गाजर सूप + १ वाटी मोड आलेल्या कडधान्यांची उसळ (कुठलीही), घरचं लोणचं

झोपण्यापूर्वी - १ ग्लास पाणी + १ टीस्पून रॉ अनफिल्टर्ड एसीव्ही.

लाइफस्टाइल डाएट प्लॅन क्र. ६९

(डिटॉक्स डाएट)

उठल्यावर – १ कप साधं पाणी + १ टीस्पून गहूतृणांकुर पावडर + लिंबू

ब्रेकफास्ट – लिंबू/आलं/तुळशीचा चहा, १ वाटी शिजवलेले मोड आलेले मूग + टोमॅटो, कांदा आणि लिंबू रस

माध्यान्हपूर्व – १ वाटी कुठलंही फळ (ऋतूअनुसार) + ५ अक्रोड + १ सेलिन (व्हिटॅमिन-सी) टॅब्लेट + १ व्हीबॅक्ट डीएस प्रोबायॉटिक (कॅप्सूल)

जेवण – मशरूम घालून भाज्यांचं सॅलेड + घरी केलेलं ताक (१-२ ग्लास)

संध्याकाळपूर्वी – १ वाटी पपई + ७ बदाम + ४ अक्रोड

रात्रीचं जेवण – उकडलेल्या भाज्यांचं सूप + १ वाटी उसळ (कुठलीही) + भाजलेलं रताळं

झोपण्यापूर्वी – १ ग्लास पाणी + १ टीस्पून त्रिफळा चूर्ण.

लाइफस्टाइल डाएट प्लॅन क्र. ७०

(इंटरमिटंट फास्टिंग - गट (आतडं) हीलिंग डाएट)

सकाळी १०:०० - सकाळचं पेय (रिकाम्या पोटी) ५० मिलि ताजा गहू तृणांकुर रस (५० मि.लि. पाणी घाला) + १ टीस्पून रॉ अनफिल्टर्ड एसीव्ही + १/२ टीस्पून हळद + १ इकोनॉर्म सॅशे + झिंक (पुरवठा म्हणून)

व्यायामापूर्वी - १ कप ब्लॅक कॉफी + १ टीस्पून गायीचं तूप

सकाळचा व्यायाम

सकाळी (ब्रेकफास्ट) - स्मूदी (गाजर + काकडी + हिरवं सफरचंद + पालक + अर्ध अॅव्होकॅडो + १ स्कूप कोलॅजेन पावडर + १ स्कूप स्पिऱ्युलिना पावडर + १ टीस्पून चिया आणि सब्जा बिया)

किंवा

२ अंड्यांची भुर्जी (तुपावर) + १ कप बोन ब्रॉथ (कोलॅजेन ऐवजी) + व्हिटॅमिन बी ५, मॅग्नेशिअम आणि प्रोबायॉटिक (सप्लिमेन्ट्स)

दुपारी जेवण - १ मूगडाळीचं धिरडं (थालीपीठ) + शिजवलेल्या भाज्या (ऋतूअनुसार) १ वाटी वरण + कच्च सॅलेड

संध्याकाळपूर्वी ०५:००- १ वाटी भाजलेल्या मिश्र बिया (सूर्यफूल, लाल भोपळा, जवस, चिया) + १ कप ग्रीन टी किंवा हर्बल-टी (आलं + लेमनग्रास + तुळस + हळद + ओवा आणि थोडं लिंबू)

संध्याकाळी ७:३० जेवण - टोमॅटो/फुलकोबी/लाल भोपळा/रताळं सूप + शिजवलेला राजमा किंवा मुगाचं सॅलेड (मोड आलेला राजमा किंवा मूग + चेरी टोमॅटो + रंगीत ढोबळी मिरच्या + मटार + ब्रोकोली) हे सर्व व्यवस्थित शिजवून त्यावर लिंबू पिळा + (ऐच्छिक) तुपावर शिजवलेलं रताळं (चिमूटभर साधं मीठ + हळद)

फास्टिंग विंडोची सुरुवात - या दरम्यान भरपूर पाणी पीत राहा.

लाइफस्टाइल डाएट प्लॅन क्र. ७१

(दैनंदिन आहार – आतडं आणि त्वचा सुधारणा)

उठल्यावर पेय – १ टीस्पून हळद + १/२ टीस्पून एसीव्ही + बार्ली वॉटर किंवा साधं पाणी + १ ग्लास हिरवा ज्यूस (पालक + सेलरी + एक विड्याचं पान + १/२ हिरवं सफरचंद + १ टीस्पून गहूतृणांकुर पावडर + १ टीस्पून दालचिनी पूड + १/२ लिंबू)

ब्रेकफास्ट – १ मूगडाळीचं धिरडं + पुदिना चटणी

किंवा

२ अंड्यांची भुर्जी/ऑम्लेट

माध्यान्हपूर्व – १ ग्लास रस (गाजर + बेरीज + बीटरूट + आलं + काकडी + १/२ संत्र + सब्जा बिया)

जेवण – १ वाटी किनोवा किंवा कुसकुस उपमा (भरपूर ताज्या भाज्या घालून) + १ वाटी कोशिंबीर/रायतं/दही (घरचं)

संध्याकाळपूर्वी – १ कप ब्लॅक कॉफी – १ टीस्पून खोबरेल तेल घालून, १ वाटी मिश्र बिया + ६ बदाम + ५ अक्रोड

रात्रीचं जेवण – १ वाटी लाल भोपळा/ब्रोकोली सूप + सॉटे मशरूम/ फिश आणि भाजलेलं रताळं + १ वाटी कोशिंबीर (तुमच्या आवडीची)

दोन जेवणांदरम्यान कोमट पाणी प्या.

झोपण्यापूर्वी – १ ग्लास कोमट पाणी + १ टीस्पून त्रिफळा चूर्ण.

लाइफस्टाइल डाएट प्लॅन क्र. ७२

(इंटरमिटंट फास्टिंग आहार)

सकाळी १०:०० – उठल्यावर १ टीस्पून हळद + १/२ टीस्पून एसीव्ही पाण्यात

सकाळी १०:१५ ब्रेकफास्ट – स्मूदी (स्ट्रॉबेरीज + केळ + ८ बदाम + ६ अक्रोड + १ वाटी गाजर + १ टेबलस्पून दही + शहाळ्यातली मलई + १ टेबलस्पून लाल भोपळ्याच्या बिया + १ टीस्पून चिया सीड्स)

सकाळी ११:३० – १ ग्लास सेलरी रस किंवा ताक

दुपारी जेवण १:०० – १ वाटी ग्रिल्ड चिकन/फिश सॅलेड (रंगीत ढोबळी मिरची, रताळं, मटार, ब्रोकोली आणि झुकिनी घालून)

संध्याकाळपूर्वी ५:३० – १ वाटी चणा भेळ (घरी केलेली)+ १ कप ग्रीन टी

संध्याकाळी ६:०० जेवण – स्मूदी (गाजर + काकडी + १/२ केळ + १/२ अ‍ॅव्होकॅडो + १/२ सफरचंद + १ वाटी बेबी स्पिनॅच + १ टेबलस्पून मिश्र बिया + ७-८ बदाम + ४ अर्धे अक्रोड)

झोपण्यापूर्वी – १ ग्लास कोमट पाणी + १ टीस्पून त्रिफळा चूर्ण.

लाइफस्टाइल डाएट प्लॅन क्र. ७३

(इंटरमिटंट फास्टिंग - अॅडव्हान्स्ड)

उठल्यावर –१ टीस्पून हळद + १/२ टीस्पून एसीव्ही पाण्यात

दुपारी जेवण १:०० - १ वाटी ग्रिल्ड चिकन/फिश सॅलेड (रंगीत ढोबळी मिरची, रताळं, मटार, ब्रोकोली आणि झुकिनी घालून) + १ कप ग्रीन टी लिंबू पिळून

संध्याकाळी ५:३० - १ वाटी मकाना, १ कप हर्बल-टी लिंबू पिळून

रात्री ८:३० जेवण - स्मूदी (गाजर + काकडी + १/२ केळ + १/२ अॅव्होकॅडो + १/२ सफरचंद + स्टॉबेरीज + १ वाटी बेबी स्पिनॅच + १ टेबलस्पून मिश्र बिया + ७-८ बदाम + ४ अर्धे अक्रोड)

झोपण्यापूर्वी - १ ग्लास कोमट पाणी + १ टीस्पून त्रिफळा चूर्ण.

लाइफस्टाइल डाएट प्लॅन क्र. ७४

(इंटरमिटंट फास्टिंग)

उठल्यावर –१ टीस्पून हळद + १/२ टीस्पून एसीव्ही पाण्यात

सकाळी चालणे किंवा व्यायाम – ६० मिनिटं

ब्रेकफास्ट दुपारी २:०० – २ अंडी (ऑम्लेट किंवा भुर्जी) + १ वाटी ऋतूअनुसार ताजी फळं + १ ग्लास रस (सेलरी + पालक) लिंबू आणि मिरपूड घालून

दुपारी जेवण ३:३० – १ वाटी मोड आलेलं, शिजवलेलं मूग/मटकी/चवळी/मटार – भाज्यांबरोबर परतून

संध्याकाळी ५:०० – १ वाटी मिश्र बिया, १ कप ब्लॅक कॉफी (१ टीस्पून खोबरेल तेल घालून)

संध्याकाळी ७:०० जेवण – १ वाटी ॲस्पॅरॅगस/पालक आणि ब्रोकोली/फुलकोबी/टोमॅटो/लाल भोपळा सूप + १ वाटी ग्रिल्ड चिकन/फिश/पनीर/मशरूम – भरपूर भाज्या घालून

झोपण्यापूर्वी – १ ग्लास कोमट पाणी + १ टीस्पून त्रिफळा चूर्ण.

लाइफस्टाइल डाएट प्लॅन क्र. ७५

(इंटरमिटंट फास्टिंग – फॅट कमी होणं, आतडं तंदुरुस्त होणं आणि आरोग्य सुधारणं)

उठल्यावर पेय (रिकाम्यापोटी) –१ टीस्पून हळद + १ टीस्पून रॉ अनफिल्टर्ड एसीव्ही १ ग्लास पाण्यात

सकाळी व्यायाम (कुठलाही)

व्यायामानंतर – हिरवा रस (१/२ वाटी पालक + १ टेबलस्पून पुदिन्याची पानं + १ टेबलस्पून कडुनिंबाची पानं + १ विड्याचं पान + ताजे गहूतृणांकूर + थोडी तुळशीची पानं + १/२ टीस्पून दालचिनी पूड + चिमूटभर गुलाबी किंवा सैंधव मीठ + १/२ लिंबाचा रस), १ अश्वगंधा टॅब्लेट

ब्रेकफास्ट – १–२ मूग/उडीद डाळीचा डोसा, पुदिना चटणी + २ अंडी (ऑम्लेट किंवा भुर्जी)

माध्यान्हापूर्वी – १ कप ब्लॅक कॉफी + १ वाटी मिश्र बिया (सूर्यफूल, लाल भोपळा, जवस, चिया)

दुपारी जेवण – १ भाकरी + १ वाटी हिरवी पालेभाजी (कुठलीही) + १ वाटी वरण + दही/कोशिंबीर

संध्याकाळी – १ कप कोम्बुचा टी + ५ बदाम + ५ अर्धे अक्रोड + ५ काजू

संध्याकाळी ७:०० जेवण – १ वाटी बोन ब्रॉथ सूप + २०० ग्रॅम चिकन/फिश/मोड आलेलं कडधान्यं + शिजवलेली भाजी (ऋतूअनुसार)

यानंतर सोळा तासाचा उपवास करा.

झोपण्यापूर्वी – १ ग्लास कोमट पाणी + १ टीस्पून त्रिफळा चूर्ण.

लाइफस्टाइल डाएट प्लॅन क्र. ७६

(दैनंदिन आहार)

उठल्यावर – १ टीस्पून हळद + १/२ टीस्पून एसीव्ही १ ग्लास पाण्यात

व्यायामापूर्वी १ तास – भिजवलेले ५-६ बदाम + ५ अक्रोड + १ सुकं अंजीर

ब्रेकफास्ट – १ कप बटर कॉफी + थोडा सुकामेवा आणि मिश्र बिया

माध्यान्हापूर्वी – १ ग्लास सेलरी/काकडीचा रस – लिंबू आणि मिरपूड घालून

दुपारी जेवण – १ ब्राउन राइस/१ डोसा/१ उत्तपा + १ वाटी वरण/सांबार + १ वाटी हिरवी पालेभाजी (कुठलीही) + कच्चा कांदा, टोमॅटो, काकडी आणि मुळा

संध्याकाळी – १ वाटी मिश्र बिया + १ कप हर्बल-टी

संध्याकाळी जेवण – १ वाटी ॲस्पॅरॅगस/पालक आणि ब्रोकोली/फुलकोबी/टोमॅटो/लाल भोपळा सूप + १ वाटी सॉटे मशरूम/वरण आणि भरपूर भाज्या.

लाइफस्टाइल डाएट प्लॅन क्र. ७७

(पीसीओडीसाठी दैनंदिन आहार)

सकाळचं पेय –१ टीस्पून हळद + १ टीस्पून एसीव्ही १ ग्लास पाण्यात + बटर कॉफी (१ टेबलस्पून तूप/खोबरेल तेल)

ब्रेकफास्ट – स्मूदी (केळ + ॲव्होकॅडो + ६ बदाम + ६ अक्रोड + १ टीस्पून जवस + १ टीस्पून चिया सीड्‌स + पाणी)

दुपारी जेवण – १-२ मूगडाळीचे डोसे + कुठलीही भाजी + वरण + १ वाटी दही

संध्याकाळी – १ कप माचा टी + दालचिनी आणि लिंबू + १ वाटी भिजलेल्या मिश्र बिया

संध्याकाळी जेवण – १ वाटी शिजवलेलं मोड आलेलं कडधान्यं/चिकन/फिश + १ वाटी शिजवलेल्या भाज्या किंवा सूप (तुमच्या आवडीअनुसार) + १ ओमेगा कॅप्सूल + १ व्हिटेक्स टॅब्लेट (पुरवठा)

झोपण्यापूर्वी – १ ग्लास साधं पाणी + १ टीस्पून एसीव्ही.

लाइफस्टाइल डाएट प्लॅन क्र. ७८

(आतडं बरं होण्यासाठी आहार - आयबीएस/आयबीडी आजारांकरता)

उठल्यावर – १ ग्लास ताजा कोरफड रस + १ टेबलस्पून एल ग्लुटामाइन पावडर + एन्टेरोजर्मिना व्हायल

ब्रेकफास्ट - स्मूदी (हिरवं सफरचंद + केळं + सब्जा बिया + अश्वगंधा चूर्ण + मुलेठी चूर्ण - साधारण १/२ चमचा) + १-२ मूग/उडीद डाळीची धिरडी किंवा डोसा/इडली + ५ बदाम + ५ अक्रोड + १ प्रायमोसा कॅप्सूल

दुपारी जेवण - १ नाचणी/ज्वारी/बाजरी डोसा/भाकरी + १ वाटी कुठलीही हिरवी पालेभाजी + १ वाटी वरण + मुळ्याची कोशिंबीर किंवा दही

संध्याकाळी - १ ग्लास कोरफड रस + १ टेबलस्पून एल ग्लुटामाइन पावडर + १ छोटी वाटी मिश्र बिया

संध्याकाळी जेवण - १ वाटी ॲस्पॅरॅगस/लाल भोपळा/ब्रोकोली/पालक सूप + १ वाटी पत्ताकोबी किंवा ऋतूअनुसार इतर भाजी - किनोवा उपमा किंवा भाताबरोबर

झोपण्यापूर्वी - १ ग्लास कोरफड रस + १ टीस्पून त्रिफळा चूर्ण.

लाइफस्टाइल डाएट प्लॅन क्र. ७९

(दैनंदिन आहार)

उठल्यावर – १ ग्लास ताजा गहू तृणांकुर रस + १ टीस्पून रॉ अनफिल्टर्ड एसीव्ही + १/२ टीस्पून हळद

व्यायामापूर्वी – भिजवलेले ५ बदाम + ५ अक्रोड + ३ जर्दाळू + १ सुकं अंजीर

सकाळचा व्यायाम आणि योगासनं

ब्रेकफास्ट – स्मूदी (गाजर + काकडी + हिरवं सफरचंद + पालक + १/२ ॲव्होकॅडो + चिया आणि सब्जा बिया + नारळ किंवा बदाम दूध + १ स्कूप वनस्पतिजन्य प्रोटीन पावडर)

दुपारी जेवण – १ मूग डाळीचं धिरडं + शिजलेल्या भाज्या (ऋतूअनुसार) + १ वाटी वरण

संध्याकाळी – १ कप ब्लॅक कॉफी, १ वाटी भाजलेल्या मिश्र बिया (सूर्यफूल, लाल भोपळा, जवस, चिया)

संध्याकाळी जेवण (७:३० पूर्वी) – टोमॅटो/फुलकोबी/लाल भोपळा सूप + शिजवलेल्या राजम्याचं सॅलेड (राजमा + चेरी टमाटे + रंगीत ढोबळी मिरची + ब्रोकोली) सर्व नीट शिजवून एकत्र करून त्यात लिंबू पिळणे

झोपण्यापूर्वी – १ ग्लास कोरफड रस + १ टीस्पून त्रिफळा चूर्ण.

लाइफस्टाइल डाएट प्लॅन क्र. ८०

(दैनंदिन आहार)

उठल्यावर – १ ग्लास कोमट पाणी लिंबू पिळून

ब्रेकफास्ट – स्मूदी (पालक + केळ + सफरचंद + ६ बदाम + ६ अक्रोड + १/२ ते १ टीस्पून जवस बिया + १ टीस्पून सब्जा बिया + १ टीस्पून दही + पाणी)

दुपारी जेवण – १ मूग डाळीचं धिरडं + पुदिना चटणी किंवा घरी केलेली इडली/डोसा/उत्तपा + नारळ चटणी

किंवा

१ वाटी दलिया

संध्याकाळी – १ कप ग्रीन टी लिंबू पिळून

संध्याकाळी जेवण – घरी केलेलं कुठलंही सॅलेड + मोड आलेलं शिजवलेलं कडधान्य + १ कप दही

झोपण्यापूर्वी – १ ग्लास कोरफड रस + १ टीस्पून त्रिफळा चूर्ण.

लाइफस्टाइल डाएट प्लॅन क्र. ८१

(दैनंदिन आहार)

उठल्यावर – १ ग्लास पाणी + १ टीस्पून रॉ अनफिल्टर्ड एसीव्ही + १/२ टीस्पून हळद

ब्रेकफास्ट – १ वाटी रात्रभर भिजवलेले ओट्स + ताजी फळं + १ टेबलस्पून मिश्र बिया आणि मिश्र सुकामेवा, १ कप माचा ग्रीन टी

दुपारी जेवण – १ मूग डाळीचं धिरडं किंवा डोसा किंवा थालीपीठ + शिजवलेल्या भाज्या (ऋतूअनुसार) + १ वाटी वरण + कोशिंबीर

संध्याकाळी – १ ग्लास मुळ्याचा रस (लिंबू, सैंधव मीठ चवीअनुसार)

संध्याकाळी जेवण – टोमॅटो/फुलकोबी/लाल भोपळा सूप + शिजवलेल्या राजम्याचं सॅलेड (राजमा + चेरी टमाटे + रंगीत ढोबळी मिरची + ब्रोकोली) सर्व नीट शिजवून एकत्र करून त्यात लिंबू पिळणे

झोपण्यापूर्वी – पाण्याबरोबर १/२ टीस्पून रॉ अनफिल्टर्ड एसीव्ही पावडर.

लाइफस्टाइल डाएट प्लॅन क्र. ८२

(इंटरमिटंट फास्टिंग - गट (आतडं) हीलिंग डाएट)

सकाळी १०:३० सकाळचं पेय –१ ग्लास पाणी + १/२ टीस्पून एसीव्ही + १ टीस्पून हळद + १ व्हिबॅक्ट कॅप्सूल

दुपारी १२:०० - १ ग्लास स्मूदी (गाजर + काकडी + स्ट्रॉबेरीज + केळ + ८ बदाम + १ टीस्पून मिश्र बिया)

किंवा

२-३ अंड्यांची भुर्जी

किंवा

चॉकलेट ओट्स स्मुदी (१ केळ + १/२ सफरचंद + रॉ कोको पावडर + रात्रभर भिजवलेले २ टेबलस्पून ओट्स + ८ बदाम किंवा मिश्र सुकामेवा + १ टेबलस्पून लाल भोपळ्याच्या बिया + १ टेबलस्पून दही) + १ स्कूप कोलॅजेन पावडर + २ अश्वगंधा टॅब्लेट्स + १ ओमेगा कॅप्सूल + १ बी लाँग एफ टॅब्लेट

माध्यान्हपूर्व – १ कप ब्लॅक कॉफी (१ टीस्पून खोबरेल तेल घालून)

दुपारी २:३० जेवण - १ वाटी वरण + १ वाटी कुठलीही शिजलेली भाजी अथवा उसळ + १ वाटी रायतं किंवा कोशिंबीर

संध्याकाळी - १ वाटी मिश्र बिया + ६ बदाम + १ कप ग्रीन टी लिंबू पिळून

जेवण्यापूर्वी २० मिनिटं - १ टीस्पून खोबरेल तेल कोमट पाण्यात

संध्याकाळी ७:०० ते ०७:३० जेवण - १ वाटी घरी केलेलं फुलकोबी/मशरूम/टोमॅटो/लाल भोपळा/रताळं सूप + शिजवलेली मोड आलेली कडधान्यं (मूग/मटकी/चवळी/मसूर) भुकेअनुसार + १ वाटी कोशिंबीर (तुमच्या आवडीअनुसार)

किंवा

कुठलंही घरी केलेलं सूप + १ वाटी ग्रिल्ड चिकन किंवा फिश

किंवा

१-२ थालीपिठं चटणी किंवा शिजवलेल्या भाज्यांबरोबर

किंवा

घरी केलेला डोसा/इडली, नारळ चटणी आणि सांबार

झोपण्यापूर्वी - १ ग्लास पाणी + १ टीस्पून रॉ अनफिल्टर्ड एसीव्ही + २ त्रिफळा टॅब्लेट्स

सूचना - संध्याकाळी ७ ते ७.३० पर्यंत जेवायचा प्रयत्न करा.

लाइफस्टाइल डाएट प्लॅन क्र. ८३

(भारतीय उपवासांकरता आहार)

उठल्यावर – १ ग्लास साधं पाणी + १ टीस्पून एसीव्ही + १/२ टीस्पून ऑरगॅनिक हळद

ब्रेकफास्ट – १ ग्लास ताक + १ गूळ-दाण्याचा लाडू

दुपारी जेवण – १-२ शिंगाडा (कुट्टू किंवा राजगिरा पीठ) थालीपिठं + १ वाटी दाण्याची आमटी + भाजलेलं रताळं

संध्याकाळी – १ कप ब्लॅक कॉफी + १ टेबलस्पून कोल्ड-प्रेस्ड खोबरेल तेल, भाजलेले मकाणे

संध्याकाळी जेवण – स्मूदी (१/२ हिरवं सफरचंद + पिस्ते + ॲव्होकॅडो + १ टेबलस्पून दही + आवश्यकतेअनुसार पाणी)

संध्याकाळी जेवल्यावर फिरणे – ६० मिनिटं

झोपण्यापूर्वी – १ ग्लास साध्या पाण्याबरोबर १ टीस्पून रॉ अनफिल्टर्ड एसीव्ही पावडर.

लाइफस्टाइल डाएट प्लॅन क्र. ८४

(इंटरमिटंट फास्टिंग)

उठल्यावर – १ टीस्पून हळद + १/२ टीस्पून एसीव्ही साध्या पाण्यात

ब्रेकफास्टपूर्वी २० मिनिटं – १ कप ब्लॅक कॉफी + १ टीस्पून तूप किंवा खोबरेल तेल

ब्रेकफास्ट दुपारी १:०० – ३ अंडी (ऑम्लेट किंवा भुर्जी किंवा उकडून)

दुपारी जेवण २:३० – १ तृणधान्यांची पोळी + १ वाटी वरण + १ वाटी कुठलीही भाजी + १ वाटी कोशिंबीर

संध्याकाळी ५:०० – १ कप ग्रीन टी लिंबू पिळून किंवा १ कप ब्लॅक कॉफी + १ टीस्पून (थोडं कमी-अधिक) खोबरेल तेल, १ वाटी मिश्र सुकामेवा आणि मिश्र बिया

संध्याकाळी ८:०० जेवण (झोपण्यापूर्वी ३-४ तास) – १-२ वाट्या परतलेल्या भाज्या + १ वाटी चिकन/फिश

झोपण्यापूर्वी – १ ग्लास साध्या पाण्याबरोबर १/२ टीस्पून रॉ अनफिल्टर्ड एसीव्ही पावडर.

लाइफस्टाइल डाएट प्लॅन क्र. ८५

(हार्मोन्स-संप्रेरकं संतुलनासाठी दैनंदिन आहार)

उठल्यावर - १ ग्लास पाणी + १ टीस्पून रॉ अनफिल्टर्ड एसीव्ही + १/२ टीस्पून हळद

ब्रेकफास्ट - १ कप तूप कॉफी (ब्लॅक कॉफीमध्ये १ टेबलस्पून गायीचं तूप घालून फेसाळ होईपर्यंत ब्लेन्ड करणे), ७-८ बदाम

माध्यान्हापूर्वी - १ छोटी वाटी भाजलेले मकाणे किंवा १ अॅव्होकॅडो + १ कप ग्रीन टी लिंबू पिळून, चिमूटभर दालचिनी पूड घालून (घरी कुटलेली)

दुपारी जेवण - १-२ कुट्टु किंवा राजगिरा पराठा + शिजवलेल्या भाज्या (ऋतूअनुसार) + १ वाटी वरण किंवा २ अंड्यांची भुर्जी

संध्याकाळी - १ कप ब्लॅक कॉफी + १ टीस्पून खोबरेल तेल, १ वाटी भाजलेल्या मिश्र बिया (सूर्यफूल, लाल भोपळा, जवस, चिया)

संध्याकाळी जेवण (झोपण्यापूर्वी ४ ते ५ तास) - १-२ मुगाचे डोसे किंवा धिरडी आणि भाजी, वरण + १ वाटी रायतं (साखर न घालता घरी केलेलं कुठलंही रायतं)

झोपण्यापूर्वी - १ ग्लास कोमट पाणी + १ टीस्पून त्रिफळा चूर्ण.

लाइफस्टाइल डाएट प्लॅन क्र. ८६

(आतडी बरी होण्यासाठी दैनंदिन आहार)

उठल्यावर – १ ग्लास साध्या पाण्यात १ टीस्पून हळद + १/२ टीस्पून एसीव्ही + व्हिबॅक्ट

ब्रेकफास्ट – १ कप कोकोनट कॉफी + भिजवलेले ८ बदाम

माध्यान्हापूर्वी – १ ग्लास साधं पाणी + १ लिंबांचा रस + एल ग्लुटामाइन + कोलॅजेन पावडर + झिंक + मॅग्नेशिअम

दुपारी जेवण – १ वाटी किनोवाचा भात (किमान ४ ते ५ तास भिजवून) + कुठलीही शिजवलेली भाजी + १ वाटी रायतं

संध्याकाळी – १ अ‍ॅव्होकॅडो + २-३ स्ट्रॉबेरीज + १ कप हर्बल-टी

संध्याकाळी जेवण (झोपण्यापूर्वी ३ ते ४ तास) – १ वाटी लाल/काळ्या तांदळाचा भात + मशरूम/मूग/ब्रोकोली/साधं वरण/थाई करी + रायतं

झोपण्यापूर्वी – १ ग्लास कोमट पाणी + १ टीस्पून त्रिफळा चूर्ण.

लाइफस्टाइल डाएट प्लॅन क्र. ८७

(दैनंदिन आहार)

उठल्यावर – १ ग्लास पाणी + १ टीस्पून हळद + १/२ टीस्पून एसीव्ही

सकाळचं चालणं किंवा व्यायाम – ६० मिनिटं

ब्रेकफास्ट – १ कप घी कॉफी + २ अंड्यांचं ऑम्लेट

माध्यान्हापूर्वी – ७ बदाम + २ अक्रोड + १ सुकं अंजीर

दुपारी जेवण – १ ज्वारी/नाचणीची भाकरी + १ वाटी वरण + १ वाटी हिरवी पालेभाजी किंवा ऋतूअनुसार कुठलीही भाजी + कच्चा कांदा, टोमॅटो, काकडी आणि मुळा

संध्याकाळी – १ वाटी मिश्र बिया, १ कप ब्लॅक कॉफी खोबरेल तेल घालून

संध्याकाळी जेवण – १ वाटी कुठलंही घरी केलेलं वरण + १ वाटी कुठलीही घरी केलेली भाजी + १ ग्लास ताक

झोपण्यापूर्वी – १ ग्लास कोमट पाणी + १ टीस्पून त्रिफळा चूर्ण.

लाइफस्टाइल डाएट प्लॅन क्र. ८८

(दैनंदिन आहार)

उठल्यावर – १ ग्लास साध्या पाण्यात १ टीस्पून हळद + १/२ टीस्पून एसीव्ही + व्हिबॅक्ट

व्यायामापूर्वी – १ कप कोकोनट कॉफी

ब्रेकफास्ट – २ अंड्यांची भुर्जी + ऋतूअनुसार कुठलंही फळ १ वाटी

माध्यान्हापूर्वी – १ कप ग्रीन टी + लिंबू पिळून, १ वाटी मिश्र बिया

दुपारी जेवण – १ मूगडाळीचं धिरडं/थालीपीठ/डोसा + शिजवलेली भाजी ऋतूअनुसार + १ वाटी वरण किंवा मोड आलेल्या कडधान्यांची आमटी + कोशिंबीर किंवा रायतं

संध्याकाळी – १ वाटी मिश्र बिया आणि १ कप हर्बल-टी (आलं, तुळस, दालचिनी, लेमन ग्रास, ओवा आणि बडीशेप)

संध्याकाळी जेवण ७:३० – टोमॅटो/फुलकोबी/लाल भोपळा सूप + शिजवलेला राजमा किंवा ग्रिल्ड चिकन किंवा फिश किंवा काबुली चन्याचं सॅलेड (चेरी टोमॅटो + रंगीत ढोबळी मिरची + ब्रोकोली) सर्व नीट शिजवून एकत्र करून त्यात लिंबू पिळणे

झोपण्यापूर्वी – १ टीस्पून रॉ अनफिल्टर्ड एसीव्ही साध्या पाण्यात.

लाइफस्टाइल डाएट प्लॅन क्र. ८९

(दैनंदिन आहार)

उठल्यावर – १ ग्लास साध्या पाण्यात १/२ टीस्पून हळद + १ टीस्पून रॉ अनफिल्टर्ड एसीव्ही

व्यायामानंतर – १ कप बटर कॉफी (आलटून पालटून तूप किंवा खोबरेल तेल वापरा)

ब्रेकफास्ट – २ उकडलेली अंडी + १/२ अॅव्होकॅडो + २ अश्वगंधा टॅब्लेट्स

माध्यान्हापूर्वी – १ ग्लास सेलेरी किंवा गाजर किंवा काकडीचा रस + सब्जा बिया + मिरपूड + लिंबू पिळून

दुपारी जेवण – १ मुगडाळीचं धिरडं/डोसा + शिजवलेली भाजी (ऋतूअनुसार) + १ ग्लास ताक

संध्याकाळी – १ वाटी भाजलेल्या मिश्र बिया (सूर्यफूल, लाल भोपळा, जवस, चिया) + १ कप हर्बल-टी (लिंबू घालून)

संध्याकाळी जेवण ७:३० पूर्वी – १ वाटी वरण (कुठलंही) + १ वाटी शिजवलेली भाजी (कुठलीही)

झोपण्यापूर्वी – १/२ टीस्पून रॉ अनफिल्टर्ड एसीव्ही साध्या पाण्यात.

लाइफस्टाइल डाएट प्लॅन क्र. ९०

(स्मूदी डिटॉक्स डाएट)

उठल्यावर – १ ग्लास कोमट पाण्यात १ टीस्पून हळद + १/२ टीस्पून एसीव्ही + १ व्हिबॅक्ट डीएस कॅप्सूल

ब्रेकफास्टपूर्वी २० मिनिटं – १ कप ब्लॅक कॉफी + १ टीस्पून कोल्ड-प्रेस्ड खोबरेल तेल

ब्रेकफास्ट – १ ग्लास सकाळची स्मूदी (ताज्या बेरीज + ॲव्होकॅडो + केळ +बदाम दूध + लाल भोपळ्याच्या बिया + १ टीस्पून दालचिनी पूड + १ स्कूप कोलॅजेन पावडर), २ अश्वगंधा टॅब्लेट्स

माध्यान्हापूर्वी – १ वाटी मिश्र बिया (सूर्यफूल, लाल भोपळा, जवस, चिया), १ कप हर्बल-टी (आलं, तुळस, लेमन ग्रास, हळद, ग्रीन टी पानं आणि लिंबू)

दुपारी जेवण – स्मूदी (५ बदाम + ५ अक्रोड + १/२ सफरचंद + १/२ ॲव्होकॅडो + १ चकती अननसाची + १ वाटी बेबी स्पिनॅच आणि पार्सली + नारळ दूध + १ टीस्पून दालचिनी पूड)

संध्याकाळी रस – १ ग्लास सेलेरी रस + आवळा अर्क + १ टीस्पून सब्जा बी

संध्याकाळी जेवण (झोपण्यापूर्वी ३ ते ४ तास) – स्मूदी (स्ट्रॉबेरीज + छोटं केळं + ५ हेझल नट + ५ पेकन + १/२ ॲव्होकॅडो आणि आवश्यकतेअनुसार बदाम दूध).

लाइफस्टाइल डाएट प्लॅन क्र. ११

(डिटॉक्स डाएट)

उठल्यावर – १ ग्लास साध्या पाण्यात गहू तृणांकुर रस आणि लिंबू, १ व्हिबॅक्ट डीएस कॅप्सूल

सकाळच्या व्यायामापूर्वी – १ कप घी कॉफी (ब्लॅक कॉफी + १ टीस्पून गायीचं तूप)

ब्रेकफास्ट – लिंबू/आलं/तुळस चहा + १ वाटी मोड आलेली शिजवलेली मटकी + टोमॅटो, कांदा आणि लिंबू रस

माध्यान्हापूर्वी – १ ग्लास रस (सेलेरी + गाजर + काकडी + अर्धा इंच आलं + लिंबू)

दुपारी जेवण – वाफवलेल्या भाज्या (फुलकोबी, ब्रोकोली, पालक, रंगीत ढोबळ्या मिरच्या) + मोड आलेले काबुली चणे + १ ग्लास घरी केलेलं ताक

संध्याकाळपूर्वी – ताज्या स्ट्रॉबेरीज १ वाटी + ७ बदाम + ४ अर्धे अक्रोड + १ कप हर्बल-टी (तुळस + हळद + ग्रीन टीची पानं + लेमन ग्रास + वेलदोडा + लिंबू)

संध्याकाळी जेवण – लाल भोपळा/रताळं/गाजर आणि झुकिनी सूप + १ वाटी मोड आलेल्या कडधान्याची उसळ (कुठलीही) + लोणचं + मुळा

झोपण्यापूर्वी – १ टीस्पून रॉ अनफिल्टर्ड एसीव्ही साध्या पाण्यात.

लाइफस्टाइल डाएट प्लॅन क्र. ९२

(इंटरमिटंट फास्टिंग)

सकाळचं पेय ९:०० – १ टीस्पून हळद + १/२ टीस्पून एसीव्ही साध्या पाण्यात किंवा बार्ली वॉटरमध्ये

सकाळी ९:२० – १ कप घी कॉफी किंवा कोकोनट कॉफी

ब्रेकफास्ट १०:१५ – १ मूगडाळीचं धिरडं, पुदिना चटणी

किंवा

१ डोसा/थेपला, चटणी

दुपारी जेवण २:३० – १ तृणधान्यांची पोळी + १ वाटी कुठलीही हिरवी पालेभाजी + १ वाटी वरण + कच्चं सॅलेड किंवा कोशिंबीर

संध्याकाळपूर्वी – १ वाटी मिश्र बिया + ६ बदाम, १ कप ग्रीन टी लिंबू पिळून

किंवा

१ ग्लास रस (गाजर + काकडी + १/२ लिंबू + सब्जा बिया)

संध्याकाळी ५:०० जेवण – १ वाटी घरी केलेलं फुलकोबी/मशरूम/टोमॅटो/लाल भोपळा/रताळं सूप + मोड आलेलं, शिजवलेलं कडधान्य (मूग/मटकी/चवळी/मसूर) + १ वाटी रायतं.

लाइफस्टाइल डाएट प्लॅन क्र. ९३

(गर्भारपणातला आहार)

उठल्यावर – १ ग्लास कोमट पाणी + लिंबू + तूप + चिमूटभर हळद, आंबा किंवा ऋतूअनुसार फळाची स्मूदी (भिजवलेले ५ बदाम + ४ अक्रोड + ५ मनुका + १ सुकं अंजीर + २ खजूर + ताज्या शहाळ्याची मलई + अॅव्होकॅडो + आवश्यकतेअनुसार पाणी)

ब्रेकफास्ट – घरी केलेला मेथी पराठा आणि चटणी

किंवा

डोसा आणि नारळ चटणी

किंवा

ओट्सची लापशी + मिश्र सुकामेवा आणि मिश्र बिया

दुपारी जेवण – मुगाची धिरडी/नाचणीचा डोसा/भाज्यांचा ठेपला –नारळ चटणीबरोबर

किंवा

२ अंड्यांची भुर्जी/ऑम्लेट, धिरडी/नाचणीच्या भाकरीबरोबर

किंवा

१ नाचणीची भाकरी + १ वाटी कुठलीही हिरवी पालेभाजी + १ वाटी वरण + १ वाटी रायतं किंवा ताक

संध्याकाळी – १ ग्लास दूध आणि मिश्र बिया किंवा १ शहाळं/नारळ पाणी आणि लाल भोपळ्याच्या बिया

रात्रीचं जेवण – १ वाटी ॲस्पॅरॅगस किंवा रताळ्याचं सूप + १ वाटी भिजवलेल्या ब्राउन तांदळाचा भात, मिश्र भाज्यांचा रस्सा किंवा वरण किंवा मोड आलेल्या कडधान्यांची आमटी

मध्यरात्री भूक लागल्यास – सुकामेवा लाडू किंवा भाजलेल्या बिया किंवा भाजलेला मकाणा किंवा गुळदाण्याचे लाडू.

लाइफस्टाइल डाएट प्लॅन क्र. ९४

(दैनंदिन आहार)

सकाळचं पेय – १/२ टीस्पून हळद + १ टीस्पून रॉ अनफिल्टर्ड एसीव्ही बार्ली वॉटरमध्ये

व्यायामापूर्वी किंवा नंतर – १ कप ब्लॅक कॉफी (१ टेबलस्पून तूप किंवा खोबरेल तेल)

दुपारी जेवण २:१५ – १ वाटी मोड आलेली, शिजवलेली कडधान्ये आणि टोमॅटो, कांदा, काकडी, चिमूटभर सैंधव, मिरपूड आणि लिंबाचा रस

किंवा

घरी केलेलं फिश किंवा चिकन सॅलेड आणि लाल किंवा काळ्या तांदळाचा भात

दुपारी ४:०० – १ वाटी मिश्र बिया + ५ बदाम + ५ अक्रोड + १ सुकं अंजीर

संध्याकाळी ६:०० जेवण – १ वाटी किनोवाचा भात + १ वाटी शिजवलेली भाजी (ऋतुअनुसार) + १ वाटी वरण + कच्चा कांदा, टोमॅटो, मुळा आणि काकडी

झोपण्यापूर्वी – १ ग्लास बार्ली वॉटर.

लाइफस्टाइल डाएट प्लॅन क्र. ९५

(दैनंदिन आहार)

उठल्यावर – १ ग्लास बार्ली वॉटरमध्ये १/२ टीस्पून हळद + १ टीस्पून रॉ अनफिल्टर्ड एसीव्ही

व्यायामापूर्वी – १ कप ब्लॅक कॉफी + १ टीस्पून खोबरेल तेल

सकाळचा व्यायाम आणि योगासनं

ब्रेकफास्ट – स्मूदी (पपई + काकडी + हिरवं सफरचंद + पालक + १/२ अ‍ॅव्होकॅडो किंवा शहाळ्याची मलई + चिया आणि सब्जा बिया)

माध्यान्हापूर्वी – ५ बदाम + ५ अक्रोड + १ सुकं अंजीर + १ कप हर्बल-टी

दुपारी जेवण – १-२ नाचणी/मुगाचं धिरडं किंवा तृणधान्य (देवधान्य) पोळी + शिजवलेली भाजी ऋतूअनुसार + १ वाटी वरण + १ कच्चा कांदा, टोमॅटो, मुळा आणि काकडी

संध्याकाळपूर्वी – १ कप ग्रीन टी (लिंबू घालून) किंवा हर्बल-टी + १ वाटी भाजलेल्या मिश्र बिया (सूर्यफूल, लाल भोपळा, जवस, चिया)

संध्याकाळी जेवण – टोमॅटो/फुलकोबी/लाल भोपळा सूप + शिजवलेला राजमा/चवळी/मटकी/काळे वाटाणे यांचं सॅलेड (चेरी टोमॅटो + रंगीत ढोबळी मिरची + ब्रोकोली) सर्व नीट शिजवून एकत्र करून त्यात लिंबू पिळणे

झोपण्यापूर्वी – १/२ टीस्पून रॉ अनफिल्टर्ड एसीव्ही + बार्ली वॉटर.

लाइफस्टाइल डाएट प्लॅन क्र. ९६

(डिटॉक्स डाएट)

उठल्यावर – १ कप साधं पाणी + १ टेबलस्पून गहूतृणांकुर पावडर आणि लिंबू

ब्रेकफास्ट – १ कप बटर कॉफी आणि भिजवलेले ७ बदाम

दुपारी जेवण – मशरूम आणि भाज्यांचं सॅलेड

किंवा

मूग डोसा/धिरडं + घरचं ताक (२ ग्लास)

संध्याकाळपूर्वी – १ वाटी मिश्र बिया + ७ बदाम + ४ अक्रोड + १ व्हिबॅक्ट डीएस कॅप्सूल

संध्याकाळी जेवण – उकडलेल्या भाज्यांचं सूप + १ वाटी शिजवलेले काबुली चणे आणि घरचं लोणचं

झोपण्यापूर्वी – लिंबू किंवा आवळा रस घालून १ ग्लास पाणी

सूचना – २ जेवणादरम्यान भूक लागल्यास तुम्ही मिश्र सुकामेवा आणि बिया खाऊ शकता.

लाइफस्टाइल डाएट प्लॅन क्र. १७

(डिटॉक्स डाएट)

सकाळी ९:०० वाजता – १ टेबलस्पून एसीव्ही घालून १ ग्लास साधं पाणी

ब्रेकफास्ट – १ ग्लास सकाळची स्मूदी (हिरवं सफरचंद + केळं + बदाम दूध + लाल भोपळ्याच्या बिया + १ टीस्पून दालचिनी पूड)

दुपारी जेवण – १ वाटी मोड आलेली, शिजवलेली मटकी + मूग आणि १ वाटी शिजवलेल्या भाज्या

संध्याकाळपूर्वी – १ कप बटर कॉफी + १ वाटी मिश्र बिया

संध्याकाळी जेवण ६:०० वाजता – स्मूदी (गाजर + काकडी + केळं + शहाळ्याची मलई + पाणी)

झोपण्यापूर्वी – १ टेबलस्पून एसीव्ही घालून १ ग्लास साधं पाणी.

लाइफस्टाइल डाएट प्लॅन क्र. ९८

(डिटॉक्स डाएट)

ब्रेकफास्ट – लिंबू/आलं/तुळस चहा + १ वाटी किनोवाचा उपमा किंवा लापशी

माध्यान्हापूर्वी – डाळिंब + गाजर + लाल भोपळ्याच्या बिया + सूर्यफूलाच्या बिया + बदाम + मुळा यांचा रस

दुपारी जेवण – हिरवी स्मूदी (कुठल्याही ३ वेगळ्या रंगांच्या भाज्या) + मिश्र सुकामेवा + १ टीस्पून खोबरेल तेल + दही + पाणी

संध्याकाळपूर्वी – सेलरी किंवा केल यांचा रस, मिरपूड आणि गुलाबी/ सैंधव मीठ घालून

जेवण – उकडलेल्या भाज्यांचं सॅलेड + मूग डाळ किंवा टोफू.

लाइफस्टाइल डाएट प्लॅन क्र. ९९

(डिटॉक्स डाएट)

उठल्यावर – १ ग्लास पाण्यात लिंबू आणि चिमूटभर हळद + १ व्हिबॅक्ट डीएस कॅप्सूल

ब्रेकफास्ट – बटर कॉफी (१ टेबलस्पून घी/खोबरेल तेल) + ६–७ भिजवलेले बदाम + ५ भिजवलेले अक्रोड

माध्यान्हापूर्वी – १ ग्लास (डाळिंब + मुळ्याचा रस + १ टीस्पून सब्जा बिया)

दुपारी जेवण – उकडलेल्या भाज्या (इटालिअन हर्ब्ज, मिरं आणि मीठ) + शिजवलेले मोड आलेले मूग किंवा टोफू यांचं सॅलॅड

किंवा

गाजर आणि काकडीच्या फोडींबरोबर १ वाटी ग्वॉकॅमोल

संध्याकाळी – १ कप हर्बल-टी (ओवा, ग्रीन टी, बडीशेप, जिरं, हळद, आलं), मिश्र बिया

संध्याकाळी जेवण – टोफू किंवा काबुली चणे आणि भरपूर भाज्या घालून तृणधान्यांच्या पोळीची फ्रॅन्की किंवा रोल

झोपण्यापूर्वी – १ ग्लास पाणी + १ व्हिबॅक्ट डीएस कॅप्सूल + २ त्रिफळा टॅब्लेट्स.

लाइफस्टाइल डाएट प्लॅन क्र. १००

(दैनंदिन आहार)

उठल्यावर – १ ग्लास साध्या पाण्यात १ टीस्पून हळद + १/२ टीस्पून एसीव्ही

ब्रेकफास्ट – १ कप ब्लॅक कॉफी (१ टेबलस्पून घी/खोबरेल तेल + १ टीस्पून हळद + १ स्कूप कोलॅजेन)

किंवा

१ ग्लास सकाळची स्मूदी (१ केळ + १ टेबलस्पून रात्रभर भिजलेले ओट्स + ५ भिजलेले बदाम + १ टेबलस्पून मिश्र बिया + १ टीस्पून रॉ कोको पावडर + शहाळ्याची मलई किंवा बदाम दूध)

किंवा

२ अंड्यांची भुर्जी

माध्यान्हापूर्वी – ८ बदाम + ५ अक्रोड, १ कप ग्रीन टी लिंबू पिळून

दुपारी जेवण – १ नाचणी/ज्वारीची भाकरी + १ वाटी वरण + १ वाटी शिजवलेली भाजी (ऋतूअनुसार) किंवा ग्रिल्ड फिश किंवा अंडा करी/भुर्जी + १ वाटी रायतं

संध्याकाळपूर्वी – १ वाटी भाजलेल्या मकाण्याचा चिवडा, १ कप हर्बल-टी

संध्याकाळी ७:३० पूर्वी जेवण (झोपण्यापूर्वी ३ ते ४ तास) – घरी केलेली डाळ-तांदळाची खिचडी, तूप आणि लोणचं.

लाइफस्टाइल डाएट प्लॅन क्र. १०१

(दैनंदिन आहार)

उठल्यावर – १ ग्लास साध्या पाण्यात १ टीस्पून हळद + १ टीस्पून रॉ अनफिल्टर्ड एसीव्ही

सकाळचा व्यायाम आणि योगासनं – ६० मिनिटं

ध्यानधारणा – १५ ते २० मिनिटं

ब्रेकफास्ट – १–२ डोसे/उत्तपा + नारळ चटणी + १ टीस्पून गायीचं तूप + १ अंडं (उकडलेलं, पिवळ्या बलकासह)

माध्यान्हापूर्वी – लिंबू आणि मध घालून १ कप हर्बल–टी

दुपारी जेवण – १ वाटी ब्राउन राइस (तांदूळ किमान ४ तास भिजवून) + १ वाटी शिजवलेली भाजी + १ वाटी वरण (पिवळं किंवा काळं) + १ कच्चा कांदा, टोमॅटो, मुळा

किंवा

१ वाटी ब्राउन राइस आणि हिरवी थाई करी

जेवणानंतर– १ ग्लास ताक (घरचं दही आणि सैंधव)

संध्याकाळपूर्वी – १ वाटी मिश्र सुकामेवा (५ बदाम + ५ अक्रोड + ५ काजू + ५ पिस्ते) + १ कप ब्लॅक कॉफी

संध्याकाळी ६० मिनिटं चालणं

संध्याकाळी जेवण –१–२ मुगाची धिरडी किंवा थालीपिठं किंवा भाकरी आणि भाज्या (आवडत असल्यास भारतीय मसाले घालू शकता) + घरी केलेली कुठलीही रस्सा भाजी + घरचं लोणचं/चटणी + कच्चा मुळा, टोमॅटो आणि कांदा

झोपण्यापूर्वी – १ कप ग्रीन टी किंवा पाचक चहा.

२१

लाइफस्टाइल डायरी

चला, एकत्र हे साध्य करू या!

तुम्ही जेव्हा लाइफस्टाइल डाएटची सुरुवात कराल तेव्हा या गोष्टी तुम्हाला रोज तपासायच्या आहेत.

टीप - पृष्ठ क्र. २च्या (दैनंदिन तपास यादी) ९० प्रती काढा. पहिल्या ९० दिवसांसाठी त्या वापरा किंवा ती यादी इथून डाउनलोड करून घ्या -

https://www.nutracylifestyle.com/product-details/The-Lifestyle-Diet-Diary

पृष्ठ क्र. १

१. नाव -

२. वय -

३. व्यवसाय -

४. आरोग्य उद्दिष्ट -

५. लाइफस्टाइल डाएट सुरू केल्याची तारीख -

६. 'द लाइफस्टाइल डाएट' वाचायला तुम्ही सुरुवात का केली?

७. स्वतःमध्ये कोणते बदल कायमस्वरूपी व्हावेत असं तुम्हाला वाटतं?

८. तुमच्या आयुष्यातील सर्वोत्तम बाबींची यादी करा -

९. तुमच्याबद्दलच्या १० चांगल्या गोष्टींची यादी करा -

पृष्ठ क्र. २

दैनंदिन तपास यादी/रोजची चेकलिस्ट

१. आज सकाळी कोमट पाण्याबरोबर तुम्ही बटर कॉफी किंवा तूप घेतलं का?

२. आज सकाळी व्यायाम केलात का?

३. कृतज्ञता व्यक्त करावी अशा आजच्या ५ गोष्टी कोणत्या?

४. आज तुम्ही काय काय खाल्लं?
- ब्रेकफास्ट -
- सकाळचं जेवण -
- रात्रीचं जेवण -
- चाऊम्याऊ -

५. आज दिवसभरात तुम्ही किती पाणी प्यायलात?

६. प्रत्येक वेळेस खाण्यापूर्वी तुम्ही आभार व्यक्त केलेत का?

७. रात्री जेवल्यावर तुम्ही शतपावली केलीत का?

८. आज दिवसभरात तुमच्याबाबत घडलेल्या ५ बाबी कोणत्या?

९. तुमचं आजचं वजन किती?

१०. वजनाचं तुमचं उद्दिष्टं कोणतं?

११. आज तुम्ही ४५ मिनिटं चाललात का?

१२. दिवसभरात तुम्ही किती लिटर पाणी प्यायलात?

१३. तुमच्या मीटिंग्जच्या दरम्यान तुम्ही आज दीर्घ श्वसनाचा सराव किंवा ध्यानधारणा केलीत का?

१४. स्व-विकासासाठी तुम्ही जे प्रयत्न करत आहात त्यास्तव तुम्ही स्वतःचं कौतुक केलं आहेत का?

१५. तुम्ही आज पुष्टीकरण (अफरमेशन) सराव केलात का?

१६. तुमचा आवडता आरोग्यदायी पदार्थ कोणता?

१७. सर्वाधिक भूक तुम्हाला कोणत्या वेळेस लागते आणि सकारात्मकतेने त्याचा परामर्श घेण्यासाठी तुम्हाला कशाची मदत होते?

१८. तुम्ही भावनेच्या आहारी जाऊन खाता का?

पृष्ठ ३

प्रोग्रेस चार्ट

पहिल्या आठवड्यानंतर पूर्ण केलेली उद्दिष्टं –
दुसऱ्या आठवड्यानंतर पूर्ण केलेली उद्दिष्टं –
चौथ्या आठवड्यानंतर पूर्ण केलेली उद्दिष्टं –
सहाव्या आठवड्यानंतर पूर्ण केलेली उद्दिष्टं –
आठव्या आठवड्यानंतर पूर्ण केलेली उद्दिष्टं –
दहाव्या आठवड्यानंतर पूर्ण केलेली उद्दिष्टं –
बाराव्या आठवड्यानंतर पूर्ण केलेली उद्दिष्टं –
चौदाव्या आठवड्यानंतर पूर्ण केलेली उद्दिष्टं –
सोळाव्या आठवड्यानंतर पूर्ण केलेली उद्दिष्टं –

सोळा आठवड्यांनंतर तुमच्या जीवनशैलीत कायमस्वरूपी बदललेल्या १० गोष्टींची नोंद करा –

१.
२.
३.
४.
५.
६.
७.
८.
९.
१०.

लेखिकेविषयी

डॉ. रोहिणी पाटील एम.बी.बी.एस., या अतिशय उत्कट आहारतज्ज्ञ असून त्यांनी 'न्यूट्रसी लाइफस्टाइल' ही संस्था स्थापन केली आहे. त्यांनी त्यांच्या क्लाएन्ट्ससाठी आजवर किमान १२०० डाएट प्लॅन्स तयार केले असून ते प्रत्यक्षात उतरवले आहेत. नॅशनल इंडियन ॲथलिस्ट (जीएआयएल, एनवायसीएस)च्या बोर्डवर त्या अधिकृत आहारतज्ज्ञ म्हणून कार्यरत आहेत. त्यांनी सोशल मीडिया इन्फ्लुएन्सर म्हणून 'एफएसएसएआय ईट राइट ॲवॉर्ड'सारखी पारितोषिकं प्राप्त केली आहेत. विविध संस्था आणि आरोग्य संदर्भातील कार्यक्रमात आहार आणि पोषण या विषयावर अभ्यागत म्हणून लेक्चर्स दिली आहेत. 'हेल्दी लाइफस्टाइल विथ डॉ. रोहिणी' हा रेडिओ ९४.३ टोमॅटोच्या कोल्हापूर, महाराष्ट्र इथून प्रसारित होणारा रेडिओ शो त्यांनी २०१९पासून २०२२पर्यंत चालवला.

अनुवादक परिचय

डॉ. शुचिता नांदापूरकर-फडके या गेली कित्येक वर्षे अनुवाद, संपादन, काव्यलेखन अशा क्षेत्रांत सर्वथैव कार्यरत आहेत. त्यांनी आजवर अनेक इंग्लिश पुस्तकांचा सुरस आणि सरस अनुवाद केला असून, यात आत्मचरित्र, पौराणिक, तत्त्वज्ञान, विधी, तांत्रिक, शैक्षणिक, पाककृती, वैद्यकीय अशा विविध विषयांवरील पुस्तकांचा समावेश आहे.

नित्यनवीन काही आत्मसात करणं आणि शब्दांवरच्या प्रेमातून कविता करणं हे त्यांचे छंद आहेत. वाचनाची दांडगी आवड असलेल्या डॉ. शुचिता नांदापूरकर-फडके यांनी मानसशास्त्रात पदव्युत्तर शिक्षण घेतले असून त्या समुपदेशक म्हणूनही काम करतात. कॅन्सरग्रस्त रुग्णांसाठी त्यांनी समुपदेशक म्हणून काम केले असून व्हॉइस ओव्हर आर्टिस्ट म्हणूनही त्यांनी काम केले आहे. प्री-स्कूल उभारणीच्या कार्याचा त्यांना अनुभव असून शालेय अभ्यासक्रमाची रचना करण्यात त्यांना स्वारस्य आहे.

अनुवादशास्त्र मांडणी आणि व्यवस्थापन या विषयांत त्यांनी पीएच.डी. केली आहे.

संदर्भसूची

1. https://www.natgene.net/microbiota-en
2. https://www.sallypattison.com.au/leaky-gut-syndrome/
3. https://ampupfitness.com/wp-content/uploads/2017/10/HealthWellnessMarch2018.pdf
4. https://wreg.com/news/breakfast-choices-that-keep-you-from-losing-weight/amp/
5. https://www.muskokacbd.com/raw-unrefined-coconut-oil-cold-pres
6. https://doshafoodco.com/benifits-of-ghee/
7. https://www.jomorganics.com/post/the-top-10-health-benefits-of-turmeric-the-sacred-root-that-rejuvenates-the-body-and-mind
8. https://drdenese.com/blogs/news/collagen-benefits-for-skin-joints-gut-and-more
9. https://food.ndtv.com/food-drinks/neem-for-diabetes-how-does-the-wonder-herb-help-manage-blood-sugar-levels-1895965
10. https://www.healthline.com/nutrition/8-benefits-of-nuts
11. https://foodpharmacy.blog/now-foods-brazil-nuts-organic.html

12. https://nortonhealthcare.com/news/5-power-foods-for-better-urinary-health/
13. https://slmtnoush.com/shop/mixed-berry-infusion/?lang=en
14. https://www.womansworld.com/posts/aging/zinc-for-hair-and-skin-173893
15. https://www.smartnesshealth.com/health/essential-for-the-body/
16. https://www.drfarrahmd.com/2020/05/the-skin-benefits-of-vitamin-c.html
17. https://www.healthline.com/nutrition/barley-grass
18. https://msmguide.com/beauty-from-within/
19. https://www.womansworld.com/posts/aging/vitamin-d-benefits-132890
20. https://perfectjuicing.com/the-best-green-smoothie-recipe-ever/
21. https://www.zumanutrition.com/blogs/health/ pau-darco-featured-in-our-liver-detox-formula
22. https://wsimag.com/wellness/33963-anti-aging-detox
23. http://bfc.green/blog/2017/02/28/a-guide-to-salad-greens/
24. https://www.researchgate.net/publication/327541965_A_review_on_anti-aging_properties_of_probiotics
25. https://www.semanticscholar.org/paper/ Colostrum-and-its-benefits%3A-a-review-Uruakpa-Ismond/746e463e96790778441d691f916d7cf79f2deacb
26. https://bearworks.missouristate.edu/articles-chhs/237/
27. https://www.medicalnewstoday.com/articles/321627

28. https://liftique.com/benefits-of-an-epsom-salt-detox/
29. http://epsomsalt.online/
30. https://zenhabits.net/meditation-guide/
31. https://www.yogapoint.com/pranayama/types-of-pranayama.htm
32. https://internationalyogaassociation.wordpress.com/
33. https://blog.dentalintel.com/posts/the-science-of-gratitude
34. https://www.consciousevolution.tv/mental-attitude/ in-praise-of-gratitude-harvard-health.php
35. https://www.health.harvard.edu/mind-and-mood/in-praise-of-gratitude
36. https://www.roundhillcommunitychurch.org/youth-1